लोककलेच्या सहवासात

पु. श्री. काळे

मेहता पब्लिशिंग हाऊस

- *या पुस्तकातील लेखकाची मते, घटना, वर्णने ही त्या लेखकाची असून त्याच्याशी प्रकाशक सहमत असतीलच असे नाही.*

LALITKALECHA SAHAWASAT by **P. S. KALE**
ललितकलेच्या सहवासात : पु.श्री.काळे / ललितगद्य
Email : author@mehtapublishinghouse.com

मराठी पुस्तक प्रकाशनाचे हक्क : मेहता पब्लिशिंग हाऊस, पुणे.

प्रकाशक : सुनील अनिल मेहता, मेहता पब्लिशिंग हाऊस,
१९४१ सदाशिव पेठ, माडीवाले कॉलनी, पुणे ४११०३०

मुद्रक : ट्रिनिटी अ‍ॅकॅडमी फॉर कॉर्पोरेट ट्रेनिंग लिमिटेड

मुखपृष्ठ : चंद्रमोहन कुलकर्णी

प्रकाशनकाल : १५ मार्च, १९५६ /
मेहता पब्लिशिंग हाऊसची द्वितीय आवृत्ती : नोव्हेंबर, २०१८

किंमत : ₹ २५०

P Book ISBN 9789353171537
E Book ISBN 9789353171544
E Books available on : amazonkindle Apple Books Google Play Books

---

परमपूज्य तीर्थरूप श्रीपत गोपाळ काळे
यांच्याकडून मला
लेखन आणि चित्र
यांची स्फूर्ती मिळाली
आणि

नटश्रेष्ठ केशवराव भोसले आणि व्यं. ब. पेंढारकर
यांनी रंगभूमीची कलाविषयक
सेवा करण्याची संधी दिली.
त्यांच्या स्मृतीस
ही
अल्पशी कृती
समर्पण.

– पु. श्री. काळे

निवेदन

'ललितकलादर्श' मंडळीशी चित्रकार या नात्याने माझा संबंध आला हा जसा योगायोग, तसाच या मंडळीसंबंधी लेखक म्हणून संबंध येणे हाही योगायोगच! आणि संकल्पित लिखाण प्रसिद्ध होणे हा तर त्याहीपेक्षा मोठा योग असे मी समजतो. असा काही योगायोग पुढे येईल अशी अंधूक कल्पना मला पूर्वी असती तर त्या दृष्टीने कितीतरी गोष्टींचा संग्रह मला करता आला असता. पण तो योग नव्हता.

'ललितकलादर्श' मंडळीचा हा संपूर्ण इतिहास आहे असे नव्हे. माझ्या अवलोकनात आणि अनुभवांत आलेल्या लहानमोठ्या गोष्टीची नोंद व्यवस्थितपणे पुढे मांडण्याचा प्रयत्न केला आहे, इतकेच. कुणीतरी अधिकारी व्यक्तीने, प्रथितयश लेखकाने ही कामगिरी पत्करली असती, तर ती अधिक चांगल्या रीतीने पार पडली असती, याची जाणीव मला आहे.

केशवराव भोसले यांच्या वेळची सर्व माहिती 'ललितकलादर्श' मंडळीचे मॅनेजर केशव रामकृष्ण शितूत यांनी मालवणचे डॉ. राजाराम वासुदेव आजगांवकर यांच्याकडे पाठविली होती. आजगांवकरांचा 'ललितकले'वर केशवरावांच्या वेळेपासूनच लोभ. पुढे पेंढारकरांचे सौजन्य, कर्तबगारी वगैरे गुणांमुळे तो लोभ वाढतच गेला. 'ललितकले'त त्यांचे येणे-जाणे नेहमी होई. 'ललितकले'चा इतिहास लिहिला जावा, अशी त्यांची फार इच्छा. म्हणून त्यांनी थोडीशी माहिती गोळा करून ठेवली होती. त्यांच्याकडून हे लेखन अधिक माहितीपूर्ण झाले असते. परंतु ते होऊ शकले नाही. गोळा केलेली सामग्री त्यांनी माझ्याकडे पाठवून दिली. तिचा उपयोग मला या पुस्तकासाठी झाला. शिवाय केशवराव शितूतांचे चुलतबंधू रघुनाथ शितूत, 'ललितकले'चे एकनिष्ठ आणि हरकामी नट, यांच्याकडूनही मला बरीचशी माहिती मिळाली. त्यानंतरची म्हणजे पेंढारकरांच्या राजवटीतील माहिती मी माझ्या रोजनिशीच्या आधारे लिहिली. पेंढारकरांच्या बालपणची हकिकत मला त्यांच्या मातु:श्रींनीच निवेदन केली. आणि शेवटची ग्वाल्हेर येथील हकिकत रघुनाथ शितूत आणि भालचंद्र पेंढारकर यांच्याकडून कळली. या सर्वांनी पुरविलेल्या साहित्याचा हा एकत्रित इतिहास आहे.

इतिहाससंबंधी मी फार साशंक असतो. तो सत्याच्या कसोटीस पूर्णपणे उतरणे अवश्य असते. पण पुष्कळ वेळा आपल्या हयातीतच कित्येक गोष्टींचे विपर्यस्त पडसाद आपणास ऐकू येतात आणि मन साशंक होते.

एकदा एक गृहस्थ केळ्याच्या सालीवर पाय पडून घसरून पडला. आजूबाजूला माणसे होतीच. त्यापैकी एक सावरण्यास गेला. त्याच्याच धक्क्याने तो पडला असावा, असे बाकीच्यांना वाटले आणि एकाने तर छातीठोकपणे सांगितले की, 'याच इसमाने त्याला धक्का देऊन पाडले.' भर्रदिशी मंडळी जमली. पोलीस आले आणि वाहतुकीस अडथळा येऊन मोटरी, ट्रॅम्स, बसेस जागच्या जागी थबकून राहिल्या. आणि गिरगाव नाक्यावर घडलेल्या या अपघाताची बातमी ठाकूरद्वार नाक्यावर, एकाने दुसऱ्यास भोसकले अशा स्वरूपात प्रसृत झाली!

सत्यासत्यतेची विलक्षण चित्रे न्यायमंदिरात प्रत्यही पाहावयास सापडतात. चोरास सोडून संन्याशास बळी देण्याचे प्रसंगही कधीकधी उद्‌भविलेले आपण पाहतो. अज्ञानामुळे आणि पूर्वग्रहदूषित मनामुळे वस्तुस्थितीचे विपर्यस्त स्वरूप दाखविले गेलेलेही आपणास दिसून येते.

अज्ञानाचे एक मजेदार उदाहरण– रंगभूमीसंबंधीच असल्यामुळे देत आहे. 'ललितकलादर्श' मंडळीच्या नाटकास एक प्रोफेसर आले होते. नाटके पाहण्याचा प्रसंग उभ्या आयुष्यात त्यांच्यावर क्वचितच आला असावा. 'ललितकले'चा दर्शनी मखमली पडदा मधोमध विभागला जाऊन त्याची उघडझाप होण्याचा प्रकार त्यांना नवीन आणि म्हणून अद्‌भुत! ते दृश्य पाहताच प्रोफेसरसाहेब 'अरे, फाटलं, फाटलं,' म्हणून ओरडत उठले. आजूबाजूच्या लोकांना प्रोफेसरसाहेबांच्या उद्‌गारांचे आश्चर्य वाटत होते आणि प्रोफेसरसाहेबांना त्या पडद्याचे आश्चर्य वाटत होते. मालकांना भेटून त्यांनी आपल्या शंकेचे निराकरण करून घेतले म्हणून बरे झाले. नाहीतर त्यांची समजूत तशीच 'फाटक्या' पडद्याचीच राहिली असती!

सत्यासत्यतेची इतकी मीमांसा करण्याचे कारण हेच की, मी हा इतिहास आधारपूर्वक लिहिला असला तरी सर्वांगीण दृष्टीच्या अभावी एखादा प्रमाद झाला असण्याचा संभव आहे. म्हणून 'चुकभूल द्यावी घ्यावी' या सर्वमान्य तडजोडीच्या आधारवचनावर मी भिस्त ठेवून आहे.

नायक, नायिका, खलपुरुष, विनोदी पात्रे, इतर नट, नाटककार, मॅनेजर, स्टेज मॅनेजर या सर्वांच्या हकिकती यांत आहेत. केशवराव भोसले, बापूराव पेंढारकर यांचा इतिहास भरपूर दिलेलाच आहे. ओपन एअर थिएटर्सची प्रथा पाश्चात्त्य देशांत चालूच होती; पण केशवरावांनी एका कोल्हापूरच्या मुक्कामात त्याचा प्रत्यक्ष प्रयोग करून दाखविला. मराठी नाटकाचा इतक्या मोठ्या प्रमाणातला नाट्यप्रयोग तो पहिलाच होय. त्याचे वर्णन वाचकांना यात सापडेल. शिवाय नाटक

मंडळी 'स्पेशल ट्रेन'ने नेण्याच्या बाबतीतही त्यांनीच आघाडी मारलेली दिसून येते.

ललितकलादर्श मंडळीवर अगदी सुरुवातीपासून नाट्यरसिक मंडळीची बहाल मर्जी होती. केशवराव भोसले आणि पेंढारकर यांच्या ठिकठिकाणच्या स्नेह्या-सोबत्यांची यादी द्यावयाची झाली, तर ती फार मोठी होणार आहे. डॉक्टर रामकृष्ण हरि भडकमकर, मालवणचे डॉ. राजाराम वायुदेव आजगांवकर, मुंबईचे शेठ गोविंददास नारायणदास, एस. के. तेलगिरी इंजिनिअर, विनायकराव सामंत, मार्तंडराव प्रधान, बापूसाहेब जाधव, पुण्याचे डॉ. रंगनाथ हरि सोमण, डॉ. बाळूकाका गोखले, भाऊसाहेब दातार, पंपूशेठ, गोकुळदासशेठ, बापू किसन पगडीवाले, नागपूरचे डॉ. गद्रे, डॉ. गोगटे, उमरावतीचे रावबहादूर रामकृष्ण मोरेश्वर खरे, भोळे बंधू अशा कित्येक सहृदय माणसांची नावानिशी देण्याचे काम आटोक्याबाहेरचे आहे. शिवाय कित्येकांची नावे मला माहीतही नसणार.

उभयता नटांचा गौरव आणि सत्कार ठिकठिकाणी होत असे. सुप्रसिद्ध शिल्पकार विनायकराव करमकर यांनी नारायणराव राजहंस आणि पेंढारकर यांच्या ब्राँझ धातूच्या बस्ट्सची एक प्लेट तयार करून उभयतांच्या सत्कारार्थ अर्पण केली होती. या प्रसंगी उभयता कलावंतांचे गाणे, सुप्रसिद्ध नकलाकार नानासाहेब भोंडे यांच्या नकला, वगैरे कार्यक्रमांनी समारंभ थाटात पार पडला. कलावंतांनाच कलावंतांच्या कलेची किंमत कळते!!

मराठी रंगभूमीच्या ऱ्हासाची कारणमीमांसा आजवर त्यातील तज्ज्ञांकडून बऱ्याच वेळा केली गेली आहे आणि पुढेही होत राहील. त्यासंबंधी एका सुप्रसिद्ध नाटककारानेच सूत्रधाराकरवी 'अदूरदर्शित्वाने केवळ ही स्थिती आम्हा आली' असे साकी वृत्तांत सांगून टाकले आहे. त्यातील सत्याकडेच मीही अंगुलिनिर्देश करतो.

'ललितकलादर्श' मंडळीच्या सहवासात, विशेषत: पेंढारकरांच्या सान्निध्यात, माझा एका तपाहून जास्त काळ गेला आणि तो मजेत गेला. बाहेर कुठेही– मग ते पायी असो वा मोटारीतून असो– त्यांच्या बरोबर असण्याचे प्रसंग मला पुष्कळ लाभले. त्यांच्या कंपनीत मी नोकर होतो; पण नोकर असल्याची जाणीव त्यांनी मला कधीच होऊ दिली नाही. आणि म्हणूनच त्यांच्याविषयी लिहिण्याची आंतरिक ओढ लागल्यामुळे ही अल्पशी कृती मी नाट्यरसिकांपुढे सादर करीत आहे. ती त्यांना मान्य झाली म्हणजे माझे श्रमसाफल्य झाले असे मी समजतो.

माझ्या या लिखाणाचे पहिलें हस्तलिखित मी माझ्या दोनचार स्नेह्यांना दाखविले. काय बोलावे हे शिकण्यापेक्षा, काय बोलू नये हे शिकणे महत्त्वाचे असते. माझ्या या लहानशा 'ललितकलादर्श' मंडळीच्या इतिहासवजा लिखाणात कोणत्या गोष्टीचा समावेश नसलेला बरा, याची जाणीव देऊन योग्य असे मार्गदर्शन त्यांच्याकडून मला झाले.

एकदा कुणीसे मला म्हटले होते, 'काळे, तुम्ही नाही का एखादे नाटक लिहीत?' तेव्हा त्यांना मी म्हणालो होतो, 'मीही एक नाटक लिहितोय, पण त्यातील कापावयाचा भागच अजून लिहून संपत नाही!' प्रस्तुत पुस्तकातील मजकुराची छाटाछाट जी करावी लागली त्यावरून 'कापण्याचा' भागसुद्धा लिहावा लागतो ही गोष्ट सिद्ध झाली! आणि मार्मिक व सराईत लेखक मित्रांनी त्यावर जी कात्री चालविली, त्यामुळे या माझ्या लिखाणास ठाकठीक स्वरूप आले असावे, असा माझा दृढ विश्वास आहे.

पुस्तकाला प्रस्तावना, अर्पणपत्रिका, परिशिष्टे, तक्ते आणि फोटोग्राफ्स वगैरेंची भर असली म्हणजे त्याचे अंतरंग बाळसेदार दिसू लागते. इतकेच नव्हे, तर त्याला शुद्धिपत्रकाची जोड असणेही अत्यावश्यक असते. त्यामुळे परिश्रमाचे मूल्यमापन होते. शुद्धिपत्रकाची 'संजीवनी' नसती, तर फारच घोटाळा माजून राहिला असता. मजकुराच्या छाटाछाटीत नजरचुकीने दोन-तीन व्यक्ती 'गारद' केल्या गेल्याचे नंतर आढळून आले.

किर्लोस्कर मंडळी बंद पडल्यामुळे त्यातील एक विनोदी नट अंतोबा कुळकर्णी, १९२९मध्ये ललितकले'स येऊन मिळाले. 'मानापमान' मधील लक्ष्मीधर, 'विद्याहरण' मधील शिष्यवर, 'मृच्छकटिक' 'सौभद्र' मधील मैत्रेय वगैरे त्यांची कामे पेटंट असत.

पांडुरंगपंत साने ऊर्फ सानेमामा 'राक्षसी'मधील मदालसा, 'मुलाच्या बापां'तील रावबहादूर, 'वधुपरीक्षे'तील न्यायाधीश वगैरे कामे रुबाबात पार पाडीत.

तिसरी व्यक्ती म्हणजे 'सत्तेचे गुलाम'मधील 'क्षमा' या पात्राची भूमिका पार पाडणारे 'नरहरी कानडे' हे होत. त्यांचे कामही लक्षात राहण्याजोगे होत असे आणि नैसर्गिक सौंदर्यामुळे त्यांच्याकडे प्रेक्षकांची दृष्टी आकृष्ट होत असे.

संगीतक्षेत्रात प्रो. रामकृष्णबुवा वझे यांचा श्रेष्ठ दर्जाचा अधिकार त्यातील तज्ज्ञांनी मान्य केला आहे. पूर्वीच्या सांप्रदायांतील श्रेष्ठ गवयांच्या-खाँसाहेबांच्या लहरी सांभाळून किती परिश्रमांनी वझेबुवांनी गायनकला हस्तगत केली, त्याचा इतिहास त्यांच्या सहवासातील अनेकांनी ऐकला आहे. बुवा रंगात आले म्हणजे, त्यांच्या संग्रही असलेल्या अनेक गायकी चीजांच्या बरोबर आपल्या आठवणीतील गंमतीदार चीजाही हसत हसत आणि डोळे मिचकावीत सांगत. अण्णा किर्लोस्कर, भाऊराव कोल्हटकर, मोरोबा वाघोलीकर, दत्तोपंत हल्याळकर वगैरे जुन्या नटांच्या गायकी तऱ्हा व लकबी जेव्हा ते गाऊन दाखवीत, तेव्हा त्यांच्या बैठकीस खूपच रंग भरे. एकदा 'जावोजी जावे काहे करत बरजोरी' ही चीज, अदा करीत दहा-पंधरा मिनिटे ते म्हणत होते. बुवांचा स्वभाव खेळकर आणि विनोदी असे त्यामुळे त्यांच्याभोवती गानप्रिय लोकांबरोबरच इतरांचेही कडबोळे जमलेलें असावयाचे.

बुवांच्या गायकीविषयी त्याचप्रमाणे केशवराव आणि पेंढारकर यांच्या नाट्यगायन अभिनयादी गुणांबद्दल मी लिहिले आहे, ते त्यातील रसास्वाद एक प्रेक्षक आणि श्रोता म्हणून ती घेतला तेवढ्यापुरतेच होय. पण शास्त्रीयदृष्ट्या त्यांच्या गायकीचे व इतर गुणांचे मूल्यमापन माझ्याकडून होणे अशक्य होते.

तेव्हा त्या बाबीचे यथायोग्य दर्शन आमचे मित्र श्री. केशवराव भोळे यांनी करण्याचे पत्करून ते काम उत्तम रीतीने पार पाडले आहे. 'वोह आपही का हक़ है।' असे म्हणून अभिमानपूर्वक त्यांच्याकडे बोट दाखविण्याइतका त्यांचा व्यासंग दांडगा आहे हे वाचकांना सांगण्याची आवश्यकताच नाही. त्यांनी ही कामगिरी अत्यंत आवडीने पत्करली आणि या पुस्तकाच्या अंतरंगात अधिक रंग भरला याबद्दल त्यांचे आभार (त्यांना हे आवडणार नाही हे जाणूनही) मी मन:पूर्वक मानतो.

श्री. विजय तेंडुलकर यांची आणि माझी ओळख होण्यापूर्वीच या पुस्तकाची प्रुफे तपासण्याचे काम त्यांनी पत्करले; आणि नुसते मुद्रणदोषच सुधारले असे नव्हे तर द्विरुक्ती वगैरे सुधारण्याचे कामही स्वेच्छेने पार पाडले, याबद्दल त्यांचे मी आभार मानतो.

डॉ. रा. वा. आजगांवकर, केशवराव शितूत यांनी जे साहित्य मला पुरविले त्याने माझ्या संकल्पित लिखाणास किती तरी मदत झाली. तेव्हा त्यांचे आभार मानावेत तेवढे थोडेच होणार आहेत. रघुनाथ शितूत याने मला बरीच महत्त्वाची माहिती देऊन मदत केली; त्या माझ्या दिवंगत मित्रास माझी ही कृती पाहावयास मिळाली नाही, याबद्दल मला अत्यंत दु:ख होत आहे.

आमचे मित्र श्री. विठ्ठल सीताराम गुर्जर, श्री. य. गो. जोशी, श्री. चं. वि. बावडेकर यांनी दिलेल्या योग्य सूचनांचा मी स्वीकार केला आहे. मी उभ्या केलेल्या मातीच्या पुतळ्यास योग्य अशी घडण आणि ठाकठिकीचे वळण कसे देता येईल हे ज्यांनी आपला अमूल्य वेळ खर्चून सुचविले त्या श्री. वसंत शांताराम देसाई यांचा मी मन:पूर्वक आभारी आहे.

पुस्तकासाठी केशवरावांच्या वेळचे फोटो मिळविणे कठीण गेले आणि पेंढारकरांच्या वेळचे फोटोसुद्धा मनासारखे मिळाले नाहीतच. शेवटी जी काही सामग्री भालचंद्र पेंढारकरांनी मिळविली तेवढ्यावरच भागवावे लागले.

पेंढारकरांच्या आमदानीत 'सत्तेचे गुलाम' नाटकातील फोटोची सजावट श्री. मो. ना. कीर्तीकर यांनी केली. त्यानंतर मात्र सर्वच नाटकांची फोटोग्राफी रेक्स स्टुडिओचे संस्थापक श्री. अनंतराव राजाध्यक्ष यांनी केली. पेंढारकरांचा त्यांच्यावर विशेष लोभ असे. राजाध्यक्षांचाही केवळ धंद्यापुरताच पेंढारकरांवर लोभ नव्हता, तर उभयतांना परस्परांच्या कलेबद्दल आदर होता. माझा आणि राजाध्यक्षांचा त्या

वेळेपासूनचाच स्नेहसंबंध. या पुस्तकातही त्यांच्या कलेचे साहाय्य मला झाले आहे हे मी आभारपूर्वक नमूद करीत आहे.

'ललितकले'चा वारसा भालचंद्र पेंढारकरांकडे आला आणि विशेष हे की कै. बापूराव पेंढारकरांच्या नाट्यगायन अभिनयादी गुणांचाही वारसा त्यांनी चालविला आहे. वडिलांची धडाडी त्यांच्यात पूर्णतया उतरली आहे. काटकपणा, निग्रही बाणा, ध्येयनिष्ठा हे गुणही वारसाहक्काने त्यांच्यात उतरले आहेत. त्यांनी चालविलेल्या ललितकलेची त्रोटक माहिती या पुस्तकाच्या शेवटी जोडली आहे. त्यावरून 'ललितकले'च्या उन्नतीप्रीत्यर्थ त्याच्याकडून भरीव कामगिरी होईल, अशी दृढ आशा आणि ती होवो, अशी सदिच्छा प्रगट करून हे निवेदन संपवितो.

– पुरुषोत्तम श्रीपत काळे
१५ मार्च १९५६

अभिवादन

अंगीकृत कार्य अविरतपणे आणि तरुणांना लाजविणाऱ्या उत्साहाने करणारे, वृत्तीने शांत आणि अबोल असलेले, 'ललितकलादर्श'चे कल्पक चित्रकार श्री. पु. श्री. काळे हे माझ्या वडिलांचे परमस्नेही. 'ललितकले'च्या कुटुंबापैकीच एक. 'ललितकले'बद्दल वाटणाऱ्या आपुलकीच्या अभिमानाने प्रेरित होऊन त्यांनी लेखणी उचलली आणि 'ललितकलेच्या सहवासातील' स्मृतीची शब्दचित्रे रेखाटली. परिश्रमांबद्दल त्यांचे आभार मानून परकेपणा व्यक्त करण्यापेक्षा कृतज्ञता प्रगट करून आपलेपणाचा ओलावा कायम ठेवणेच योग्य नव्हे काय?

सुमारे चार वर्षांपूर्वी श्री. काळे यांनी हे ग्रंथलेखनाचें कार्य संपविले. अनेकविध अडचणीमुळे याच्या प्रसिद्धीचा योग आला नव्हता. अशा स्थितीत मुंबईतील एक सहृदय नाट्यरसिक श्री. सिरूर यांनी ४०१ रुपयांची देणगी देऊन ग्रंथप्रकाशन कार्याला चालना दिली. वाईट वाटते या गोष्टीचे की, हे पुस्तक प्रसिद्ध झालेले पाहायला ते आज हयात नाहीत. श्री. सिरूर यांच्याप्रमाणेच अनेक हितचिंतकांनी प्रकाशनापूर्वी देणग्या पाठवून मला उपकृत केले आहे.

कै. केशवराव भोसले यांच्या पत्नी सावित्रीबाई यांनी व माझ्या स्नेह्यांनी या पुस्तकासाठी काही दुर्मिळ फोटो वा ब्लॉक्स दिले व इतरही साहाय्य केले याबद्दल मी त्यांचा आभारी आहे. रामकृष्ण प्रिंटिंग प्रेसचे मालक श्री. कृ. ना. सापळे यांनी आत्मीयतेने अल्पावधीत या पुस्तकाची सुबक छपाई करून दिल्याबद्दल मी त्यांचा अत्यंत आभारी आहे. 'खास लोकाश्रयाखालील' हे बिरुद अभिमानाने मिरविणाऱ्या 'ललितकले'चा हा इतिहास ज्या रसिक जनतेच्या आश्रयाने प्रकाशात येत आहे, तिला अंत:करणपूर्वक अभिवादन.

– भालचंद्र पेंढारकर

काही संगीत-स्मृती

हे पुस्तक मराठी वाचकांना सादर करताना माझे स्नेही श्री. अण्णा काळे व श्री. भालचंद्र पेंढारकर यांना अत्यंत समाधान होत आहे, याची मला जाणीव आहे. अण्णांना संस्थेचे व तिच्या चालकांचे ऋण फेडल्याचे समाधान! तर भालचंद्र यांना संस्थेबद्दलचे व वडिलांचे ऋण फेडल्याचे समाधान! नाट्यकलेची सेवा-कलात्मक-करण्यात ललितकलेचे वैशिष्ट्य त्या काळात आगळे होते हे ज्यांनी या संस्थेची उभी हयात पाहिली असेल त्यांना माहीतच आहे. पण नव्या पिढीला ही माहिति मिळणे अगत्याचे होते. ललितकलादर्श मंडळीचा इतिहास म्हणजे एकंदर मराठी रंगभूमीच्या इतिहासातील अत्यंत महत्त्वाचा भाग आहे. हा विभाग लोकांसमोर मांडताना जी एक नि:पक्षपाती पण कलादृष्टी लागते ती लेखकाच्या जागी आहे की नाही, याचा निर्णय वाचक करतीलच.

दिवंगत व्यक्तीबद्दल लिहिताना एकतर त्यांना जवळजवळ परमेश्वराजवळचीच जागा देण्याची प्रवृत्ती असते, किंवा त्यांचे वाभाडे काढून (त्यांच्या गैरहजेरीत) त्यांचे कार्य मातीमोलाचे ठरविण्याचे धोरण लेखक स्वीकारताना आढळतात. अण्णा काळे हे मंडळीत चित्रकार-कलादिग्दर्शक असताना अगदी जवळून त्यांनी मंडळीचे दैनंदिन जीवन पाहिलेले व टिपलेलेही दिसते. प्रस्तुत ग्रंथ लिहिताना त्यांच्यातील टीकाकार अगदी जागा आहे, पण तो सहृदयही आहे, 'इन्सान की कमजोरियाँ' अण्णा जाणतात, म्हणून त्यांना ते समजूही शकतात. भालचंद्र तर वडिलांच्या व कै. केशवरावांच्या संस्थेचा वारस! संस्थेच्या ऋणानुबंधीयांशी परिचय करून घेऊन त्यांची अंत:करणे राखण्याचे कार्य त्याने केले आहे. म्हणूनच मी ही प्रस्तावना लिहीत आहे. आमच्या कुटुंबीयांचा व कै. केशवरावांचा स्नेह केशवराव स्वदेशी हितचिंतक मंडळीत होते तेव्हापासूनचा! स्व. हि.चे चालक कै. जनुभाऊ निमकर हे आमचे व्याही लागत. माझी बहीण निमकर घराण्यात दिलेली. १९०३ साली स्व. हि. मंडळी कापसाच्या हंगामात अमरावतीस येणार होती, पण ऐन पावसाळ्यातच अमरावतीस पहिलीच प्लेगची साथ सुरू झाल्याने, जनुभाऊंना आपला बेत रद्द करावा लागला. आणि यवतमाळसारख्या नुकत्याच झालेल्या जिल्ह्याच्या गावी मुक्काम न्यावा लागला.

त्या गावी माझे मेहुणे गणपतराव निमकर डिस्ट्रिक्ट जज्जचे क्लार्क ऑफ दि कोर्ट होते. त्यांनी कंपनीची सर्व व्यवस्था केली. नाट्यगृहाच्या अभावी एक मांडव बांधून त्यात रंगभूमी तयार केली. जिल्हा कचेरी (कलेक्टरची), जिल्हा न्यायाधीशाचे कोर्ट, हायस्कूल, ट्रेनिंग स्कूल वगैरे सरकारी व शैक्षणिक संस्था स्थापन झाल्याने वकील, डॉक्टर, शिक्षक, कारकून, विद्यार्थी हा कलांचा भोक्ता असा पांढरपेशा समाज जसा तेथे होता, तसेच कापसाच्या व्यापाराशी संबंध असलेला, पैसेवाला शौकीन शेतकरीवर्गही होता. निजामशाहीशी दळणवळणाचे मार्ग होते, तसे वणी, दारव्हा, वर्धा यांसारखी मालदार गावेही जवळच असल्याने यवतमाळ नाटक कंपनीला उत्पन्न चांगले देईल असा आमच्या मेहुण्यांना भरवसा होता. कंपनी येण्यापूर्वी कंपनीच्या 'शारदा' नाटकाची व त्यात शारदेचे काम करणाऱ्या 'केश्या'ची कीर्ती यवतमाळास पुण्या-मुंबईस जाणाऱ्या-येणाऱ्या लोकांनी आणून पोहोचविली होती.

कोर्टकचेरीत कामकाजाकरता येणाऱ्या-जाणाऱ्यांकडून व कापूस बाजारात येणाऱ्या 'पाटील'लोकांकडून, कंपनी, शारदा, आणि 'केश्या'ची जाहिरात खेडोपाडी तोंडीच झाली होती. आम्हीही प्लेगमुळेच बहिणीकडे राहिलो होतो. घरात कपंनीचा विषय सर्व वडील माणसांच्या तोंडात घोळत असल्याने आम्हालाही नाटक व केशवबद्दल तीव्र जिज्ञासा व उत्कंठा लागून राहिली होती. कंपनी आली. नाटके सुरू झाली. एके दिवशी बाजाची पायपेटी आमच्या घरी आली व कंपनीचे पेटीवाले आमच्या भाचीला शारदा, मुद्रिका, चंद्रसेना इत्यादी नाटकांतील लोकप्रिय पदे वाजवायला शिकवू लागले. शारदा प्रत्यक्ष पाहण्यापूर्वीच त्यातली बहुतेक पदे आम्हास चालीसह पाठ झाली होती. आमची भाची माझ्यापेक्षा वयाने मोठी असल्याने नाटक पाहण्याकरिता आम्हाला तिची मनधरणी करावी लागली होती. आणि एके दिवशी नाटक पाहावयास आम्ही त्या मांडवात दाखल झालो. अर्थात, आम्हा मुलांची रवानगी रंगमंचाकडेच झाली.

कारण मांडव सबंध भरला होता आणि खेड्यापाड्यांतले पाटील नुसती उभे राहण्यापुरती जागा मिळविण्याकरता वाटेल तितके रुपये द्यायला तयार होते. पैसे नव्हे आं! त्या काळात किटसनचे गॅसचे दिवे येऊन पोहोचले नव्हते. आत डिटमारचे चाळीस लाइनचे दिवे लागले होते. आतली दुनिया आम्हाला नवीनच होती. पण आमचे लक्ष केशवकडे होते. विशेषतः त्याच्या त्या गाजलेल्या गाण्याकडे– 'मूर्तिमंत भीति' या पदाकडे! ते गाणे ऐकताना मांडव अगदी शांत होता. सगळे कान-हजारो कान व डोळे– त्या गाण्याकडे आणि गाणाऱ्या त्या बालशारदेकडे लागले होते. पद संपले अन् टाळ्यांचा कडकडाट– प्रचंड कडकडाट झाला!– वन्स मोअरची ललकारी सुरू झाली! त्या बालमूर्तीने पुन्हा

ते गाणे सुरू केले! पुन्हा स्तब्धता! हा प्रकार आठ वेळा झाल्यावर लोक संतुष्ट झाले अन् नाटक पुढे चालू लागले. केशवची ती चढी, तेजस्वी, खणखणीत बालआवाजी! अत्यंत धिम्या लयीत स्वर भरदारपणे तोलून धरलेला, पण घाबरलेल्या– स्तिमित झालेल्या मनोवस्थेतले तें सार्थ म्हणणे आजही स्पष्ट आठवते! देवलाचे हे पद देवलांनी ज्या भावनेने म्हटले जावे म्हणून पहिल्याच ओळीत स्पष्टपणे जाहीर केले ते फक्त एकट्या केशवनेच म्हटले. 'मूर्तिमंत भीति उभी मजसमोर राहिली.' ही भीती जनुभाऊंनी केशवद्वारे रंगमंचावर 'मूर्तिमंत' केली! बालगंधर्वांनी त्या पदाचे रडगाणे केले तर 'शारदा' या चित्रपटात या गाण्याच्या संगीत दिग्दर्शकाने लालित्यपूर्ण 'वॉल्ट्झ' केला. (दादऱ्यातील पाश्चात्त्य नृत्यगीत!)

केशवच्या या पदात स्पष्ट होणारे गायनगुण आमरण टिकून राहिले होते. फक्त एकच दोष-तो म्हणजे बालआवाजातला गोडवा पुढील फुटलेल्या पण प्रचंड मेहनतीने कमावलेल्या आवाजात राहिला नाही. ते भाग्य बालगंधर्वांना लाभले होते. हा माझा संगीत नाटकांचा पहिला अनुभव मी मुद्दाम इतक्या विस्ताराने वर्णन करीत आहे याचे कारण उघड आहे. त्या काळात संगीत कसे व किती घालावे, कसे व किती म्हटले जाव यामागे निश्चित कलेची भूमिका होती. प्रेक्षकांना संगीत आवडते, रुचते, त्याचा त्यांच्यावर परिणाम होतो हे अण्णासाहेब किर्लोस्कर व त्यांचे शिष्य देवल यांनी पाहिले होते. तरी संगीत हे साधन आहे, भावनानिर्मितीचे एक प्रभावी हत्यार आहे हेही त्यांनी जाणले होते. त्याच दृष्टीने त्यांनी संगीतमय नाट्यरचना केली होती.

'इंद्रसभा' हा ऑपेरा पाहिल्यावर तत्सम असे भारतीय परंपरेतील कालिदासाचे शाकुंतल त्यांच्या नजरेसमोर आले आणि त्यांनी त्या नाटकाचे रूपांतर केले. इंद्रसभा पाहत असताना सबंध नाटक पद्यमय आहे, प्रत्येक पात्र संगीतात बोलते- भाव्यांच्या नाटकाप्रमाणे सूत्रधारच सर्व गाणी म्हणतो, तसे या इंद्रसभेत नसून प्रत्येक पात्र आपापले भाव- म्हणणे (पद्यमय भाषणे) संगीतात करीत असल्याने सुसंगत वाटते तसे वैचित्र्यपूर्णही दिसते हेही त्यांनी पाहिले होते. म्हणूनच त्यांनी नाट्यलेखनाची ही (ऑपेरा) पद्धती निवडली. कारण त्याच वेळी शेक्सपिअरच्या भाषांतरित नाटकांचे गद्य प्रयोगही अण्णासाहेबांनी पाहिले होते. पण संगीताचा प्रेक्षकांवरील परिणाम पाहिल्यावर हा 'गायनरस' त्यांच्यात भिनला. अण्णासाहेब स्वतः गायक होते हे ध्यानात घेतले म्हणजे त्यांची संगीतानुकूल अशी मनाची ठेवण होती हे निराळे सांगायला नको. शाकुंतलाच्या तालमी चालू असताना मोरोबा वाघुलीकर दुष्यंताची पदे नाट्यपूर्ण म्हणतात की नाही, इकडे अण्णासाहेबांचे स्नेही प्रो. केरुनाना छत्रेही लक्ष देत व 'ललकाऱ्या'

(ताना) जास्त झाल्यास तेथल्या तेथेच खडसावीत. रससिद्धीपुरतेच गायचे-नाट्यनिर्मितीपुरतेच गायचे, हे त्या काळी आचरणात येत असे. प्रेक्षकांनी वन्स मोअर दिल्यास किती वेळा स्वीकारायचा या बाबतही तारतम्याबरोबरच नाट्यपूर्ण दृष्टी ठेवून प्रेक्षकांचा आदर ते करीत असत. भाऊराव कोल्हटकरांनाही असेच शिक्षण वरील दोघांनी दिले होते. नाट्यगृहामध्ये गाण्यातील शब्दन्‌शब्द शेवटच्या प्रेक्षकांपर्यंत पोहोचला पाहिजे, म्हणून शब्दोच्चार स्पष्ट होण्याकरता वाणी (आवाजाबरोबरच) कमाविण्याचा आग्रह धरला जात असे. भाऊराव अभिनयापेक्षा आपल्या गायनात जास्त प्रमाणात भावनिर्मिती करीत असत, असे गणपतराव बोडस सांगतात. आवाज आणि वाणी कमावल्यामुळे नाट्यमंदिराबाहेरही मोरोबा भाऊरावांची पदे तिकिटे न मिळालेल्या प्रेक्षकांना स्पष्टपणे ऐकू येत. गेएटी थिएटरमधून (कॅपिटॉल सिनेमा) भाऊरावांचे गाणे बोरीबंदर स्टेशनाबाहेरच्या केबिनपर्यंत लख्ख ऐकू येत असे, असाही उल्लेख वाचनात आला आहे.

आजच्या लाउडस्पीकरच्या युगात आवाज कमावणे ही विद्या नाहीशी झाली आहे, हे सांगणे उचित ठरते! भाऊराव मोरोबांसारखे गायक नट नाट्याकरता गात असत. आजच्या सवाई गंधर्व, गंधर्वांसारखे वन्स मोअर मिळविण्याच्या खटपटी ते करीत नसत. पद्यमय अशी नाट्यरचना, रसाविष्कारापुरते गायन हे त्या काळच्या संगीताचे कलापूर्ण स्वरूप होते. प्रेक्षकांची संगीतलोलुप वृत्ती तृप्त करण्यात त्यांनी नाटक गमावले नाही हे स्पष्टपणे समजून घेतले पाहिजे. या संगीताचा प्रत्यक्ष परिचय कै. जनुभाऊ निमकर यांना झाला होता. ते किर्लोस्कर मंडळीत काही वर्षे नट म्हणून होते. भाऊराव, मोरोबा, बाळकोबा यांचें संगीत त्यांनी कानात साठवून ठेवले होते, तसेच काऊ खटावच्या कंपनीतही ते असल्याने ऑपेरा पद्धतीच्या उर्दू नाटकांचे प्रयोग का यशस्वी होत असत, याचेही जनुभाऊंनी निरीक्षण केले होते. काऊ खटाव विलायतला मुद्दाम जाऊन आले होते, तिकडील ऑपेरा प्रत्यक्ष पाहूनच त्यांनी इकडे तशी रचना केली होती, असे त्यांच्याबद्दलचे उल्लेख वाचनात आले आहेत.

जनुभाऊंनी मिळविलेल्या अनुभवाच्या जोरावरच आपल्या स्वेदश हितचिंतक मंडळीत नव्या पद्धतीने नाटके करण्यास सुरुवात केली. सामान्यातली सामान्य भूमिका रेखीव व परिणामकारक झाली पाहिजे; गाणाऱ्या नटाने, बसवून दिलेल्याच्या पलीकडे स्वैरपणे गाण्यास जनुभाऊ परवानगी देत नसत. पदे बसवितानाच रसपरिपोषाकरता किती व कसे गावे ही नजर ठेवूनच ते संगीताची संथा देत. याला अपवाद अर्थात मोठी नटमंडळी असत. पण केशवरावांसारख्या तयार होऊ पाहणाऱ्या नटालाही पदे बसविलेल्या मर्यादेतच गावी लागत. एकदा वन्स मोअरने हुरळून जाऊन 'मूर्तिमंत' या पदात केशवाने एक तयार तान शेवटी

घेऊन टाळी घेतली तेव्हा आत येताच जनुभाऊंची बोटे त्या सुकुमार शारदेच्या गालावर काड्‌कन वाजल्याचे विरोधपूर्ण दृश्य मला पाहायला मिळाले त्याच यवतमाळच्या मुक्कामात! केशवरावांच्या गळ्यावर भाऊरावांच्या सौभद्रातील पदांची दमश्वासाची गायकी जनुभाऊंनी चढविली होती. भाऊरावांना ऐकलेले बुजुर्ग आम्हाला या गोष्टीची साक्ष पटवीत असत. नाट्यानुकूल गायनाची किर्लोस्करी पद्धती जनुभाऊंच्यामुळे केशवरावांना मिळाल्याने १९०८ सालापूर्वी केशवराव तंतोतंत त्या पद्धतीने गात असत. जनुभाऊंनी स्व. चिंतक मंडळीत केशव व त्याच्या बरोबरच्या मुलांना कै. जांभेकर बुवांना रागदारी गायनाची तालीम द्यायला ठेवले होते. बुवा ग्वाल्हेरच्या हसूखाँचे शिष्य होते. हसूखाँ दाणेदार व सुरेल तानेकरता प्रसिद्ध होते.

केशवचा गळा आवाज फुटण्यापूर्वी त्या जातीने फिरत असे असे त्या काळचे जाणते बोलत असत. मी ही तयार तान त्या काळी केशवच्या अनेक भूमिकांच्या पदात ऐकली आहे. केशवने एकांगी राहू नये, अशी जनुभाऊंची खटपट असे. स्व. मंडळी सोडल्यावरही केशवराव बुवांजवळ शिकत असत. एकपाठी असल्याने, ऐकलेल्या गाण्याची नक्कल करणे केशवरावांच्या हातचा मळ होता. शिवाय चांगले गाणे ऐकण्याचा हव्यासही त्यांना होता. कंपनीच्या मुक्कामात गायक-वादक-नर्तकांच्या मैफली झडल्या नाहीत, असे कधी झालेच नाही. आपल्या गायनात अनेक रंग भरण्याची ईर्षा त्यांनी बाळगली होती. चांगले काही ऐकले की तंबोरा घेऊन ते गळ्यावर चढेपर्यंत ते तो खाली ठेवत नसत. १९१४ साली अमरावतीत म्हैसूर दरबारचे गायक बशीरखाँ यांचे गायन कंपनीत केशवरावांनी केले.

रात्री गाणे संपल्यावर खोलीत तंबोरा जुळवून त्यांनी बशीरखाँची गायकी आत्मसात करेपर्यंत सकाळ झाली. मग झोप काढून सकाळी दहाला बशीरखाँना त्यांचे व आपलेही गाणे ऐकविले. दुसऱ्याच दिवशी सकाळी बशीरखाँना त्यांची तानेची जात ऐकवून केशवरावांनी चकित केले. कुठे नाटकाला उपयोगी चांगलीशी चाल ऐकली की केशवराव ती शिकून घेत– कोणाहीकडून! आमरण ते विद्यार्थीच राहिले, तसे रसिकही! जनुभाऊंनी दिलेल्या शिक्षणामुळे केशवरावांना नाट्यदृष्टी आली होती. कोणती पदे थोडक्यात म्हणून कोणती विशेष परिणामकारक म्हणायची याविषयी त्यांचे प्रयोग चालू असत. आपले समकालीन पण प्रतिस्पर्धी नट काय करीत असत, यावरही त्यांची बारीक नजर असे. 'सकल जगी सारखे बंधु' हे सौभद्रातील पद बालगंधर्व विशेष गात नसत.

या पदातील 'जणु कपटाचे सिंधु' या ओळीचे नाट्यपूर्ण उच्चार अजून मला आठवतात. आपल्या भावांबद्दलचे विशेषत: कृष्णाबद्दलचे हे जळजळीत उद्‌गार

मैत्रीणवजा दासीजवळ काढताना सुभद्रेच्या स्वभावाचा एक पैलू केशवराव दाखवीत. कृष्णावरचा सुभद्रेचा सगळा राग या पदात केशवराव ओकीत. या पदाला उचित अशी तबल्याची साथ कै. भास्करराव चौगुले देत असत. नाटकांतील पदे बसविताना तालाची तालीम त्यांना भास्कररावांकडून मिळाली होती. भास्करराव जनुभाऊंचे भाचे लागत. नाटकाचा तबला त्यांच्यानंतर कोणी वाजविला नाही. ज्या पदांची दुसऱ्याकडून उपेक्षा होई. ती पदे रंगवून त्याकडे रसिकांची नजर वेधणे हा केशवरावांचा उद्योग होता. प्रेक्षकांना लाडावूनही ठेवायचे नाही, असा त्यांचा स्वभाव. या प्रयोगात 'युवति मना' विशेष म्हटले तर दुसऱ्या खेळात 'चंद्रिका ही जणु'! चंद्रिका, युवति मना, धिक्कार मन साहिना, अनार्या खास ती समजा, ही पदे तडफेने तानेने रंगवित, तर 'भाली चंद्र असे धरिला' अगदी विलंबित ख्यालाच्या अंगाने- त्यात स्वरभरण्याची, आलापीची कामगत ते करीत.

त्या परिस्थितीत रसपरिपोष कोणत्या गायकीने नक्की होतो, हे ते गाऊन ठरवून टाकीत. मानापमानात त्यांच्या गायकीची समृद्धी दिसली तशी नाट्यदृष्टीही! त्यांचे पद चालू असताना किती वेळ गेला याचे श्रोत्यांना भान राहत नसे. त्यांच्या जोरकस खणखणीत गायनाने कान इतके भरत की ते गाणे आठ आठ दिवस कानात गुंजत राही, इतके ते प्रभावी असे. त्यांच्या गाण्यानंतर इतरांची गाणी फिक्की वाटत– डास गुणगुणल्यागत होई! त्यांची तयार तान रंगमंचावरून हवा छाटीत येत आहे असे वाटे! इतके तेज तिच्यात असे. विलंबित लयीतले त्यांचे स्वर, विशेषतः भाली चंद्र असे किंवा मुखरता कां शोभे (हाच मुलाचा बाप) या पद्यगायनातले, इतके वजनदार असावयाचे की तो प्रत्येक स्वर कुतुबमिनारासारखा आपल्यासमोर उभा राहिला आहे असे वाटे! या गायनाला तबल्याची साथ किती ठणठणीत लागे, याची आजच्या श्रोत्यांना कल्पनाही येणार नाही. एक भास्करराव किंवा नंतर कोल्हापूरचे बळवंतराव रुकडीकरच ते काम करू जाणेत! एका वाचाळ मुसलमान तबलजीला राक्षसी महत्त्वाकांक्षा नाटकाच्या प्रयोगाला साथीला बसवून दोन अंकांतच त्याच्या बोटांतून रक्त वाहायला लावून केशवरावांनी त्याची बकवास बंद केली होती!

केशवरावांचा आवाज दीनानाथ किंवा लोंढ्यांएवढा मोठा होता का म्हणून मला आजचे लोक विचारतात. तेव्हा मला हसायला येते. मी म्हणतो, 'कशाला ही नावे उच्चारता उगाच!' पुरुष भूमिका करायला लागल्यापासून केशवरावाचे गाणे जास्तच जोरकस झाले होते व त्यांच्या जोरकस गाण्याबरोबर हाताचे पट्टेही फिरू लागत असत. डोळे इंगळासारखे लाल होत असत. त्यांनी या काळात जबड्याची तान कमावली होती. पूर्वीचा स्त्रीपार्टीतील गायकीचा गोडवा कमी

झाला होता. स्वरामध्ये ओज व तेज आले होते! ललितकला स्थापन केल्यावरही त्यांनी दोन वर्षं खूप मेहनत केली होती. त्या मेहनतीनंतर पुण्याला सौभद्र लागले तेव्हा बालगंधर्वांचे चाहते भजी मारायला आले असताना केशवरावांनी त्यांच्या हातांकडून टाळ्यावर टाळ्या घेतल्या, असे मला केशवराव शितूतांनी सांगितले होते. बुद्धिमत्तेबरोबरच कलेकरता घाम गाळीत कष्ट करण्याचा त्यांचा महत्त्वाकांक्षी, जिद्दी स्वभाव होता. नाटकाच्या धंद्यांत त्यांच्याइतका ध्येयवादी, प्रयत्नवादी, कष्टाळू नट मी कै. गणपतराव भागवतांखेरीज दुसरा पाहिला नाही. समोरच्या नाट्यगृहात होणारी गर्दी आपल्या थिएटरमध्ये कशी खेचून घेता येईल, याचा विचार करताना संगीताकरता प्रेक्षक तिकडे जात आहेत, असे त्यांनी एकतर्फी निदान केले, आणि त्याकरिता ते जीवन ओतून गात असत. मग वेळेचे आणि नाट्याचे बंधन कशाला पाळा? पण त्यांच्या कांही विचारी स्नेह्यांनी त्यांना पटवून दिले की, बालगंधर्वांच्या गायनाइतकाच त्याचा अभिनयही प्रभावी आहे. तेव्हा केशवरावांनी 'हाच मुलाचा बाप' या नाटकात डॉ. गुलाबची भूमिका अभिनयदृष्ट्या वठविण्यास सुरुवात केली. त्यातील कविता सुता, मुखरता का शोभे, परिणाम होई सुखाचा, कंपितअति शंकितमति, ही पदे नाट्यपूर्ण दृष्टीने ते म्हणत.

डॉ. गुलाबची स्वभावरेखा केशवरावांच्या स्वभावाशी जुळती ती फारशी जड गेली नाही. पण संन्याशाचा संसारमधील डेव्हिड याची भूमिका मात्र त्यांच्या स्वभावाच्या अगदी उलट निघाली. तरीही केशवरावांची ती भूमिका माझ्या दृष्टीने सर्वोत्कृष्ट ठरली. विशेषत: 'बा रे पांडुरंग' हा अभंग सुरू झाला की श्रोत्यांच्या डोळ्यांत ते अश्रू उभे करीत. त्या काळी मुंबईत ज्याच्या त्याच्या तोंडी हा अभंग झाला त्यानंतर शिवाजीची तडफदार भूमिकाही त्यांनी चांगली वठविली. शिवाजीने गावे किंवा नाही, याबद्दल त्या वेळी वाद चालू होता व आजही तो करता येईल. एकंदरीत तडफदार भूमिका केशवराव जास्त उत्तम वठवीत. त्यांचे गायन, आवाज, स्पष्ट खणखणीत वाणी, तेजस्वी भूमिकांना अनुकूल होती. डेव्हिड हा अपवाद सोडायचा!

नाट्यसंगीताला तंताची साथ केशवरावांनीच प्रथम घेतली. त्यांच्याकडचे कर्नाटकी व्हायोलिन वाजविणारे गृहस्थ आपल्या कामात तरबेज होते. ऑर्गनचा उपयोग त्यांनी करून पाहिला. परंतु त्यांना तो पसंत पडला नाही, म्हणून तीन लाइन्सच्या पायपेट्याच (आत दोन्ही बाजूला स्वरभरणीला व बाहेर समोरच्या साथीला) कायम केल्या. भास्कररावानंतर रुकडीकर वस्ताद तब्बलजी होते. मानापमान, हाच मुलाचा बाप यातील पदे त्यांच्या भरदार व स्पष्ट साथीने रंगत असत. तीन पेट्यांच्या भरदार स्वरभरणीतूनही केशवरावांचा शब्दन्‌शब्द प्रेक्षकांपर्यंत

जसा पोहोचत असे, तसा थिएटरच्या भिंती भेदूनही बाहेर पडत असे. भाऊरावांप्रमाणेच थिएटरबाहेर किती तरी लांब त्यांचे गाणे स्पष्ट ऐकू येत असे. १९०८ साली किर्लोस्कर मंडळीने विंगेमधून ही वाद्ये उठवून बाहेर आणून पाश्चात्त्य वाद्यवृंदाप्रमाणे रंगमंचासमोर आणून ठेवली. पण केशवराव, दीनानाथ, लोंढे, पेंढारकरांनाच ही जोरकस साथ नाट्यदृष्ट्या मानवली. बालगंधर्वांना, हिराबाईंना ही अतिसाथ मानवली नाही. कारण या गोंगाटातून खुर्च्यांच्या पाच रांगांबाहेर त्यांचे शब्द ऐकूच येत नसत. गाण्याकरिता साथ की साथीकरता गाणे या वादात साथीकरता गाणे या तत्त्वाचा विजय होऊन नाटकातील गाणेही गेले अन् नाटकही गेले ही यातली दुर्दैवाची गोष्ट आहे! वाजविणारासमोर येऊन प्रेक्षकांना उद्देशून गाण्याची नाट्यविघातक प्रथा यानंतर सुरू झाली. जाणत्या व विवेकी नाटककारांनी याविरुद्ध तक्रार करूनही धंद्यांतली चढाओढ व प्रेक्षकांचा मूर्ख आग्रह यांनाच चालकांना बळी पडावे लागले!

अण्णासाहेबांच्या वेळी साथीला काही काळ तंबोरेच असत. बाळकोबा तर नारदाची पदे सतारीच्या साथीवर म्हणत असत. १९१० सालापासून रंगमंचावरील गायन वाढत गेले. देवल, किर्लोस्करांची नाटकलेखन पद्धती पुढील नाटककारांनी बदलून गद्य-पद्यरचना सुरू केली. पद्य रसपरिपोषापुरतेच घातले नाही– पदांची संख्या आम्ही कमी करीत आणली, असा दावा हे नाटककार करतात. परंतु हे विधान चुकीचे आहे. ऑपेरा लेखनपद्धती आपण सोडली, हे त्यांना समजले नाही. नटांनीही, सौभद्र, शाकुंतल, शारदा, मृच्छकटिक या नाटकांचे मैफलीत रूपांतर करून टाकले. केशवरावांनी पार्श्वभूमी वास्तवपूर्ण-कलात्मक केली. पण संगीताचा अनावरपणा, अतिशयपणा पुढे पुढे त्यांनाही आवरता आला नाही. बालगंधर्वांपेक्षा पदे ते कमी वेळ म्हणत एवढेच समाधान मानता येईल.

रसपरिपोषापुरतेच गायचे कलात्मक धोरण त्यांनाही काटेकोरपणे अमलात आणता येईनासे झाले! वास्तविक त्यांनी तो अधिकार स्वप्रयत्नाने मिळविला होता. आणि प्रेक्षकांनाही ते आवरू शकले असते. क्वचित ते वन्स मोअर नाकारून पुढील भाषण सुरू करीत तेव्हा प्रेक्षक चूप बसत हेही मी पाहिले आहे. पण काटेकोर कलात्मकता त्यांना ठेवता आली नाही, हेही खरेच आहे! केशवरावांच्या मृत्यूनंतर संगीताने नाटक खाऊन टाकले! हा विनाश पेंढारकरांनाही टाळता आला नाही. केशवरावांसारखा खासा मोहरा गेल्यावर त्यांना ललितकला मंडळी पुन्हा उभी करायची होती. तिची उन्नती साधायची होती. नटसंच चांगला होता; पण संस्थेला खंबीर मार्गदर्शक नेता हवा होता.

टिळकांच्या निधनानंतर भारत उघडा पडला नाही. पण महाराष्ट्राला खंबीर पुढारी नव्हता. (अजूनही नाहीच!) तीच जवळजवळ स्थिती ललितकलेची

झाली. पण केशवरावांनी विश्वासाने ज्यांच्या हाती संस्था दिली, त्या पेंढारकरांनी केशवरावांच्या पश्चात दोनच वर्षांत पहिल्याच नाटकात त्या संस्थेला उभे केले व तिची कीर्ती वाढविली. पण चालत आलेला कळाहीन संगीताचा ओघ त्यांना व वरेरकरांना कलेकडे फिरविता आला नाही, हे दुर्दैव आहे. तुरुंगाच्या दारात या तीन तासांच्या नव्या धर्तीच्या नाटिकेत सात-आठ पदे आहेतच! सबंध नाटक वास्तव पद्धतीने लिहिले, बसविले, यथातथ्य सजविलेही, पण पद आले की याच वास्ववतेचा भंग होत असे. कारण पेंढारकरांनी केशवरावांच्या पट्ट्यासारख्या हाताच्या फेकी, मानेचे हिसडे सहीसही उचलले होते. खणखणीत गाणे, स्पष्ट उच्चार, केशवरावांचा आभास निर्माण करणारी तयार आलापी व 'ननयत बिलंपत' (हाताच्या फेकीसकट) यावर केशवरावांची त्यांनी आठवण करून दिली म्हणून लोक खूश असत. पण केशवरावांच्या या कलाहीन प्रकारामुळे वास्तवतेचा भंग होतो हे फार थोडे लोक जाणून होते.

प्रेक्षकांच्या दृष्टीने पाहिले तरी ही सर्व चमक केशवरावांच्या गैरहजेरीत दिसली. केशवरावांच्या समोर 'हाच मुलाचा बाप' व 'मानापमान', 'संन्याशाचा संसार' या नाटकांत पेंढारकरांच्या गाण्याचा प्रभाव कधीच पडला नाही, हे ध्यानात घेणे व ठेवणे जरूर आहे. त्यांच्या अभिनयाचा प्रभाव निश्चित पडला. पेंढारकरांचे गाणे केशवरावांच्या मृत्यूनंतर आलेल्या 'सत्तेचे गुलाम' नाटकात प्रेक्षकांना मान्य झाले. १९१८ सालपासून पेंढारकरांच्या जागी गोड गळ्याचा सुंदर नट केशवराव शोधत होता, सरनाईकांच्या खटपटीत ते होतेही. पेंढारकरांच्या अभिनयावर ते खूश होते तरी त्यांच्या सर्व उणिवांची केशवरावांना जाणीव होती. त्यांनी आमच्या जवळ १९१८ साली या विषयावर चर्चा केली होती. म्हणून चांगला स्त्रीपार्टी मिळाल्याबरोबर पेंढारकरांकडे पुरुष भूमिका ते सोपविणार होते. चापेकर मिळाल्यावर त्यांना हायसे झाले! पण संयुक्त प्रयोग झाले आणि केशवरावच गेले!

केशवरावांच्या मृत्यूनंतर पेंढारकरांनी अत्यंत दक्षतेने कै. वझेबुवांची तालीम घेऊन आपले गाणे कमवायला सुरुवात केली. केशवरावांची साथ वारंवार केल्यामुळे केशवरावांच्या खास जागा, खास आलाप, ताना त्यांना हस्तगत झाल्या होत्या. त्या गळ्यावर चढविण्याचा प्रयत्न त्यांनी केला. गायनाला वर उल्लेखिलेल्या केशवरावांच्या अंगविक्षेपांची, लकबीची जोड देऊन त्यांनी रंगभूमीवर केशवरावांचा आभास यश मिळविण्याच्या दृष्टीने निर्माण केला. केशवरावांची भरदार स्वरेल बिलंपत आत्मसात केली. केशवरावांच्या आवाजाचे ओज आणि तेज पेंढारकरांना कमावणे अशक्य होते. केशवरावांची चमकदार विद्युल्लतेप्रमाणे लखलखणारी तयार तान कष्ट करूनही पेंढारकरांना साध्य झाली नाही. मानवी

प्रयत्नाबाहेरच्या गोष्टी बिचाऱ्या पेंढारकरांना कशा हस्तगत होणार? पेंढारकरांनी अभिनयात व भूमिकेच्या प्रकटीकरणात असामान्य यश मिळविले. रूप नाही, शरीराला उंची नाही, आवाजात नैसर्गिक गोडवा नाही, परंतु मेहनतीचे फळ म्हणून विलंबित लयीत तो स्वरेल व भरदार लागे. ताना व हरकतीमध्ये हा स्वरेलपणा टिकत नसे. त्यांचे बढतीचे गाणे मला कधीच रुचले नाही, परिणामकारक वाटले नाही. 'मुखरतां कां शोभे, वार्ता मौनदा ही, अहंकार माझा' ही विलंबित लयीतली त्यांची पदे रंगत.

बालगंधर्वांइतके त्यांचें गाणे चिघळत नसे. बरेच प्रमाणशीर ते गात असत. परंतु सत्तेच्या गुलामात व तुरुंगाच्या दारात त्यांनी रसपरिपोषापुरतेच गायला हवे होते, केशवरावांच्या लकबी सोडायला हव्या होत्या. भूमिकेला शोभेलसे नाट्य व वास्तवता गाताना ठेवली असती तरी त्या नाटकातील वास्तवताभंग झाला नसता. त्या नाटकाला अनुरूप त्यांचे गाणे नसे. एक संगीतच त्या नाटकांत विसंगत वाटे! या बाबतीत उच्च शिक्षणाचे व त्यांच्या वाचनाचे त्यांच्यावर झालेले संस्कार त्यांच्यांतून उफाळून यायला हवे होते. संगीतात क्रांती करण्याची ही वेळ होती. पण त्यांनी संगीत खेरीज करून नाट्यदिग्दर्शनात क्रांती केली. संगीत मात्र जुन्या घाटाचेच राहिले!

ललितकलेच्या नाट्यनिर्मितीत केशवरावांच्या नंतर बापुरावांनी महत्त्वाची कलात्मक नावीन्ये तुरुंगाच्या दारांत, सोन्याचा कळस, कृष्णार्जुनयुद्ध, श्री, पुण्यप्रभाव, सज्जन, शिक्का कट्यार इ. नाटकांत दाखल केली. पण संगीत जुनेच राहिले. त्याचा घाट, आराखडा तोच राहिला. वझेबुवांनी न ऐकलेले राग पुष्कळ वापरले. पण गायनाची तऱ्हा त्या काळात रूढ असलेलीच राहिली. गायकी नाट्यनिर्मितीकडे फार कमी वापरली गेली. पार्श्वसंगीत वापरण्याचे त्यांना सुचलेही नाही. नाटक लिहून घेताना, बसवून घेताना संगीत रसपरिपोषाचे साधन म्हणून कलापूर्ण रीतीने कसे व किती वापरायचे याचा नाटककारांनी व त्यांनी विचार केलेला फारसा प्रत्ययाला आला नाही. बापुरावांच्या ऐन उत्कर्षाच्या काळात थोडे पण रसपरिपोषापुरतेच कसे गावे याचा आदर्श रघुवीर सावरकरांनी आपल्या रेवतीच्या भूमिकेत निर्माण केला. त्याचें कौतुक रसिकांनी केले, हे येथे नमूद करणे अवश्य वाटते. जे बालगंधर्वांना येत असून कलापूर्ण वठवता आले नाही, बापुरावांना जमले नाही, ते सावकरांनी करून दाखविले. त्यांनी नाट्य व संगीताच्या मिलाफाची किमया करून दाखविली.

रंगभूमीवरील पार्श्वभूमीची कलात्मकता संगीतातही असावी, असे बापुरावांना तीव्रतेने कधी वाटले होते का? नाट्यलेखनामध्ये संगीताचे स्थान काय याचा खोलवर विचार खाडिलकरांसारख्या विद्वान सिद्धहस्त नाटककारानेही केला

नाही, ते तर गंधर्व संगीतात वाहूनच गेले होते. मग इतरांचा काय पाड! संगीताच्या मोहात त्यांनी आपली नाट्यलेखन कलासुद्धा गमावली! मी याबद्दल बापुरावांजवळ चर्चा केली होती. तेव्हा बालगंधर्वांच्या मानाने आम्ही कमीच गातो एवढाच धंद्याच्या दृष्टीने बचाव त्यांनी केला. नाट्यलेखनपद्धती बदलल्यावर त्या नव्या पद्धतीत संगीत हे साधन म्हणून कसे वापरायचे हे अगोदर मुळात नाटककारानेच ठरवायचे असते. नंतर ते नाट्यदिग्दर्शक, संगीतदिग्दर्शक याने समजून घेऊन लेखकाच्या मदतीने नाटकात घालावयाचे असते, त्याकरता तालमीत प्रयोग करून ते कल्पनेप्रमाणे वठते की नाही, हे प्रत्यक्ष पाहावयाचे असते. इष्ट परिणाम होत नसल्यास फेरफार करून तो करता येईल का हे ठरवावे लागते.

बापुरावांसारख्या सुशिक्षित नटाकडून अशा तऱ्हेच्या अपेक्षा आम्ही त्या काळी केल्या होत्या, त्या कधीच पुऱ्या झाल्या नाहीत. निदान 'तुरुंगाच्या दारांत' काही तसा प्रयत्न दिसेल असे वाटले होते. पण एका लावणीशिवाय काही विशेष प्रयत्न दिसला नाही. जनुभाऊंनी पूर्वी घालून दिलेला रसपरिपोषापुरते, बसविलेले, ठरविलेलेच गायचे, त्याबाहेर कोणी गायचे नाही, हा सिद्धान्तही पाळला गेला नाही; म्हणजे जनुभाऊंच्या नंतर नाट्यसंगीत रचनेत आम्ही प्रगती काही केली नाही, असे म्हणणे भाग पडते! नाट्यरचनेच्या बदललेल्या आराखड्यात संगीतरचना बदलणे अपरिहार्य ठरत. बखलेबुवा, वझेबुवांना या बाबतीत जबाबदार धरण्याचे कारण नाही. त्यांच्याकडून या बाबतीत अपेक्षा करणेही चूक ठरते. त्यांनी आपल्या समजुतीप्रमाणे चाली पुरविल्या. त्यातल्या पुष्कळच लोकप्रियही झाल्या. सत्तेच्या गुलामातील पदे खूप लोकप्रिय झाली. त्या गाण्यांच्या ध्वनिमुद्रिकाही महाराष्ट्रात खूप खपल्या. बापुरावांचे नाव महाराष्ट्रात अग्रेसर झाले. परंतु अवास्तव व अतिरिक्त संगीताने होणारे नाट्यकलेचे नुकसान कोणालाही थांबविता आले नाही.

जेथे खाडिलकरांसारखे चकले, तेथे इतरांची काय कथा? महाराष्ट्राची नाट्यकला गद्य नाटके करणाऱ्या मंडळींनी जतन करून ठेवली होती. संगीत नाटक मंडळ्यांतही चिंतामणराव कोल्हटकर, नानासाहेब फाटक, गणपतराव बोडस इत्यादी गद्य नटांचे स्थान महत्त्वाचे होते, हेही लक्षात ठेवणे जरूर आहे. नाट्याचे रक्षक ते होते! बापुरावांनी अभिनय कमावला होता, यात शंकाच नाही. त्यांच्या भूमिका त्या दृष्टीने उत्कृष्ट होत असत. आमरण त्यांच्या अभिनयात कधी विकृती शिरली नाही. मनःपूर्वक प्रयत्नाने पुरुषार्थ साधता येतो, या प्रयत्नाला या जगात स्थान आहे, हे त्यांनी सिद्ध केले. दैव आपले कार्य करो, माणसाने आपला उद्योग सोडू नये याची उत्कृष्ट उदाहरणे म्हणजे केशवराव भोसले व बापूराव पेंढारकर!

या दोन नाट्यतपस्व्यांचे आजचे वारस श्री. भालचंद्र पेंढारकर अत्यंत चिकाटीने ललितकला मंडळी चालवत आहेत. त्यांनी 'सत्तेचे गुलाम' वगैरे जुन्या नाटकांचे प्रयोग यशस्वी करून दाखविले आहेत. सध्या बिकट परिस्थितीमध्येही त्यांना किती कष्ट करावे लागतात, याची सहजपणे कल्पनाही करता येणार नाही. परंतु महाराष्ट्रातील रसिकांनी बापुरावांच्या 'चंदूला' उचलून धरून त्याला यशस्वी करावे एवढेच माझे त्यांच्याजवळ मागणे! श्री. पु. श्री. काळे यांनी माझे विचार मांडण्यात मला कुठलीच आडकाठी ठेवली नाही, याबद्दल मी त्यांचाही फार आभारी आहे.

– के.वा.भोळे

२३।२।५६

शंकर नीलकंठ चापेकर प्रो. रामकृष्ण बुवा वझे व्यंकटेश बळवंत पेंढारकर

पहिले पाऊल

सालाबादप्रमाणेच १९२१ साल उजाडले. आणि ते साल माझ्या आयुष्यात क्रांतिकारक ठरले.

तत्पूर्वी एका ऑफिसात– निझाम स्टेटमधील जेल डिपार्टमेन्टमध्ये– आर्ट डाफ्ट्समन म्हणून मी नोकरीला होतो. हिंदुस्थानातील आणि परदेशांतील अनेक धनिकांकडून मोठी मागणी असलेले वरंगल जेलमधील सुप्रसिद्ध गालिचे– पर्शियन कार्पेट्स – त्यांची डिझाइन्स करण्याचे काम मी करीत असे. हैदराबाद येथील सुप्रसिद्ध चित्रकार आर. डब्ल्यू. देऊसकरांचा एक छोटा कारखाना होता; त्यांच्याकरितासुद्धा मी गालिच्यांची डिझाइन्स मधून मधून देत असे. १९०४ पासून मी त्यांना ओळखत होतो. पण इटलीहून ते जेव्हा परत हिंदुस्थानात आले, तेव्हापासून म्हणजे १९१२ पासून मी त्यांच्याकडे नियमाने जाऊ लागलो. चित्रकलेची शास्त्रीय आणि विशाल दृष्टी मला लाभली ती केवळ त्यांच्याच सान्निध्याने, हे नमूद करणे आवश्यक आहे.

‘ललितकलादर्श’चे प्रमुख संस्थापक केशवराव भोसले यांना मी १९०७ सालापासून ओळखत होतो. स्वेदशहितचिंतक मंडळी हैदराबाद दक्षिण येथे प्रथमच त्या वेळी आली होती. त्या कंपनीच्या ‘शारदा’ नाटकातली शारदेची त्यांची भूमिका विख्यात होती. देऊसकरांचा आणि केशवरावांचा दाट स्नेहसंबंध त्या वेळेपासूनच आला. माझा परिचय येथपासूनचाच.

केशवराव भोसले यांना आपली रंगभूमी कलापूर्ण असावी, ‘ललिकलादर्श’ या नावास साजेल असा सर्व कलांचा आदर्श म्हणून आपली कंपनी नावाजली जावी, अशी दांडगी महत्त्वाकांक्षा होती; आणि त्याप्रमाणे व्यवहाराकडे दुर्लक्ष न करता कलेची उन्नती करण्याचा प्रयत्न त्यांनी केला. आनंदराव मेस्त्री आणि त्यांचे चुलतबंधू बाबूराव मेस्त्री (कलामहर्षी म्हणून कलाक्षेत्रात गाजलेले) यांना रंगभूमीवरील देखावे सजविण्यासाठी केशवरावांनी आर्थिक साहाय्य खूपच दिले. आणि त्यांनीही आपल्या बुद्धिमत्तेचा आणि कलेचा मोबदला देऊन ललितकलादर्श मंडळीच्या रंगभूमीचे वैभव पुष्कळच वाढविले. ललितकलेच्या रंगमंचावरील वास्तवपूर्ण देखाव्यांचे पहिले श्रेय यांना आहे.

पारशी कंपन्यांच्या सीनसीनरीचा परिणाम मराठी रंगभूमीवर त्या वेळी बराच झाला होता. आगगाड्या, बोटी, वगैरेंचे चमत्कृतिपूर्ण देखावे आणि विशेषत: 'ट्रान्स्फर सीन्स' म्हणजे त्या वेळी एक प्रकारचे वैशिष्ट्य वाटत असल्यामुळे आमच्या नाटककारांनाही आपल्या नाटकात तशा प्रकारचे प्रसंग रंगविण्याचा मोह उत्पन्न होणे साहजिक होते. त्याचे प्रत्यंतर आपणास राम गणेश गडकरी यांच्या त्या वेळच्या 'प्रेमसंन्यास' नाटकातील विविध प्रसंगांवरून दिसून येते. पारशी कंपन्यांचे अवाढव्य देखावे आमच्या रंगभूमीवर भराभर येऊ लागले होते. पण देखाव्यातली वास्तवता वाढविण्याचे श्रेय मात्र आनंदराव मेस्त्री यांनाच आहे. सौभद्र, चंद्रसेना, अक्षविपाक, व्रतपालन, दामिनी, ऋतुध्वज मदालसा, राक्षसी महत्त्वाकांक्षा, मानापमान वगैरे नाटकांचे देखावे त्यांच्या चित्रकलेच्या कौशल्याचे अप्रतिम नमुने होते. पाश्चात्त्य चित्रकारांच्या उत्तमोत्तम देखाव्यांचा आणि हिंदी चित्र व वास्तुकलेचा कौशल्यपूर्ण उपयोग ते या देखाव्यांत करीत. अजिंठा, वेरूळ वगैरे ठिकाणच्या जगद्वंद्य कलाकृतींच्या प्रतिमासंग्रहांचा उपयोग करून त्यांनी त्या वेळच्या पौराणिक नाटकांची पार्श्वभूमी सुंदर रीतीने सजवून ती यथोचित केली होती. त्या वेळचे पारशी कंपन्यांचे सीन्स रंगवणारे कांही चित्रकार चांगले नावाजलेले होते. पण आनंदरावांच्या कामातील वास्तवता व कलात्मक यथातथ्यता, आल्हाददायक रंगसंगती, ही विशेष वाखाणण्यासारखी होती, पारशी कंपन्यांच्या भव्य पण भगभगीत भडक रंगांतील देखाव्यांशी तुलना करता मेस्त्रीबंधूंच्या कामातील वास्तवपूर्ण गोडवा कुणाही रसिक कलावंताला मान्य झाल्याखेरीज राहत नसे. आनंदरावांनी पारशी कंपन्यांच्या भव्य देखाव्यांना आपल्या कलापूर्ण चित्रकलेची जोड दिल्यामुळे तत्कालीन कंपन्यांमध्ये 'ललितकलादर्श' रंगभूमीचा रंगमंच श्रेष्ठ गणला गेला. आनंदरावांच्या नंतर पांडुरंग पेंटर यांनी थोडे दिवस ललितकलादर्श मंडळीचे देखाव्यांचे काम केले. 'संन्याशाचा संसार' या नाटकांतील देखावे पांडुरंग पेंटर यांचे होते. त्यांची पद्धती पारशी कंपन्यांच्या पेंटरांसारखीच होती.

१९२१ साली यशवंत नारायण ऊर्फ अप्पासाहेब टिपणीस यांचे 'शहाशिवाजी' नाटक केशवराव भोसल्यांनी घेतले आणि त्या नाटकाचे देखावे करण्याकरिता मला देऊसकरांनी केशवरावांकडे पाठविले. तीन महिन्यांची रजा घेऊन मी फेब्रुवारीच्या १२ तारखेस पुण्यास आलो. त्याच दिवशी सायंकाळी मी केशवरावांची भेट घेतली.

किर्लोस्कर थिएटरमध्ये शिरताच उजव्या हाताला एक लहानशी खोली लागत असे. त्या ठिकाणी नाटकाचा प्लॅन असे. रंगावयास जाण्यापूर्वी त्या ठिकाणी तास अर्धा तास बसून मित्रमंडळीशी किंवा कंपनीच्या व्यवस्थापकाशी गोष्टी बोलण्याचा केशवरावांचा क्रम होता. तो शनिवार होता. केशवराव नुकतेच थिएटरमध्ये आणि त्या खोलीत आले होते. इतक्यात मी त्यांना भेटावयास गेलो. देऊसकरांनी त्यांना देण्यासाठी दिलेल्या

'शहाशिवाजी' नाटकासाठी मुद्दाम तयार करण्यात आलेल्या हत्यारांच्या मुठी मी त्यांना दिल्या. मॅनेजर केशवराव शितूत आणि त्यांचे मदतनीस गोविंदराव सोळस्कर हेही त्या वेळेस तेथे होते. सोळस्करांनी मला पहिला प्रश्न विचारला, ''यापूर्वी तुम्ही कोठे काम केले आहे का?'' मी त्यांना म्हणालो, ''नाही. प्रसिद्ध अशा कंपन्यांचे काम करण्याचा मला अद्याप योग आला नाही.'' केशवराव मात्र काही बोलले नाहीत. कारण त्यांचा देऊसकरांवर संपूर्ण विश्वास होता आणि ज्या अर्थी त्यांनी मला मुद्दाम पाठविले होते, त्या अर्थी माझ्याकडून आपली अपेक्षा पूर्ण होईल, अशी त्यांची खात्री असावी!

दुसरे दिवशी 'शहाशिवाजी' नाटकाची हस्तलिखित प्रत वाचून मी देखाव्यांची कल्पना निश्चित केली. आणि त्याप्रमाणे स्केचेस करून ती ता. १६।२।२१ रोजी मी केशवरावांना दाखविली. त्यांपैकी एक डिझाइन त्यांनी कव्हरच्या पडद्यासाठी निवडले आणि दुसरे सुरुवातीच्या फ्लॅट सीनसाठी पसंत केले. दुसऱ्या दिवशी मी नाटकाची तालीम पाहिली आणि तारीख २३ रोजी कव्हरचा पडदा रंगविण्यास सुरुवात केली. नाटककार अप्पासाहेब टिपणीस यांची आणि माझी प्रथम भेट याच वेळी तारीख २५ रोजी झाली. त्यांनाही माझी स्केचेस आवडली.

ऑफिसातून रजा वगैरे मिळवून पुण्याला येण्यास मला जरा उशीरच झाला होता. नाटकाचे देखावे वेळेवर होणे आवश्यकच होते; म्हणून केशवरावांनी पूर्वीचे पांडुरंग पेंटर यांच्याशी बोलणे चालू केले होते. तेव्हा तेही माझ्या अगोदर काही तास कंपनीत येऊन दाखल झाले होते. केशवरावांनी माझ्याकडे महालाचे काम सोपवून उरलेले देखावे त्यांच्याकडून करवून घेण्याचे ठरविले.

'शहाशिवाजी' नाटकासाठी मी दोन मोठमोठे फ्लॅटसीन्स आणि दोन कव्हरचे पडदे रंगविले. त्या दोन फ्लॅटसीन्समध्येच थोडीशी रचना बदलून आणखी दोन- तीन देखावे करता येण्याची योजना होती. रणदुल्लाखानाचा महाल तत्कालीन मोगल पद्धतीने रंगविला होता. त्यासाठी माझे मित्र वासुदेवराव हर्डीकर यांच्या ओळखीने प्रो. त्रिवेदी यांच्या संग्रहातून मिळविलेल्या एका पुस्तकाचा मला फार उपयोग झाला.

मी कंपनीच्या बिऱ्हाडात– किर्लोस्कर थिएटरच्या मागच्या माडीवरच– मुक्काम ठोकला होता. नाटक कंपनीत राहण्याचा माझा तो पहिलाच प्रसंग होता. आणि म्हणून नाटक कंपनीतील य:कश्चित गड्यापासून ते मुख्य मालकापर्यंत एकजात उंची पोशाखात, ठरावीक रुबाबात वावरणारी मंडळी जेव्हा मी पाहिली, तेव्हा यांतला मुख्य नट कोण, मॅनेजर कोण आणि गडी कोण हे ओळखणे पहिल्यांदा फार जड गेले! गंधर्व कॅप– किंवा फरकॅप, रेशमी शर्ट, शॉर्ट कोट, तलम पांढरे शुभ्र धोतर आणि पायात पेटंट लेदरचा पंप शू हा पोशाख कंपनीत सर्वत्र दिसे. त्या नियमाला दोन-चार गडी काय ते अपवाद होते. पण गड्यांतील मुख्य गडी जो बाळा लाड त्याच्या हातांत सोन्याची सलकडी तळपत होती! त्या वेळचे नाटक कपंनीतील प्रमुख स्त्रीपार्टी नट

व्यंकटेश बळवंत पेंढारकर हे होते. त्यांचे बिऱ्हाड गावात होते. नाटकाच्या दिवशी दोन तास अगोदर रंगण्यासाठी आणि इतर दिवशी तालमीसाठी वेळेपूर्वी दहा मिनिटे थिएटरमध्ये येण्याचा त्यांचा परिपाठ होता. ते सरळ खाली पाहून चालत, आपल्या नियोजित जागी जाऊन बसत आणि तालीम संपताच आल्या मार्गाने आणि याच पद्धतीने परत जात! क्वचित कुणी ओळखीच्या माणसाने हटकलेच तर त्याच्याशी दोन शब्द बोलून त्याचा मान ते ठेवीत. ललितकलादर्श मंडळीतील त्या चार महिन्यांत माझा विशेष परिचय कुणाशी झाला असेल, तर तो या पेंढारकरांशी. देऊसकरांचे ते जावई होते म्हणूनच केवळ नव्हे, तर त्यांच्या स्वभावाची छाप माझ्यावर पडल्यामुळे त्यांचा आणि माझा परिचय उत्तरोत्तर वाढत गेला.

माझे काम चालू असतानाच केशवराव मधून मधून येऊन मी रंगवीत असलेल्या पडद्याची पाहणी करीत असत. तारीख ९ मार्च रोजी 'रामराज्यवियोग' या नाटकाचा प्रयोग रात्री संपल्यानंतर मी रंगविलेला पहिला पडदा लावून पाहण्यात आला. आणि तो सर्वांना अतिशय आवडला. हैदराबादचे राजे राय रायन यांचे उभयता धाकटे बंधू आणि माझे मित्र वासुदेवराव हर्डीकर माझे काम पाहण्यास मुद्दाम थांबले होते. पडदा पाहून केशवराव म्हणाले, ''काळे, हा पडदा रंगविण्याला तुम्हाला पंधरा दिवस लागले. पण काही दिवसांनी तुम्ही चार चार दिवसांत एक एक पडदा रंगवू शकाल!'' हे त्यांचे त्या वेळचे उद्‌गार मला अजून आठवतात. त्यांच्या म्हणण्याचा प्रत्यय मला पुढे लवकरच येऊ लागला. आनंदराव मेस्त्री यांच्या साहचर्याने त्यांची दृष्टी मोठी मार्मिक बनली होती आणि चित्रकलेतला मर्मज्ञ दृष्टिकोन एखाद्या अभ्यासू विद्यार्थ्याप्रमाणे त्यांनी आत्मसात केला होता!

एखाद्या दिवाणखान्याचे किंवा रस्त्याचे दृश्य पडद्यावर रंगविताना बहुधा त्याचा मध्यबिंदू–दृष्टिबिंदू पडद्याच्या मध्यभागी घेण्याचाच सांप्रदाय असे. मी तो बिंदू मुद्दाम जरा डावीकडे घेतला होता. उद्देश हा की जुन्या पद्धतीची मेघडंबरी रंगविली होती ती बाजू (प्रेक्षकांच्या उजवीकडील) विस्तृत दिसावी. आणि तो माझा हेतू पूर्णांशाने सफल झाला होता. कारण प्रत्येक जण त्या भागाचीच प्रशंसा करीत होता. केशवराव म्हणाले, ''उजवीकडील बाल्कनी अशी चांगली झाली आहे की, तीत जाऊन बसावे असे वाटते; पण डावीकडील बाजू तितकी नजरेत भरत नाही.'' मी त्यांना दृष्टिबिंदूची परंपरागत चालत आलेली जागा बदलल्याचे सांगून त्याची कारणमीमांसा सांगितली आणि म्हटले, ''शिवाय थोडेसे डावे- उजवे हे असावयाचेच! उजवी बाजू ही उजवीच असावयाची!'' ते ऐकून सर्व जण हसावयास लागले.

माझ्या पहिल्याच कामाची छाप पडून त्याची वाहवा सर्वांकडून झाल्यामुळे माझा उत्साहही दुणावला होता.

■

केशवराव भोसले

केशवराव भोसले, ललिताकलादर्श मंडळीचे संस्थापक आणि मालक यांचे वडील विठ्ठलराव भोसले हे वैद्यकीचा धंदा करीत. कोल्हापुरातील हत्तीमहालाजवळ चव्हाण या नावाचे त्यांचे शिष्य आजमितीस तो धंदा करीत आहेत. विठ्ठलराव भोसले यांना किमयेचा नाद लागल्यामुळे त्यात त्यांनी आपले सर्वस्व गमावले आणि म्हणून त्यांच्या पश्चात त्यांच्या कुटुंबाला चरितार्थासाठी काही उद्योग पाहणे अवश्य झाले. तेव्हा केशवरावांच्या मातोश्री आपल्या चार मुलांसह स्वदेशहितचिंतक नाटक कंपनीत येऊन राहिल्या. कंपनीचे मालक जनुभाऊ निमकर यांनी त्यांना आश्रय दिला. दत्तात्रय विठ्ठल भोसले, केशव विठ्ठल भोसले, नारायण विठ्ठल भोसले आणि एक धाकटी मुलगी या चार मुलांची जोपासना करण्याची जबाबदारी केशवरावांच्या मातोश्रीवर पडल्यामुळे नाटक कंपनीत पडेल ते काम त्या करीत. जनुभाऊ निमकरांनी मुलांच्या शिक्षणाकडे विशेष लक्ष पुरविले.

केशवराव त्या वेळी अवघे चार वर्षांचे होते. पण लहानपणापासूनच ते तल्लख बुद्धीचे. जनुभाऊंनी प्रथम प्रथम दत्तोपंत व केशवरावांना नाटकात लहान मुलामुलींची कामे देऊन नाट्यशिक्षणाचे धडे दिले. आणि जांभेकरबुवा त्यांना गाणे शिकवीत. पाच-सहा वर्षांत केशवरावांची नाट्य आणि गायनकलेत चांगलीच प्रगती झाली. कंपनीत कृष्णा देवळी या नावाचा मुलगा त्या वेळी 'शारदा' नाटकात शारदेची भूमिका करीत असे. कंपनीचा मुक्काम पंढरपूर येथे असताना तो एकाएकी आजारी पडला. तेव्हा मालकवर्गास शारदेची भूमिका कुणी करावयाची याची विवंचना पडली. केशवराव स्वतः जनुभाऊंकडे गेले आणि 'मी शारदेचे काम करतो' असे म्हणाले. जनुभाऊंना त्यांचा चलाखपणा, गाण्याची तयारी माहीत होतीच. पण केशवचे वय त्या वेळी अवघे दहा वर्षांचे असल्यामुळे दिसावयास तो लहान दिसत असे. तरीही त्या दिवशी शारदेचे काम त्याला देण्यात आले. आणि त्याने ते काम इतके समजूतदारपणे केले की, कृष्णा देवळी आजारातून उठून आला तरी शारदेचे काम केशवरावांकडेच राहिले!

शारदेची त्यांची भूमिका खरोखर नावाजण्यासारखी होती. शारदेची पदें अत्यंत भावपूर्ण तन्मयतेने म्हणत. 'मूर्तिमंत भीति उभी' हे पद धारवाडचे पित्रे वकील यांनी

त्यांना बसवून दिले होते. पंढरपूरच्या मुक्कामात त्यांची शारदेची पहिली भूमिका केल्यानंतर त्यांच्या कामाची छाप मालकवर्गावर चांगलीच पडली. आणि मग पुढे इतर नाटकांतील नायिकेच्या भूमिका त्यांनाच हळूहळू देण्यात येऊ लागल्या. त्यांची गायनकलेत जसजशी प्रगती होऊ लागली तसतशी यांची कामेही लोकप्रिय होऊ लागली. कंपनीत त्यांचे वर्चस्व वाढू लागले आणि स्वदेशहितचिंतक कंपनी यांच्या नावाबरोबरच केशवराव भासले हेही नाव महाराष्ट्रीय रंगभूमीवर गाजू लागले. कंपनीचा लौकिक वाढीस लागला.

पण 'चक्रनेमिक्रमेण' या निसर्गक्रमानुसार म्हणा किंवा योगायोग म्हणून म्हणा, स्वदेशहितचिंतक कंपनीची भरभराट फार दिवस टिकली नाही. कंपनीचा वाढता व्याप आणि काही अंतर्गत भानगडींमुळे जनुभाऊ निमकरांनी केशवराव, कृष्णराव गोरे, अण्णा निमकर आणि कृष्णा देवळी यांच्याकडून पैसे घेऊन कंपनी त्यांच्या स्वाधीन केली. पण पुढे त्यांचेही आपसात पटेना. म्हणून वीरकर मास्तरांनी नवीन कंपनी काढण्याचा बेत केला. आणि १९०७ मध्ये केशवरावांनी स्वदेशहितचिंतक कंपनी सोडली. स्वदेशहितचिंतक कंपनीचा १९०७ मधील हैदराबाद दक्षिण येथील मुक्काम लौकिकदृष्ट्या आणि सांपत्तिकदृष्ट्या अत्यंत भरभराटीचा गेला.

नाटक कंपनीतील फाटाफुटीमुळे चालू कंपनीचे नुकसान होणे अपरिहार्यच असते. पण त्या फाटाफुटीच्या भूमीतच नव्या कपंनीचे बीजारोपण झालेले असते. स्वदेशहितचिंतक कंपनीतल्या फाटाफुटीमुळेच मराठी रंगभूमीला नावीन्याचे लेणे चढविणाऱ्या आणि वैभवाचे शिखर दाखविणाऱ्या ललितकलादर्श मंडळीचा उदय झाला. रंगभूमीच्या वटवृक्षास एक नवीन शाखा फुटली!

ललितकलादर्श मंडळीची स्थापना हुबळी येथे १९०८च्या १ जानेवारीला झाली. सिद्धारूढ स्वामी त्या वेळी हुबळीस असत. त्यांचा आशीर्वाद तत्कालीन मालकवर्गाने आपल्या संस्थेसाठी मिळविला होता. स्वदेशहितचिंतक मंडळीत केशवरावांचा करार झालेला असल्यामुळे सुरुवातीस त्यांनी नवीन कंपनीत कामे केली नाहीत. पण कराराची मुदत संपताच त्यांनी आपल्या भूमिका येथे करावयास सुरुवात केली. त्या वेळी अशी व्याख्या असे की, जो पगार घेत नाही तो मालक. त्यामुळे सुरुवातीस ललितकलादर्श मंडळीच्या मालकवर्गात एकवीस जणांची नावे नमूद केली गेली होती! पुढे जेव्हा रीतसर कंपनीची व्यवस्था लागली तेव्हा तो आकडा आठावर उतरला.

सुरुवातीच्या मालकवर्गात गणेश विनायक वीरकर, मारुतीराव पवार-गोधळी, बाळकृष्णपंत मादुसकर, कृष्णराव पवार (स्वदेशहितचिंतक मधील नायिकेची भूमिका करणारा नट), दत्तोपंत तिनईकर, केशव विष्णु बेडेकर, दत्तोपंत भोसले आणि केशवराव भोसले ही आठ मंडळी होती. ही व्यवस्था १९१० पर्यंत सुरळीत

चालू होती. हुबळी येथील नरसोपंत आठवले, रामण्णा नाईक-राणी बन्नारे यांनी कर्जाऊ रक्कम देऊन मदत केली होती.

सुरुवातीची अडीच-तीन वर्षे कंपनीने हुबळी, बेळगाव, सांगली, मिरज, कोल्हापूर याच भागांत हिंडून काढली. कंपनीचा जम अजून बसावा तसा बसला नव्हता; त्यामुळे कंपनीस वेळोवेळी आणखी काही कर्ज निरनिराळ्या लोकांकडून काढणे भाग पडले. शंकरराव वाशीकर, तवनाप्पा अण्णाप्पा चिवटे, वाघोबा अण्णा नरगुंदे आणि पहिले दोन सावकार यांनी सांगली मुक्कामी वायदेचिठ्ठी मागवयास आरंभ केला. सावकार मंडळी फक्त केशवरावांकडे पाहून पैसे देत. वायदेचिठ्ठीवर सर्व मालक सह्या देण्यास तयार असतील, तर केशवरावही आपली सही देण्यास तयार होते. पण लेखी गुंतण्याची इतर मालकांची तयारी नव्हती. तेव्हा समान भागीदारीची योजना संपुष्टात येऊन १९१० साली फक्त केशवराव आणि दत्तोपंत भोसले एवढेच कंपनीचे दोन मालक राहिले. सर्व सावकारांचा कशेवरावांवर विश्वास होता. त्यांनी स्वत: सर्व जबाबदारी पत्करली तेव्हा कोणत्याही सावकाराने वायदेचिठ्ठी मागितली नाही.

ही नवीन घटना घडल्यानंतर केशवरावांनी आपला मुक्काम सांगलीहून मिरजेस नेला. कंपनीस उत्पन्नही बरे होऊ लागले. मिरजेहून नाशकास आणि तेथून अकोल्यास कंपनी गेली. आता गाडा सुरळीत चालू लागण्यासारखी परिस्थिती निर्माण झाली होती. पण अकोल्याच्या मुक्कामात रामण्णा नाईक सावकार यांनीं आपले हजार रुपये ताबडतोब पाठवून देण्याविषयी तार ठोकली. शनिवार, रविवारचे उत्पन्न हाताशी होतेच. कंपनीच्या खर्चापुरती रक्कम बाजूला सारून केशवरावांनी तारेने चारशे रुपये पाठवून दिले. कुणाच्या तरी चिथावणीने रामण्णानी केशवरावांना छेडून पाहिले होते. तारेने चारशे रुपये आलेले पाहताच ते खजील झाले. त्याच महिन्यात केशवरावांनी त्यांचे सर्वच देणे देऊन टाकले तेव्हा तर ते अगदी सर्दच होऊन गेले. त्यांना पुढे केशवरावांना तोड दाखविण्याचीही लाज वाटत असे.

१९११ साली कंपनी नागपूरपर्यंत जाऊन नाशकास परतली. तेथे मुंबईचे कॉन्ट्रॅक्टर विठ्ठलराव चिवडेवाले हे बॉम्बे बँकिंग कंपनीचे श्री. वैद्य यांना घेऊन मुंबई मुक्कामाचे कॉन्ट्रॅक्ट मागावयास आले. कंपनीची स्थिती गरिबीची; तेव्हा मुंबईस जावे किंवा नाही, याच विचारात बराच काळ गेला. शेवटी चार खेळांचे कॉन्ट्रॅक्ट ठरवून नाशिकचा मुक्काम संपूर्ण न हलवता कंपनी तात्पुरती म्हणून मुंबईस गेली. उत्पन्न चांगले झाले. कॉन्ट्रॅक्टरला फायदा झाल्यामुळे चार खेळांसाठी आलेल्या कंपनीचे कॉन्ट्रॅक्ट त्याने आणखी चार महिन्यांनी वाढविले. मुंबईचा सर्व खर्च आणि प्रवास खर्च, शिवाय प्रत्येक खेळास रोख दीडशे रुपये, असे कॉन्ट्रॅक्ट ठरविण्यात आल्यामुळे केशवरावांनी मुंबईस चार महिने मुक्काम ठोकून आपल्या गुणांची तेजस्वी चुणूक मुंबईकरांना दाखविली.

आनंदराव मेस्त्री आणि बाबूराव मेस्त्री-पेंटर हे उभयता कलावंत बंधू १९०९ पासून केशवरावांच्या सान्निध्यात होते. मोठ्या प्रमाणात सीन्स करवून घेण्याइतकी कंपनीची परिस्थिती नव्हती. पण मुंबईच्या पहिल्याच मुक्कामात आनंदरावांनी आपल्या कल्पकतेची चुणूक- खेळ बदलण्याचा बोर्ड एलफिन्स्टन थिएटरवर त्यांनी लावला होता, त्यातच- दाखविली. तो बोर्ड पाहण्यास लोकांची गर्दी जमत असे, कलेचे भोक्ते, पेंटर्स, वगैरे, बोर्ड कुणी केला या चौकशीसाठी मुद्दाम यावयाचे. मेस्त्री बंधूंच्या बरोबर भूतपूर्व प्रभात कंपनीचे एक मालक फत्तेलाल हेही असत. प्रभातचे दुसरे मालक कै. दामले मात्र नंतर म्हणजे १९११ साली चित्रकलेचे शिक्षण घेण्यासाठी कंपनीत आले.

मुंबईचा चार महिन्यांचा मुक्काम कॉन्ट्रॅक्टप्रमाणे घालविल्यानंतर वऱ्हाडचा दौरा करण्यापूर्वी केशवरावांनी नाशकास मुक्काम नेला आणि रामचंद्र आत्माराम दोदे यांनी लिहिलेले 'मदालसा' आणि हिराबाई पेडणेकर यांनी लिहिलेले 'दामिनी' अशी दोन नाटक बसविली. पण ती दोन्ही तितकी यशस्वी झाली नाहीत.

ललितकलेची सुरुवातीची सौभद्र, रामराज्यवियोग, मृच्छकटिक, शारदा, गोपीचंद, मुद्रिका आणि अक्षविपाक अशी सात नाटक होती. १९११ साली कंपनी वऱ्हाडात गेली असता श्रीपाद कृष्ण कोल्हटकर यांचे नाटक मिळविण्याचा प्रयत्न केशवरावांनी केला होता, पण त्यात त्यांना यश आले नाही. कारण त्या वेळी किर्लोस्कर मंडळाइतका बोलबाला ललितकलेचा नव्हता. काशिनाथपंत छत्रे, छत्रे सर्कशीचे विख्यात मालक, यांचा केशवरावांवर अतिशय लोभ. त्यांचे परस्परांशी अत्यंत जिव्हाळ्याचे संबंध असल्यामुळे छत्रे स्वत: होऊन मग कोल्हटकरांकडे गेले, आणि नाटकाचा जो कांही मोबदला असेल तो आपण स्वत: देऊ असे त्यांनी सांगितले. तरीसुद्धा 'माझी नाटके मला किर्लोस्कर मंडळीला द्यावीशी वाटतात,' असे कोल्हटकरांनी स्पष्ट सांगितले. यानंतर केशवरावांनी त्यांचा नाद सोडून दिला.

एखाद्या संस्थेत प्रामाणिकपणे, एकनिष्ठेने राहून त्या संस्थेची आणि त्या बरोबरच स्वत:ची उन्नती करून घेण्याचा स्वभावधर्म महाराष्ट्रीयांत मुळात कमी. जरा कुठे एखाद्यास महत्त्व यावयास लागले की, लागलीच त्याची कमान वर चढून त्याला अस्मान ठेंगणे वाटावयास लागते. आणि मग त्यास शिंगांबरोबर पंखही फुटू लागतात! १९१२ साली बाबा आळतेकर आणि त्यांच्या पंचायतनातील मंडळी ललितकलेतून फुटून निघाली. पण त्याच वेळी गणू देवासकर, गंगाराम डवरी हे नवे दोघे जण कंपनीस येऊन मिळाले. शिवाय सामाजिक मंडळीतून फुटून निघालेले देवधर व रानडे हेही येऊन मिळाले. अशा रीतीने निर्यात आणि आयात कंपनीत चालू होती. नाटक कंपन्यांतील ती एक नेहमीचीच बाब असे.

'प्रेम गानीं सतत रमली' 'राक्षसी महत्त्वाकांक्षा'

मृणालिनी - केशवराव भोसले

वीर वामनराव जोशी

१९१३ साली वऱ्हाडचा दौरा संपवून केशवरावांनी मुंबईचा दुसरा मुक्काम मात्र आत्मविश्वासाने आखला. बॉम्बे थिएटर सहा महिन्यांसाठी त्यांनी घेतले होते. या खेपेस त्यांना नव्या नाटकाचे पाठबळ होते. वीर वामनराव जोशी यांचे 'राक्षसी महत्त्वाकांक्षा' नाटक त्यांनी मिळविले होते. आणि ते मुंबईच्या मुक्कामात प्रथम रंगभूमीवर आणावयाचे होते. आनंदराव मेस्त्री यांनी त्या नाटकाचे देखावे तयार केले होते.

दर्शनी पडदा इंद्रजित विजयाचा त्यांनी रंगविला होता. त्याशिवाय किरमिजी रंगाचा मखमलीचा पडदा नवीन तयार करवून घेऊन महाराष्ट्रीय रंगभूमीवर एक नवीन अलंकार केशवरावांनी चढविला. मखमलीचा पडदा १९१३ साली प्रथम केशवरावांच्या 'ललितकलादर्श'च्या रंगमंचावर झळकला.

'राक्षसी महत्त्वाकांक्षा' या नवीन नाटकाचा पहिला प्रयोग जोरदार संवाद कर्णमधुर संगीत आणि नावीन्यपूर्ण देखावे या सर्व गुणसमुच्चयाने ते नाटक खूप गाजले.

गंधर्व मंडळीचा मुक्काम समोरच एलफिन्स्टन थिएटरमध्ये होता. 'राक्षसी महत्त्वाकांक्षा' हे नाटक रंगभूमीवर यण्याआधी बॉम्बे थिएटरमध्ये आडवारी फारशी गर्दी नसे. फक्त 'सौभद्र' आणि 'शारदा' या नाटकांना रविवारी चांगली गर्दी असावयाची. 'सौभद्रा'तील रुक्मिणीच्या महालात केशवरावांनी नृत्याची एक अत्यंत बहारीची योजना केली होती ती पाहण्यास आणि केशवरावांची पदे ऐकण्यास रसिक प्रेक्षकांची झुंबड उडायची. एकदा गंधर्व मंडळीतील बलवंतराव पेठे हे एका आडवारी ललितकलेच्या नाटकास आले असता केशवरावांस उद्देशून म्हणाले, 'तुमच्या थिएटरमधून अगदी सोवळे नसून खुशाल जावे!' रंगभूमीवर येताच गंधर्व मंडळीवर ती पाळी आली, इतकेच नव्हे तर गंधर्व मंडळीस आपला मुक्काम 'सोवळ्या भांड्या'सह हलवावा लागला!

जुलै ते डिसेंबर 'ललितकले'चा मुंबई मुक्काम इतका चांगला गेला की, कंपनीचे सर्व कर्ज फिटून मालकांच्या गाठी चार पैसे पडले. कारण उत्पन्नाच्या बाबतीत 'राक्षसी महत्त्वाकांक्षा' या नाटकाने उच्चांक गाठला होता. वऱ्हाड,

नागपूर, दक्षिण महाराष्ट्र वगैरे भागांत हे नाटक अतिशय गाजले. १९१३ साली रंगभूमीवर आलेल्या या नाटकाने आजमितीसही आपले स्थान टिकवून धरले आहे. १९२९ साली ललितकलेबरोबर मी वऱ्हाडात गेलो होतो. अकोल्यास कंपनी फक्त दोन आठवड्यांसाठीच गेली होती. शेवटचा खेळ 'राक्षसी महत्त्वाकांक्षा' होता. श्रीराम थिएटर तर खच्चून भरलेच होते; पण जागेच्या अभावी थिएटरच्या आवारात तितकेच लोक ताटकळत उभे होते. आणि ते सर्व लोक बाहेरगावांहून मुद्दाम आले होते. त्यांच्या सोयीसाठी पेंढारकरांनी मुद्दाम दुसऱ्या दिवशी तोच खेळ लावून त्यांना खूश केले. त्या खेळासही तुफान गर्दी लोटली होती.

अशा या वीर वामनरावांच्या वीररसाने ओथंबलेल्या नाटकाचे दणदणीत प्रयोग वऱ्हाड, नागपूर, दक्षिण महाराष्ट्र वगैरे भागांत करून त्या नाटकाचे लोण असंख्य खेडुतांपासून ते शहरी सुशिक्षितांपर्यंत पोहोचवून केशवरावांनीं ललितकलेचे नाव गाजविले.

मालवणचे डॉ. रा. वा. आजगांवकर हे मुंबईस मेडिकल कॉलेजमध्ये असताना 'ललितकलादर्श' मंडळीच्या नाटकास येत असत. नाट्य, गायन, वादन वगैरे कलांची भोक्ती अशी त्यांची समव्यवसायी मंडळीही केशवसुतांच्या गुणांवर लुब्ध होऊन नाटके पाहण्यास येत. डॉ. जठार, डॉ. भडकमकर, डॉ. नाईक, डॉ. खरे वगैरे मंडळी या डॉ. आजगांवकरांमुळे कंपनीत वारंवार येत आणि तेव्हापासून त्या मंडळीचा केशवरावांवर लोभ जडून स्नेहसंबंध आणि घरोबा वाढत गेला. १९१० सालातील पहिल्याच मुक्कामातील गोष्ट- डॉ. आजगांवकरांनी ललितकलेसंबंधी 'इंदुप्रकाशां'त लेख लिहून केशवरावांना आणि ललितकलेला खूप प्रसिद्धी दिली. वरील डॉक्टरमंडळीच्या व्यतिरिक्त मुंबईचे सन्माननीय महाराष्ट्रीय दामोदर सावळाराम यंदे, सुखटणकर इंजिनिअर, दामोदर गणेश पाध्ये, कमिशन एजंट नामजोशी, सर भालचंद्र कृष्ण भाटवडेकर, तात्यासाहेब परांजपे, शेठ गोविंददास नारायणदास बातवाले, यशवंत अनाजी माणगांवकर, बी. जे. हॉर्निमन, भास्करराव जाधव, सदाशिव कृष्ण पेंडसे वगैरे मंडळी कंपनीच्या हितचिंतकांत केशवरावांच्या गायनावर अत्यंत लुब्ध असे. विष्णु दिगंबर पलुस्कर आणि त्यांचा शिष्यवर्ग केशवरावांच्या गाण्यावर निहायत खूश होता.

१९१३ साली कंपनीचा मुक्काम मुंबईहून हलताना सर्व मित्रमंडळींनी मिळून कशेवरावांचा मोठा सत्कार केला. त्यांना अनेक मित्रांकडून आणि चाहत्यांकडून अनेक अहेर आणि भेटी आल्या. त्या प्रसंगी केशवरावांचे गुरू जांभेकर बुवा व्यासपीठावर होते. केशवरावांनी थोडक्यात भाषण करून मुंबईकर रसिक आणि प्रेमळ मित्रांचे आभार मानले. आणि सर्व गोष्टींचे श्रेय गुरुवर्य

जांभेकरबुवा यांच्याकडे जात असल्याचे नम्रपणे जाहीर करून आलेला सर्व अहेर त्यांनी गुरुचरणी अर्पण केला.

'राक्षसी महत्त्वाकांक्षा' या नाटकाचे शंभर प्रयोग मुंबईस करून केशवरावांनी बाहेर जावे असा आग्रह चालू होता. अकोल्यास तेव्हा एक मोठी पाटील परिषद भरणार होती. त्या निमित्ताने केशवरावांनीं अकोला आणि आसमंत गाजवला.

अशा प्रकारे 'ललितकलादर्श' मंडळी उत्कर्षाच्या मार्गावर असता अमरावतीच्या मुक्कामात एकदम पंचवीस मंडळी ललितकलेतून फुटून बाहेर पडली. वरीकर मास्तर, भास्करराव चौगुले, गंगाराम डबरी, त्याचा भाऊ, हरिभाऊ आपटे वगैरे मंडळी यात होती. त्यांपैकीं रानडे, देवधर वगैरे मंडळी गंधर्व मंडळीत शिरली. 'ललितकले'तून बाहेर पडलेल्या नटांना जादा पगार देऊन गंधर्व मंडळी ठेवून घेत असे. ही प्रथा अगदी शेवटपर्यंत अस्तित्वात होती. रानडे, देवधरांपासून ते गंगाधरपंत लोढ्यांपर्यंत म्हणजे १९१४ पासून ते १९३१ पर्यंत ही गळती चालू होती.

एकदम इतकी मंडळी कंपनीतून निघून गेल्यामुळे केशवराव वैतागल्यासारखे झाले. मनाला शांतता मिळावी म्हणून देवास येथील महान साधू शीलनाथ महाराज यांच्या दर्शनाला ते जाऊन आले. 'राक्षसी महत्त्वाकांक्षा' हेच एक नाटक पदरी राहिलेल्या संचांत त्यांना करणे शक्य होते. पुढे काही दिवसांनी पांडुरंग आत्माराम साने यांनी इंदिराकाकूंचे काम बसविल्यानंतर 'शारदा' नाटकाचे प्रयोग सुरू झाले.

इतर दुसरी नाटके बसविण्यासाठी कंपनीने खानदेशातील पारोळ्यास मुक्कास नेला. रामभाऊ नावाचा मुलगा त्यांनी मिळविला. आणि त्याला नायिकेच्या भूमिकेसाठी तयार केले. लहान लहान मुलांकडून त्यांनी नाटके बसवून घेतली आणि 'बाल सौभद्र' 'बाल मृच्छकटिक' असे प्रयोग सुरू करून त्यात ते स्वत: पुरुषपार्ट करू लागले. याप्रमाणे पारोळ्याच्या दोन महिन्यात, विस्कटलेली घडी पुन्हा बसवून केशवरावांनी कंपनी धुळ्यास नेली.

१९१४ च्या जुलैमध्ये एक महिन्यासाठी मुंबईस मुक्काम टाकून कंपनीने तेथून आपला मुक्काम तीन महिन्यांसाठी सांगलीस नेला. १९१४च्या डिसेंबरमध्ये जमखिंडीकर मंडळीची नाटके सांगलीस केशवरावांना पाहावयास मिळाली. आणि त्या मंडळीत काम करीत असलेले व्यंकटेश बळवंत पेंढारकर एक व्यवस्थित आणि समजूतदार नट या दृष्टीने केशवरावांना पसंत पडले. देखणेपणाचा अभाव पण कामाची समज आणि एकंदरीत ठाकठिकीचा डौल पाहून त्यांनी पेंढारकरांना आपल्या कंपनीत बोलाविले.

काही विशिष्ट हेतू मनात धरून केशवरावांनी एक नवस केला होता तो फलद्रूप झाल्यामुळे १९१५ साली नरसोबाच्या वाडीस जाऊन सहस्त्रभोजन घालून त्यांनी तो फेडला. बेळगावच्या मुक्कामात पेंढारकर ललितकलेस येऊन मिळाले. आणि त्यांनी 'शारदे'तील नटीची भूमिका प्रथम करून आपल्या कारकीर्दीस प्रारंभ केला.

कर्नाटकातील कानडी-मराठी वादास त्या वेळी जोर चढला होता. पण मराठीचा गंधही नसलेल्या कानडी समाजाला मराठी नाटकांतील संगीत ऐकण्याचा शौक दांडगा होता. आणि म्हणून नाटके पाहणारा समाज भरपूर होता. बालगंधर्व आपल्या सौंदर्याने आणि मधुर आवाजाने लोकांना वेड लावीत, तर सवाई गंधर्व आपल्या शास्त्रोक्त गायनाने त्यांची वाहवा घेत. आणि केशवराव भोसल्यांचे जोरकस आणि परिणामकारक गाणे ऐकून तेथील समाज खूश होऊन जाई! मग केशवराव श्रेष्ठ की नारायणराव श्रेष्ठ या चर्चेस ऊत येई.

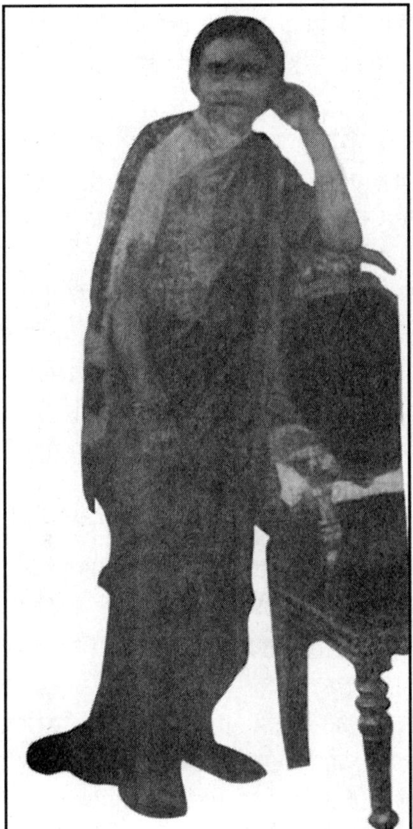

क. व्यंकटेश बळवंत ऊर्फ बापूसाहेब पेंढारकर

बडोदा नरेश श्रीमंत सयाजीराव महाराज गायकवाड यांनी महाराष्ट्रातील काही नावाजलेल्या कंपन्यांना वार्षिक वेतन देऊन बडोद्यास त्यांचे खेळ करविण्याचे १९१४ साली ठरविले. त्याप्रमाणे त्यांचे नायबदिवाण आंबेगांवकर यांच्याकडून ललितकलादर्श मंडळीस विचारणा आली. गंधर्व मंडळीने पाच हजारांची मागणी केली; ती मंजूर होऊन गंधर्व मंडळीस सरकारतर्फे आश्रय मिळाला. ललितकलादर्श मंडळीने दहा हजारांची मागणी केली

होती. दिवाणसाहेबांकडून खर्चाचा तपशील मागविण्यात आला, तेव्हा केशवरावांनी असे लिहून पाठविले की, 'कंपनीस आपला दर्जा आणि श्रीमंतांचा लौकिक सांभाळण्यासाठी एवढ्या रकमेची किमान जरूर आहेच.' अर्थात् 'ललितकले'ची मागणी मंजूर झाली नाही.

१९१५ सालच्या अखेरीस कंपनीने मुंबईस वऱ्हाडातील मलकापूरचे धुंडिराज रंगनाथ शेंबेकर यांचे 'व्रतपालन' हे नाटक रंगभूमीवर आणले पण ते यशस्वी झाले नाही. या नाटकाच्या जाहिरातीसाठी कंपनीचे मॅनेजर केशवराव शितूत हे 'संदेश'कार अच्युत बळवंत कोल्हटकर यांच्याकडे गेले असता ते विनोदाने म्हणाले होते, ''या नाटकासाठी रताळी, केळी वगैरे उपासाचे पदार्थ थिएटवर मिळण्याची सोय केली आहे, असे जाहीर करा म्हणजे नाटक हमखास यशस्वी होईल.''

'व्रतपालन' नाटकाने दगा दिल्यामुळे दुसरे कोणते नाटक बसावावे या विचारात मंडळी असता 'मानापमान' नाटकाची परवानगी वाटेल त्या कंपनीस देण्याची जाहिरात किर्लोस्कर मंडळीने फडकवली. तेव्हा केशवराव शितूत ताबडतोब शंकरराव मुजुमदार यांना जाऊन भेटले. त्यांनी सांगितलेली हजार रुपयांची रक्कम त्यांना ताबडतोब देऊन 'मानापमान' नाटकाच्या प्रयोगाचे हक्क त्यांनी मिळविले. 'मानापमान' नाटक केशवरावांनी केवळ आठ दिवसांत बसवून त्याचे प्रयोग बॉम्बे थिएटरमध्ये डिसेंबर महिन्यात सुरू केले. त्यांत भामिनीची भूमिका पेंढारकरांना दिली होती. धैर्यधराची भूमिका स्वत: करून मुंबईकर रसिकांना केशवरावांनी खूश करून सोडले. त्यांची ती भूमिका गाणे आणि अभिनय अशा दोन्ही दृष्टींनी दणदणीत होत असे.

१९१६मध्ये कंपनी रत्नागिरीस आणि तेथून मालवणला गेली. त्याच सुमारास ग्वाल्हेर दरबारातर्फे 'ललितकले'स आश्रय देण्याच्या योजना चालू होत्या. या वेळी एकदा शितूत यांनी 'आमची कंपनी लोकाश्रयाखालील आहे,' असे म्हटले आणि 'लोकाश्रयाखालील ललितकलादर्श मंडळी' असेच जाहीर करण्याचा प्रघात पाडला गेला. पुढे केशवरावांच्या चाहत्या स्नेह्यांनीं आणि ग्वाल्हेर दरबारच्या उमरावांनी दरबारच्या आश्रयाची योजना कळवून निमंत्रण दिले, तेव्हा केशवरावांनी नम्रपणे आपली कंपनी 'लोकाश्रयाखालील' असल्याचे दरबारला कळविले आणि महाराजांच्या वाढदिवसाच्या निमित्ताने होणाऱ्या दरबारी मानाचे निमंत्रण मात्र स्वीकारले.

मालवणहून गोवा, गदग हे मुक्काम घेऊन १९१६च्या जुलै-ऑगस्टमध्ये कंपनीने मिरजेस तळ दिला. त्या वेळी लोकमान्य नाटक मंडळी सांगलीस होती. ती भार्गवराम विठ्ठल वरेरकर यांचे 'हाच मुलाचा बाप' हे नाटक गद्य स्वरूपात

करीत होती. ते नाटक पाहावयास केशवराव आपल्या सर्व मंडळीस घेऊन मुद्दाम सांगलीस गेले. त्यांना तो खेळ अतिशय आवडला. त्या वेळी केशवरावांनी नानाबा गोखले यांना शालू अर्पण करून त्यांचा गौरव केला.

नवीन नाटके बसविण्याची चर्चा कंपनीत चालू होती. त्या वेळी शितूत आणि दत्तोपत भोसले यांनी वरेरकरांची नाटके बसविण्याविषयी अनुकूल मते दिली. केशवरावांना 'हाच मुलाचा बाप' हे नाटक आवडलेच होते. तेव्हा त्यांनी ते संगीत स्वरूपात रंगभूमीवर आणण्याचे ठरविले.

मिरजेहून कोल्हापुरास मुक्काम नेण्यात आला. डिसेंबर १९१६ आणि जानेवारी १९१७ हे दोन महिने कोल्हापुरास चिक्कार उत्पन्नाचे गेले; पण तेथे मिळविलेला सर्व पैसा दानधर्मात, संस्थांना देणग्या देण्यात आणि अंबाबाईच्या देवळाची शिखरे पाजळण्यात केशवरावांनी खर्च केला. आणि तेथून मुक्काम हलविताना लखूनाना पोतनीस आणि विश्वनाथबुवा जाधव यांच्याकडून एक हजार रुपये उसने घेऊन पुन्हा मिरजेस मुक्काम नेला. मिरजेहून कंपनी बेल्लारीस सहा- सात खेळांसाठी गेली. बेल्लारीस दोन तट होते. आणि त्यांत भयंकर चुरस असे. एका पक्षाने गंधर्व मंडळीस बोलाविले होते. तेव्हा दुसऱ्या पक्षाने मुद्दाम 'ललितकले'स नेऊन तेथे खेळ करविले. स्पर्धेचे वातावरण मात्र कौतुकास्पद होते. तेथून हिंडत हिंडत १९१७ मध्ये कंपनीने एक महिनाभर पुण्यास मुक्काम घेतला. त्या मुक्कामातील विशेष म्हणजे केशवरावांनी त्यांचे वडीलबंधू दत्तोपंत भोसले यांना त्यांचा वाटा दिला आणि ते स्वत: 'ललितकलादर्श' मंडळीचे एकमेव मालक बनले.

पुण्याहून बडोदा, इंदूर, ग्वाल्हेर वगैरे संस्थानांत कंपनीने दौरा काढला. संस्थानांतील संस्थानिकांसाठी खासगी खेळ करून त्यांचा परामर्ष घेणे ही एक आकर्षक बाब असे. केशवरावांची लोकप्रियता दिवसेंदिवस वाढीस लागली होती. तेव्हा प्रत्येक संस्थानिकाकडून त्यांच्या गुणांची वाहवा होत गेली. आणि खास खेळांबाबत बिदागीही भरपूर मिळत गेली. बडोद्यास जनरल नानासाहेब शिंदे, यादवराव पवार, डॉ. गाडगीळ यांच्या मदतीने सरकारी खेळ झाले. 'राक्षसी महत्त्वाकांक्षा' आणि 'मानापमान' या दोन खेळांवर विशेष भर असे.

ग्वाल्हेरच्या दोन महिन्यांच्या मुक्कामानंतर ग्वाल्हेर नृपती अलिजा बहादूर श्रीमंत माधवराव शिंदे, जनरल राजवाडे आणि इतर सरदार मंडळींनीं सिप्री आणि ग्वाल्हेर येथे सरकारी खेळ, खासगी जलसे यांचा जल्लोष उडवून दिला होता. एकदा ग्वाल्हेरला 'रामराज्यवियोग' खेळ लावला होता. पण आयत्या वेळी जनरल राजवाडे यांनी बोलावणे पाठवून 'मानापमान' नाटकाचा प्रयोग करण्यास सांगितले. अर्थात राजेच्छा मानणे भागच होते. 'रामराज्यावियोग'साठी रंगलेल्या पात्रांना 'मानापमाना'तील पात्रांचे पोशाख चढवून तयार व्हावे लागले. मंथरेस आपला

स्त्रीवेष टाकून धैर्यधराचा पुरुषवेष धारण करावा लागला! 'राजा बोले, दळ हाले!'

दरबारी व्यवस्थेखाली नाटकाचा प्रयोग दणदणीत झाला. सिप्रीस पुन्हा तीन खेळ महाराजांसाठी करण्यात आले. 'मानापमान' नाटकातील लक्ष्मीधराची भूमिका दत्तोपंत भोसले खूप रुबाबात करीत. पानदानातील विडे हुजऱ्यांनी तोंडात देणे आणि पिकदाणीचा उपयोग केल्यानंतर हुजऱ्याने तोंड पुसणे वगैरे प्रकार पाहून जातिवंत लक्ष्मीधरासारख्या सरदारांची हसता हसता मुरकुंडी वळे. आणि काही सरदारांनी तर ती सुधारणा अमलातही आणली! लक्ष्मीधराची भूमिका करताना दत्तोपंत खूपच गमती करीत. तलवारीच्या ऐवजी नुसते म्यान वापरण्याची त्यांनी रूढ केलेली पद्धत खाडिलकरांनाही अत्यंत आवडली.

संस्थानांतील दौरा आटोपून मंडळीने पुन्हा वऱ्हाडात घेऊन औरंगाबाद वगैरे मुक्काम येऊन १९१८ मध्ये कारंजास मुक्काम नेला. वेररकरांचे नाटक बसविण्याचे ठरलेच होते. तेव्हा वरेरकरांना शोधण्यासाठी शितूत कारंजाहून मुंबईस गेले. नानबा गोखल्यांची कंपनी त्या वेळेस जळगावास होती. नानबा गोखले आणि त्यांचे स्नेही नाथमाधव हे दोघेही वरेरकरांसाठीच मुंबईस आले होते. मोहन बिल्डिंगमध्ये विश्वनाथराव शेट्ये यांच्याकडे वरेरकर असल्याची बातमी उभयपक्षांना लागली होती आणि नानबा गोखले यांनीं आघाडी मारून वरेरकरांचे पार्सल शिक्कामोर्तब करून आपल्या ताब्यात घेतले होते आणि ते निर्धास्तपणे झोपी गेले होते. 'जागे सो पावे और सोवे सो गमावे' याचा पडताळा पटण्याची ती वेळ होती. 'इंग्रज आणि मराठे' हे पुस्तक तोंडावर घेऊन नानबा गोखले गाढ झोपलेले पाहताच मराठ्यांच्या गनिमी काव्याची आठवण शितूतांना झाली. त्यांनी हळूच वरेरकरांना खूण करून खाली चलण्यास सांगितले. समोरच व्हिक्टोरिया उभी होती. त्यात त्यांना बसवून व्हिक्टोरियावाल्यास 'चलो' म्हणून फर्माविले. त्याने कहां साब?' म्हणून विचारले, 'चाहे उधर चलो!' असे शितूतांनी सांगताच त्याने हसून घोड्याच्या पाठीवर चाबूक लगावला.

लोअर परळला शितूतांचे एक स्नेही होते. त्यांच्याकडे वरेरकरांना ठेवून शितूत परत 'माधवाश्रमा'त येऊन दाखल झाले. नानबा गोखले जागे होऊन पाहतात तो वरेरकरांचा पत्ता नाही. आणि त्यांना तर रात्रीच्या गाडीने वरेरकरांना घेऊन जळगावास जावयाचे होते. याला विचार, त्याला विचार असे करता करता कुणी तरी एकाने त्यांना अनुकूल अशी बातमी दिली. आणि मग त्यांना त्या रहस्याची कल्पना आली. त्यांनी तातडी करून 'माधवश्रमा'त जाऊन शितूतांना गाठलेच. आणि 'वरेरकर कुठे आहेत?' असा दरडावूनच प्रश्न केला. त्यांनी शितूतांवर प्रश्नांचा भडिमार केला. पण शितूतांनी मौनव्रत धारण केले होते. अर्धा तास नानबांनी शितूतांवर वरेरकरांना पळविल्याबद्दल यथेच्छ तोंडसुख घेऊन शिव्यांचा वर्षाव केला. पण शितूतांनीं 'ब्र'ही उच्चारला नाही. शेवटी नानबा शितूतांवर चरफडत निघून गेले. कारण त्यांना

''हाच मुलाचा बाप'' मधील एक दृश्य

व्यं. ब. पेंढारकर,   दातार शास्त्री

केशवराव भोसले

''हैं एक ठरलंच!''

भा.वि. वरेरकर

डॉ. गुलाब पेंढारकर — मंजिरी गोविंद माशेलकर — वसंत नानासाहेब फाटक

रात्रीच्या गाडीने परत जाणे भाग होते.

नानबा गेल्यानंतर शितूतांना सर्वांनीं विचारले की, 'तुम्ही एखाद्या स्थितप्रज्ञासारखे शांत राहून नानबांचे शिव्याशाप कसे ऐकून घेतलेत?' तेव्हा शितूत म्हणाले, 'मला पक्के ठाऊक होते की, याला रात्रीच्या गाडीने परत गेलेच पाहिजे. तेव्हा बोलून बोलून हा किती बोलणार? शिवाय मी त्याच्याशी हुज्जत घालीत बसलो असतो, उत्तराला प्रत्युत्तर देत बसलो असतो तर सगळी मुंबई माधवाश्रमात गोळा झाली असती?'

आजपर्यंत बायका पळविणे, मुले पळविणे, नट पळविणे एवढाच परिपाठ होता. नाटककारास पळविल्याचे उदाहरण मात्र शितूतांनी घालून दिले!

'हाच मुलाचा बाप'मधील मंजिरीची भूमिका प्रथम महाराष्ट्र नाटक मंडळीत नाणावलेल्या दातार शास्त्र्यांकडे होती. पण पुढे अकोल्याच्या मुक्कामात त्यांनी कंपनी सोडल्यामुळे त्या पुढच्या चार-पाच खेळांत शितूत मॅनेजरांनी ती भूमिका पार पाडली. पुस्तक छपाईचे काम घाईने करणे अवश्य होते. कारण पुढचा मुक्काम मुंबईस होणार होता. तेव्हा 'हाच मुलाचा बाप' या नाटकाच्या पहिल्या आवृत्तीत रावबहादुरांचे फोटो शितूतांचेच घालण्यात आले. आजच्या बोलपटांच्या काळात नावाजलेले विनोदी नट दामूअण्णा मालवणकर यांना डॉक्टर पशूंचे काम देण्यात आले होते आणि त्यांनी ते काम मोठ्या मजेदार रीतीने वठवून दिले. त्यांच्या पोशाखाची योजना कॉश्चुम टेलर अंतोन फर्नांडिस या कंपनीच्या टेलरने आपल्या कल्पनेने केली होती.

मुख्य नायक डॉक्टर गुलाब याची भूमिका केशवरावांनी फारच चांगली वठविली. सुमधुर चालींनी, कुशल नटांच्या नाट्यनैपुण्याने वरेरकरांचे 'हाच मुलाचा बाप' हे नाटक रंगभूमीवर चांगले गाजले.

'वरेरकरांच्या नाटकात अत्युत्तम नाटक कोणते?' असा प्रश्न चर्चेस निघाला, तर सर्वांनुमते 'हाच मुलाचा बाप' या नाटकाचेच नाव येईल. मूळचे उत्तम नाटक, संगीताची जोड रसपरिपोष करणाऱ्या चालींनी मिळाल्यामुळे 'अधिकस्य अधिकम् फलम्' त्यास लाभले. शिवाय वर लिहिल्याप्रमाणे 'खेळ चांगला वेषधर बरें!' हें भाग्यही त्या नाटकास लाभले!

वरेरकरांनीं ते नाटक केशवरावांच्या लग्नाप्रीत्यर्थ त्यांना अहेर म्हणून दिले होते. इतर कुणास त्या नाटकाचे प्रयोग करावयाचे झाल्यास 'शितूत यांच्याकडून त्याची परवानगी घ्यावी' असे वरेरकरांनी लिहून दिले होते.

त्यानंतर वरेरकरांनी ललितकलेसाठी 'संन्याशाचा संसार' हें नाटक लिहिले आणि त्याचा प्रयोग कंपनीने तारीख २५ सप्टेंबर १९१९ गुरुवार रोजी रात्री व्हिक्टोरिया थिएटरात केला.

'संन्याशाचा संसार' ही वरेरकरांची नावाजलेली दुसरी नाट्यकृती होय. त्यातील डेव्हिड, किशोरी, श्री यांच्या भूमिका नाटककाराने रंगविल्या बरहुकूम अनुक्रमे

केशवराव, पेंढारकर आणि वालावलकर यांनी चांगल्याच वठविल्या. तशा सर्वांनीच आपापल्या भूमिका यथायोग्य वठविल्या होत्या. त्या नाटकातील गुलेलूची भूमिका प्रथम दत्तोपंत भोसले करणार होते. पण त्याच सुमारास केशवरावांचे आणि त्यांचे न जमल्यामुळे ती भूमिका दत्तोपंत कुळकर्णी-टोपकर यांना देण्यात आली. आणि ती त्यांनी एका विशिष्ट पद्धतीने केल्यामुळे गुलेलू म्हणजे टोपकर आणि टोपकर म्हणजे गुलेलू असे समीकरणच झाले.

बॉम्बे थिएटरात ललितकलेचे खेळ चालू होते. याही खेपेस पुन्हा समोरच्या एलफिन्स्टन थिएटरात गंधर्व मंडळी सामना देण्यास तयार होती. दोन कंपन्यामध्ये एक प्रकारची सात्त्विक चुरस होती. दोन कंपन्यांत श्रेष्ठ कोणती आणि कनिष्ठ कोणती, हा प्रश्न बहुमतास टाकण्याइतका चर्चिला जात होता. आणि त्याच वेळेपासून संयुक्त खेळाची कल्पनाही जन्माला आली.

१९१९च्या अखेरीस केशवरावांनी जाहीर केले की, 'यापुढे केशवराव रंगभूमीवर काम करणार नाहीत!' आणि त्याप्रमाणे हस्तपत्रिकेतून उल्लेख केला जाऊ लागला.

मुंबईहून कंपनीने मिरजेस मुक्काम नेला. श्रीमंत शाहू महाराजांचा केशवरावांवर रोष होता. कोल्हापूर संगीत मंडळी भाऊराव जाधव वगैरे मंडळींनी स्थापन केली होती. त्यात कशेवरावांनी सामील व्हावे, अशी महाराजांची इच्छा होती. पण केशवरावांनी ते न ऐकल्यामुळे महाराजांची स्वारी तेव्हापासून त्यांच्यावर नाराज झाली होती. तेव्हा मिरजेस कंपनी असताना बाळासाहेब मिरजकर आणि श्रीमंत बापूसाहेब कागलकर घाटगे यांच्या सल्ल्याने केशवरावांनी कंपनी कोल्हापुरास नेण्याचे ठरविले. मिरजेस कंपनी असताना इतिहासज्ञ वासुदेवशास्त्री खरे यांना 'संन्याशाचा संसार' हा खेळ पाहावयास येण्यासाठी निमंत्रण देण्यास स्वत: केशवराव गेले होते. 'बाटग्यांच्या विषयावरील नाटक कोण बघतो?' असे म्हणून त्यांनी प्रथम निमंत्रण नाकारलेच. पण केशवरावांनीं 'नाटक कोणत्या का विषयावर असेना, आपण फक्त आमचा प्रयोग पाहण्यास यावे.' असा आग्रह धरला. तेव्हा त्यांनी ते निमंत्रण स्वीकारले. आणि शेवटपर्यंत नाटक पाहिले. पतितपरावर्तन या विषयावरील हे नाटक पाहून खरेशास्त्र्यांचेही मतपरिवर्तन झाले. घरी परत जाताना त्यांनी असा अभिप्राय दिला की, 'खरोखरीच डेव्हिडसारखे पतित झाले असतील, त्यांचे परिवर्तन होणे रास्त आहे!'

मिरजेच्या मुक्कामात श्रीमंत बाळासाहेबांनी केशवरावांना सहा सोन्याची सलकडी देऊन कंपनीचा गौरव केला. तेथून मग कोल्हापूरला मुक्काम नेण्यात आला. केशवरावांना आपल्या गुणांची महाराजांवर छाप पाडावयाची होती. तेव्हा पॅलेस एरिनामध्ये मुद्दाम स्टेज बांधून मोकळ्या मैदानात 'मृच्छकटिक' नाटकाचा मोफत प्रयोग त्यांनी करून दाखविला. मॅनेजर शितूत यांनी भाषण करून जमलेल्या सर्व प्रेक्षकांचे आभार मानले. त्यानंतर कोल्हापूर दरबारतर्फे खास खेळ केले गेले. आणि

मागे उभे :- दत्तोपंत टोपकर, रघुनाथ इनामदार, पुढची रांग :- विजापुरकर, श्रीधरपंत कुळकर्णी, रघुनाथ शितूत, बळवंतराव जोशी, रामभाऊ गुळवणी, माधवराव बालावलकर, यशवंतराव पिंगळे, केशवराव भोसले, व्यं. ब. पेंढारकर

त्या वेळेपर्यंत जे खेळ राजघराण्यातील मंडळींनी पाहिले त्या सर्वांच्या तारीखवार टिपणांची मागणी दरबारतर्फे केली गेली. आठ नऊ हजार रुपये कंपनीस एकदम देण्यात आले. पेंढारकराना वसंतसेनेच्या कामाबद्दल स्वतंत्र असे पाचशे रुपये देण्यात आले. कोल्हापूरहून मुक्काम हलविण्यापूर्वी केशवरावांनी महाराज आणि इतर दरबारी गावकऱ्यांना पॅलेस एरिनामध्ये एक मोठी गार्डन पार्टी दिली. आणि महाराजांना दरबारी थाटाचा नजराणा देऊन त्यांची मर्जी संपादन केली.

सोलापूरच्या मुक्कामात 'संन्याशाचा संसार' हे नाटक चालू असताना प्रेक्षकांत बसलेला एक ख्रिश्चन मनुष्य चिडला. स्टेजवर सुब्रह्मण्यम् (बळवंतराव जोशी) आणि दुलारी (रघुनाथ शितूत) यांचा प्रवेश चालू होता. प्रवेश ऐन रंगात आला असता तो ख्रिश्चन मनुष्य हातात सुरा घेऊन स्टेजवर चढला. ते पाहून मॅनेजर शितूत, तेथील सिटी इन्स्पेक्टर नगिनहाळ आणि इतर दोघे तिघे तिकडे धावले. शितूतांनी त्याचा हात पिरगाळताच दुसऱ्या एकाने त्याच्या हातातील सुरा काढून घेतला आणि त्याला पकडून पोलिसाच्या हवाली केले.

'ही मंडळी धर्मबाह्य प्रचार करणारी आहे; ख्रिश्चनाचा हिंदू कसा होऊ शकतो?' वगैरे धार्मिक कारणे लोकांना त्या माथेफिरूने सांगितली. पण पोलिसांनी घेतलेल्या जबानीत निराळेच एक रहस्यमय कारण बाहेर आले. 'माझ्या बायकोसारखी बाई मला स्टेजवर दिसली, आणि तिच्याशी लगट करू पाहणारा पुरुष पाहून मी त्याच्यावर हल्ला करण्यासाठी स्टेजवर चढलो,' असे त्याने पोलिसांना सांगितले. पुढे चौकशीअंती तो वेडाच असल्याचे कळल्यामुळे त्याला सोडून देण्यात आले.

त्याच मुक्कामात वालावलकर यांनी गंधर्व मंडळीशी संधान बांधल्याचे कळल्यावरून केशवरावांनी त्यांना एक महिन्याचा जादा पगार देऊन कंपनीतून निरोप दिला. दक्षिण महाराष्ट्राचा दौरा संपवून १९२१ च्या सुरुवातीस कंपनीने पुण्याचा मुक्काम घेतला. आणि यशवंत नारायण ऊर्फ अप्पासाहेब टिपणीस यांचे 'शहाशिवाजी' नाटक रंगभूमीवर आणण्याचे निश्चित झाले. माझा ललितकलेत प्रवेश झाला तो या वेळी आणि या निमित्ताने.

केशवराव त्या वेळी 'फॉर्म'मध्ये होते. त्यांची रसिकता, त्यांची कलासक्ती, रंगभूमीची सर्वांगीण सुधारणा घडविण्याचे त्यांनी चालविलेले कार्य महाराष्ट्रीय रसिकांना पटले होते. एक कर्तबगार गायक नट अशी त्यांची ख्याती वाढीस लागली होती. त्यांचे गाणे, मग ते रंगभूमीवरील असो किंवा खासगी बैठकीतील असो, रंगदेवतेने प्रसन्न होऊन आपल्या गळ्यांतील पुष्पमाला त्यांच्या गळ्यात घालून मैफल रंगविली नाही, असे कधीच होत नसे. रंगदेवता सदैव त्यांच्या सेवेस तत्पर असे.

त्यांचे बैठकीचे गाणे ऐकण्याचा सुयोग मला १९१८ साली तारीख १३ फेब्रुवारी रोजी रात्री हैदराबादेस सुप्रसिद्ध आर्टिस्ट देऊसकर यांच्या बंगल्यावर आला

होता. अगदी शेलक्या मंडळीस निमंत्रण होते. केशवरावांसोबत पेंढारकरही होते. त्यांनी केशवरावांना साथ केली. सबंध दोन तासांत केशवरावांनी फक्त तीन गाणी म्हटली. शेवटी म्हटलेले 'उगिच कां कांता' हे पद तर अतिशय बहारीचे झाले होते. त्यांच्या गायनाची आठवण झाली की, ते पद अजून कानात घुमते. केशवरावांची आणि पेंढारकरांची माझी पहिली ओळख खरोखर याच वेळी झाली. पण ती तोंडओळख होती. व्यावसायिक संबंध पुढे आले.

केशवरावांच्या गायनाची आणि त्यांच्या नाट्यगुणांची गोडी त्यांच्या सहवासात १९२१ साली चार महिने कंपनीत राहून जी मला मनमुराद चाखावयास मिळण्याची सुसंधी लाभली तिजबद्दल धन्यता वाटते. कशेवरावांचे आणि त्यांच्या सांप्रदायातील, त्यांच्या कंपनीतील अनुयायी नटांचे गाणेही जोरकस असे. तान अतिशय पल्लेदार. रामकृष्णबुवा वझे यांचा गंडा केशवरावांनीं १९१५-१६च्या दरम्यान बांधला होता.

मी कंपनीत गेलो तेव्हा 'शहाशिवाजी' या नाटकासाठी नवीन चाली देण्यासाठी बुवा कंपनीत आलेले होते. सकाळी, दुपारी, तालमीच्या पूर्वी किंवा नंतरही त्यांचे चाली देण्याचे कार्य चालू असावयाचे. सर्व साथींची सज्जता नेहमी असावयाची. परंतु साथीदार असोत किंवा नसोत, बुवांना त्याची फिकीर नसे. लहर ही काय चीज असते तेही त्यांना माहीत नव्हते. त्यांची स्फूर्ती एखाद्या आज्ञाधारक दासीप्रमाणेस दैव तत्पर असे. विजेचे बटण दाबले की जसा प्रकाश पडायचा, त्याप्रमाणे बुवांच्या कंठातून स्वरालापांची आयात हुकमी होत असे. रंगत हमखास ठरलेली असे. सकाळ, दुपार, सायंकाळ मध्यरात्र ही बंधने बुवांना माहीत नव्हती. त्यातून केशवरावांसारख्या शिष्याच्या सान्निध्यात त्यांची स्फूर्ती उचंबळून येई. आणि मग गुरू-शिष्यांच्या गायनाची जेव्हा अहमहमिकेने बैठक भरे तेव्हा गानप्रिय श्रोत्यांना मेजवानी मिळे! बुवांनी आपला चढा सूर लावून तार सप्तकांतील षड्ज लावला की, थिएटरच्या आवाराबाहेर त्याचा ध्वनी जावयाचा. आणि तानांची कसरत सुरू झाली की, थिएटर हादरल्याचा भास व्हावयाचा! बुवांनी एक तान मारली की वरचढ अशी दुसरी तान केशवराव मारीत आणि गुरूच्या करामतीस उत्तेजन मिळून त्याच्या तानेची तिसरीच तऱ्हा बाहेर पडावयाची!

'शहाशिवाजी' नाटकात ज्या चाली निवडल्या गेल्या, त्यांच्या मूळ चीजा आम्हास या काळात रोज ऐकावयास मिळत.

पेंढारकर कंपनीत मुख्य स्त्रीपार्टी होते. दुय्यम स्त्रीपार्टी रामभाऊ कुळकर्णी, रघुनाथ शितूत वगैरे. बालनटांत चांगला गाणारा असा 'लहानू' या नावाचा मुलगा होता. गद्य पात्रांत बळवंतराव जोशी, यशवंतराव पिंगळे, गोपाळराव गुत्तीकर, श्रीधरपंत देशमुख वगैरे मंडळी असत. त्या वेळचे हातखंडा खेळ म्हणजे 'राक्षसी महत्त्वाकांक्षा' 'संन्याशाचा संसार' आणि 'हाच मुलाचा बाप'. केशवरावांच्या अतुलनीय

गायकीमुळे 'मानापमान' ही अतिशय लोकप्रिय झाले होते. त्याखेरीज, 'विद्याहरण', 'रामराज्यावियोग', 'शारदा', 'सौभद्र' वगैरे नाटकांचे प्रयोग मधून मधून होत. गंधर्व मंडळीच्या 'स्वयंवर' नाटकात 'रुक्मिणी'च्या भूमिकेत नारायणराव राजहंस यांच्या गायनाचा जलसा जसा गानलोलुप प्रेक्षकांना ऐकावयास मिळे, त्याचप्रमाणे 'ललितकलादर्श'च्या 'राक्षसी महत्त्वाकांक्षा' या नाटकात 'मृणालिणी'च्या भूमिकेत केशवरावांचा जलसा ऐकावयास मिळे!

वीर वामनरावांचे ते नाटक. तेव्हा त्यांतील पद्य-विभागाबरोबरच गद्य विभागही तितकाच प्रभावी होता. वीररसाने ओथंबळून निघालेल्या संवादांना नटांच्या कुशलतेने त्यांच्या तोडून बाहेर पडणाऱ्या वाक्या-वाक्यावर प्रेक्षकांकडून टाळ्या मिळत असत. संगीत पात्रांची सर्व मदार संगीतावर असल्यामुळे गद्य भाषण, यथोचित अभिनय वगैरे नाट्यकलेच्या इतर विभागांकडे त्यांचे तितके लक्ष नसे. एक तान मारून प्रेक्षकांना गार करून सोडण्याच्या कलेच्या मागे ते असत. पण तो काळ जाऊन अभिनयाचे महत्त्व जेव्हापासून त्यांना कळू लागले तेव्हापासून त्यांची सर्वांगीण प्रगती होत गेली. आणि अशा समजूतदार नटांचाच भरणा ललितकलादर्श मंडळीत त्या वेळी होता.

सर्वांगीण नाट्यशिक्षणाची शाळाच, अशा स्वदेशहितचिंतक मंडळीच्या तालमीत केशवराव तयार झाले होते; त्यामुळे केशवरावांची कामे अभिनयपूर्ण होतच असत. तरीसुद्धा वर लिहिल्याप्रमाणे संगीत नटांची प्रवृत्ती त्यांच्यातही थोडीफार होतीच. पण 'हाच मुलाचा बाप' 'संन्याशाचा संसार' या सामाजिक नाटकांतील भूमिका पार पाडताना त्यांनी अभिनयाकडे विशेष लक्ष पुरविले होते. म्हणून डॉ. गुलाब आणि डेव्हिड या त्यांच्या भूमिका विशेष उठावदार झाल्या होत्या.

आपली ललितकलादर्श मंडळी नावाप्रमाणेच एक आदर्श कंपनी होण्यासाठी त्यांचे दांडगे प्रयत्न होते. नेपथ्यरचनेत, गायनाभिनयात आणि उत्तमोत्तम नाटके रंगभूमीवर आणण्यात त्यांनी बरेच यश मिळविले होते. कंपनीत स्वरूपसुंदर असे सुशिक्षित नट असावेत, अशी त्यांची मनीषा होती. म्हणूनच त्यांनी शंकर नीलकंठ चाफेकर या सुशिक्षित, सुंदर आणि उदयोन्मुख नटास आपल्या कंपनीत घेतले. आणि त्याला 'शहाशिवाजी' नाटकातील सईबाईच्या भूमिकेसाठी तयार केले. त्याची पदे बसवून घेतली आणि ते ऐतिहासिक नाटक मोठ्या थाटात रंगभूमीवर आणले.

■

पुनरागमनायच

माझा 'ललितकले'तील पहिल्या चार महिन्यांच्या मुक्कामातील काळ फार मजेचा गेला. मार्चच्या दहा तारखेस मी आमचे मित्र वासुदेवराव हर्डीकर यांच्याबरोबर मुंबईस गेलो. मुख्य उद्देश गंधर्व मंडळीचे 'द्रौपदी' नाटक पाहणे हा होता. 'द्रौपदी' नाटकाचे देखावे बाबूराव पेंटर यांनी केले होते म्हणून 'द्रौपदी' नाटकापेक्षा त्यातील बाबूरावांची चित्रकला पाहावयास मिळणार, हाच भाग माझ्या दृष्टीने विशेष आकर्षक आणि मोलाचा होता. पहिल्या पडद्यावर हत्तींच्या निरनिराळ्या भव्य पण सुबक अशा आकृती योग्य स्थळी आणि योग्य अशा बैठकीवर उभारलेल्या आणि त्याच्या पाठीमागे एका भव्य इमारतीच्या प्रवेशभागाचा एक कोपरा चित्रित केला होता. त्या इमारतीच्या दगडांचा रंग नैसर्गिक होता. आणि त्यावरील खोदकाम आणि रंगकाम उठावदार होते. त्या रंगसंगतीचा गोडवा वाखाणण्यासारखा होता. प्रत्येक रंगाची खुलावट दुसऱ्या रंगाच्या सान्निध्याने वाढलेली दिसत होती. ज्यायोगे एकंदर देखाव्यास भव्यता आणि राजैश्वर्य लाभले होते, तो सर्वांत विशेष नजरेत भरण्यासारखा कलापूर्ण भाग म्हणजे एक गुलाबी रंगाचा जरीच्या किनारीचा आणि झालरीचा वरपासून खालपर्यंत सोडलेला रेशमी पडदा रंगविला होता, तो होय. त्याने सर्वांवर मात केली असूनही भोवतालच्या संधित आणि पार्श्वभागाच्या विभागासहित उठाव देण्याचे कार्य केले होते. इतरही पडदे आणि देखावे कलापूर्ण असेच होते. बाबूरावांची ती कला पाहून आनंद झाला. बाबूरावांसारख्या विराट पुरुषांपुढे आपण अगदी वामनमूर्तीप्रमाणे आहोत असे त्यांचे ते काम पाहून जरी वाटले तरी 'इथेच थारा पराक्रमाला' अशी ग्वाही माझे अंतर्मन मला देत होते.

गंधर्व मंडळीचे नाटक पाहण्याचा योगही पुष्कळ दिवसांनी आलेला; त्यातून त्यांचे नवे नाटक आणि नारायणराव त्या वेळी अगदीं 'फॉर्म'मध्ये असलेले; तेव्हा नाटकाच्या रंगतीसंबंधी लिहायला नकोच.

नाटककार भार्गवराम विठ्ठल वरेरकर यांची 'हाच मुलाचा बाप', 'संन्याशाचा संसार' ही नाटके मला आवडलीच होती. आणि त्यांचे प्रयोगही अतिशय चांगले आणि परिणामकारक होत असल्यामुळे वरेरकरांच्या भेटीची मला उत्सुकता होती. एका दिवशी किर्लोस्कर थिएटरमध्ये स्टेजवर माझे पडदा रंगविणे चालू असता

केशवराव, अप्पासाहेब टिपणीस यांच्याबरोबर वरेरकर तेथे आले. अप्पांनी त्यांची ओळख करून दिली. पहिल्याच भेटीला नमस्कार व मंद स्मितापलीकडे विशेष काही झाले नाही. 'संन्याशाचा संसार' हे नाटक लिहिणारा नाटककार म्हणून अत्यंत आदराने मी त्यांच्याकडे पाहिले. त्यांनीही या कामावर मी आल्याबद्दल आनंद व्यक्त केला. त्यानंतरच्या भेटीत त्यांच्याशी 'संन्याशाचा संसार' या नाटकाविषयी बोलणे निघाले असता, एखादी कोटी त्यांच्या तोडून निघण्यापूर्वीच मी एक कोटी त्यांना सुनावली, ''तुमचे 'संन्याशाचा संसार' हे नाटक बघावयास लोक कां कूं करीत येतात आणि 'कां, कीं' करीत जातात.'' माझ्या या कोटीचे स्वागत त्यांनी मोकळेपणाने हसून केले.

माझे काम स्टेजवर सकाळी ८-९ पासून चालूच असावयाचे. नाटक नसेल त्या दिवशी रात्री बारा-एक वाजेपर्यंतसुद्धा मी काम करीत असे. कामात मन रमत असल्यामुळे जास्तीच्या कामाचा थकवा मला कधीच वाटत नसे. त्यातून कंपनीतील वातावरण सर्वच संगीतमय असल्यामुळे कामामुळे होणाऱ्या शिणाकडे लक्षच जात नसे. कंपनीत सदोदित कुणी ना कुणी कलावंत यावयाचा आणि त्याचा कार्यक्रम चालू असावयाचा. त्याशिवाय नाटकांच्या गाण्यांच्या तालमी तर नेहमीच चालू असत.

तारीख १९-४-१९२१ रोजी कंपनीत गाविंदराव टेंबे यांचे पेटीवादन झाले. विशेष आकर्षक कार्यक्रम असला म्हणजे काम सोडूनही मी त्यास हजर राहत असे. गोविंदराव टेंबे यांचे पेटीवादन ऐकण्याचा सुयोग मला फार दिवसांनीं आला होता. मागे प्रो. देवल यांच्या सर्कशीबरोबर ते हैदराबाद येथे आले असता मी त्यांचे पेटीवादन प्रथमच ऐकले होते. रेसिडेन्सी बाजारातील काही महाराष्ट्रीयांनी तो योग जमवून आणला होता. गोविंदरावांनी त्या दिवशी आपल्या पेटीवादनाने तेथे जमलेल्या सर्वांस अत्यंत खूश करून सोडले होते. कुणाच्या तरी शिफारशीवरून भैरवीपूर्वी त्यांनी आपले सर्व कौशल्य पणास लावून आपली करामत श्रोत्यांना पटवून दिली. त्यांच्या वादनातील गोडवा आणि सहजतेचे वर्णन रसिक प्रेक्षकांना पटेल असे करता येणे अशक्य आहे. तानांच्या तयारीपेक्षा स्वरांच्या गोड लहरीनी धुंद करणे हा त्यांच्या वादनातील स्थायिभाव होता. तसे मनाला रिझविणारे सुरांचे आंदोलन त्यांच्याकडून होताच रसिकांच्या तोडून त्यांना नकळतच 'वाहवा' हे उद्‌गार बाहेर पडत. हैदराबादच्या त्या अविस्मरणीय मजलिसीनंतर त्यांचे पेटीवादन ऐकण्याचा सुयोग मला त्या दिवशी कंपनीच्या बिऱ्हाडी आला. सार्थक झाल्यासारखे वाटले.

त्याच्या दुसऱ्याच दिवशी बशीरखाँचे गाणे ऐकले. एकंदर गवयांच्या गाण्याच्या नकला ज्या पद्धतीने नकलाकार करतात, त्या पद्धतीचे त्यांचे गाणे होते. मला प्रश्न पडला की, हाही बेटा नक्कल करीत आहे की, नकलाकाराची हीच अस्सल प्रतिमा आहे? गात असताना त्यांची होणारी वेडीवाकडी तोंडें, ताना मारताना होणारे

हातवारे आणि अंगविक्षेप बघून पोटात कालवाकालव व्हावयाची. असे वाटे की, इतकी आतडी पिळवटून होणारे गाणे न ऐकलेलेच बरे! देवा! या झाडाला आता छळू नकोस, अशी प्रार्थना करावी, असे मला वाटले! गाता गाता आपली मूळची जागा त्याने केव्हाच सोडली होती. गाण्याच्या भरात, तानांच्या कसरतींत नुसते गुडघ्यांवर तर तो कैक वेळा उभा होता आणि समेवर येताच शेजारच्या तबलजीच्या तोडांत मारील की काय, अशी मला सारखी भीती वाटून माझी छाती धडधडायची. एकदा तर आवेशाच्या भरात उभे राहण्याच्या पवित्र्यात जेव्हा ते दिसले तेव्हा तर लहान मुलांनी जिन्याकडेच धाव घेतली!

१९२१ सालचे नाट्यसंमेलन ललितकलेच्या विद्यमाने किर्लोस्कर थिएटरात तारीख २३ एप्रिल रोजी भरविण्यात आले. नाटककार अप्पा टिपणीस यांची योजना अध्यक्षपदी झाली होती. स्टेजवर दे.भ. शिवराम महादेव परांजपे, दादासाहेब खापर्डे, शिवाय इतर पुण्यातील प्रतिष्ठित मंडळी दिसत होती. सकाळचा प्रास्ताविक कार्यक्रम आटोपल्यावर दुपारी निबंधवाचनाचा भाग होता. व्यंकटेश बळवंत पेंढारकर यांनी 'नाट्य' या विषयावर निबंध वाचून दाखविला. नंतर 'महाराष्ट्र रंगभूमी आणि चित्रकला' हा निबंध मी वाचून दाखविला. दोन्ही निबंधांचा अच्युतराव कोल्हटकरांच्या 'संदेश' पत्रात गौरवून उल्लेख करण्यात आला होता.

या संमेलनातील ज्याच्या त्याच्या तोंडी झालेला विषय म्हणजे अनंत हरि गद्रे यांनी वाटलेल्या 'बेइमान चाफेकर' या हस्तपत्रिका होत. हिंद नाटक समाज ही नाट्यसंस्था गद्रे यांनी स्थापिली होती. आणि त्यात नीलकंठ चाफेकर हे मुख्य स्त्रीपार्ट करीत. चाफेकरांनी ती नाट्यसंस्था सोडून 'ललितकलादर्श' मंडळीत प्रवेश केल्यामुळे गद्रे यांच्या संस्थेस चांगलाच धक्का बसला आणि त्यामुळे गद्रे यांनी वरील पत्रिका वाटून आपली तक्रार जनताजनार्दनापुढे मांडली. दुसऱ्या दिवशीच्या कार्यक्रमात चाफेकरांनी त्या हस्तपत्रिकेस उत्तर दिले. हिंद नाट्य समाज या छोटेखानी संस्थेचा त्याग करून चाफेकरांनी 'ललितकलादर्श' मंडळीत आपला शिरकाव करून घेतला ही विश्वासघाताची घटना झाली, असे चाफेकरांचे म्हणणे होते. चाफेकरांच्या बेइमानीपणामुळे आपले नुकसान झाले असे गद्रे यांचे म्हणणे होते. आणि चाफेकर म्हणत की, 'ललितकले'सारख्या नावाजलेल्या कंपनीत शिरकाव करून घेण्याची सुवर्णसंधी गमावण्याने आपले नुकसान झाले असते!

दत्तोपंत भोसले यांनीं त्याच फाटाफुटीच्या विषयावरील आपला निबंध वाचून दाखविला होता. कंपनीतील नट कसे फुटतात आणि कंपन्या फुटून त्यांचे तीन तेरा कसे वाजतात, या विषयावर विदारक प्रकाश त्यांनी आपल्या निबंधात टाकला होता. त्यामुळे त्यांच्या निबंधाने खूपच खळबळ उडवून दिली. त्यांनी आपल्या निबंधात एक विधान असे केले होते की, नाटक कंपन्यातून जे नाटककार आपला

तळ महिनोगणती ठोकून देतात, तेच सर्वस्वी नाटक कंपन्या फोडण्यास कारणीभूत होतात. या त्यांच्या विधानाने सभेस हजर असलेले प्रेक्षक नाटककारांकडे संशयित दृष्टीने पाहू लागले. अध्यक्षस्थानी अप्पा टिपणीस हे नाटककारच विराजमान झालेले असल्यामुळे त्यांची चांगलीच तारांबळ उडाली. समारोपाच्या भाषणात थोडीशी सारवासारव अध्यक्षांकडून झाली, पण श्रोतृवर्गाचे समाधान यामुळे झालेले काही दिसले नाही. वरेरकर मला म्हणाले, ''अहो काळे, हे सर्व अप्पांना उद्देशून लिहिले आहे!'' अप्पांची आणि माझी जेव्हा खासगी मुलाखत झाली तेव्हा ते डोळे मिचकावीत, हलक्या आवाजात म्हणाले, ''तुम्हाला ठाऊक नाही, हा सर्व मारा मामांवर आहे!'' खुद्द दत्तोपतांची व माझी भेट झाली तेव्हा ते म्हणाले, ''एक-दोन नाटककार वगळून सगळे नाटककार एकाच माळेत गोवले जाणारे आहेत.'' या सर्व प्रकारांकडे केशवराव 'बरी गम्मत चालली आहे' अशा तिऱ्हाईत दृष्टीने पाहत होते.

हे सर्व पाहून मी मनाशी एक कयास बांधला की, नाटककारही शेवटी एक सामान्य मनुष्यच असतो. नाटककारांविषयी उदात्त कल्पना मी मनाशी बांधल्या होत्या त्यावर विरजण पडले. पुढील अनुभवांवरून एक गोष्ट मात्र प्रामुख्याने नजरेस आली ती ही की, अप्पा टिपणीसांची नाटके जरी ललितकलेत बसत होती तरी त्यांचा मुक्काम कंपनीत कधीच नसे. नाटकांच्या तालमी झाल्या की ते आपल्या निवासस्थानी जात.

माझे 'शहाशिवाजी' नाटकाचे काम संपत आले होते; तरी पुढे आणखी काही काम माझ्याकडून करून घेण्याचे केशवरावांनी ठरविल्यामुळे मी आणखी तीन महिन्यांची रजा वाढवून घेतली. नाटक कंपनीतील खेळीमेळीचे वातावरण, सकाळी उठल्यापासून निजेपर्यंत भोवती संगीत, आणि एरव्हीच्या गप्पागोष्टींत नाट्य, संगीत, कला वगैरेंची चर्चा अव्याहत चालू असल्यामुळे वेळ कसा निघून जाई हे कळत नसे.

'ललितकलेत' तेव्हा 'मामां'चे बंड होते. शितूतमामा, सोळस्करमामा आणि वरेरकरही मामाच! शिवाय कुणीही पाहुणा आला की, त्याच्या नावापुढे 'मामा' ही पदवी लागायचीच. कोणत्याही लहानांनी मोठ्यांच्या नावाने हाक मारावयाची झाल्यास त्याच्या नावापुढे मामा हे विशेषण जोडल्याखेरीज हाक मारता कामा नये, असली शिस्त; यामुळे काही हास्यास्पद प्रकार होत. एकदा कंपनीत नुकताच राहिलेला एक मुलगा एके दिवशी अत्यंत घाईघाईने शितूतांकडे गेला आणि म्हणाला, ''शितूतमामा, शितूतमामा, खाली भंगीमामा आले आहेत, पैसे मागताहेत!'' अर्थात् मलाही काळेमामा म्हणण्याचा प्रघात पडला होता, हे लिहिणे नकोच.

चहाची घंटा, जेवणाची घंटा, पुन्हा दुपारच्या चहाची घंटा आणि रात्रीच्या जेवणाची घंटा, अशा सर्व घंटा वेळच्या वेळी होत. त्याशिवाय तालमीची घंटा दुपारी व्हावयाची. तिला 'यमघंटा' ही संज्ञा असे. कारण दुपारची जेवणे होऊन पथाऱ्या

पसरून जरा कुठे एखादी डुलकी होते न होते तोच ही घंटा वाजायची. मग धडपडून उठून तालमीस हजर राहणे भागच होते. कारण शिस्त मोठी कडक असे. वेळच्या वेळी सर्व कामे पद्धतशीर पार पडलीच पाहिजेत. एरव्ही कसेही असले तरी या घंटेबरोबर सर्वांनी डोक्यास टोप्या घालून तालीम हॉलमध्ये हजर राहिलेच पाहिजे, हा नियम होता. कंपनीचे नियम आणि शिस्त पाळण्याची खबरदारी कटाक्षाने घेतली जाई. म्हणून नाटकाच्या सुरुवातीची जाहीर केलेली वेळ आवर्जून पाळण्याचाही दंडक होता. हा नियम ललितकलादर्श मंडळीने अगदी शेवटपर्यंत मोठ्या कसोशीने पाळला. रंगभूमीचे व्यवस्थापक बाळकृष्णपंत जोशी यांना तशी ताकीदच होती. प्रेक्षागृहात प्रेक्षक असोत वा नसोत, ठरलेल्या वेळेवर तिसरी घंटा होऊन पडदा वर जावयाचाच!

पाहुणे मंडळीची व्यवस्था कंपनीच्या व्यवस्थापकांकडून यथासांग व्हावयाचीच. नोकरवर्गाकडूनही कधी कुचराई व्हावयाची नाही. अंघोळीची तयारी व कपडे धुण्यापासून ते बिछाने घालण्यापर्यंत प्रत्येक कामात स्वच्छता आणि नीटनेटकेपणा दिसून येत असे. धोतराच्या चुण्या इतक्या व्यवस्थितपणे घातल्या जात की, नेसणाऱ्यांना कोणत्या बाजूने चुण्या घातल्या आहेत, याचा भ्रम पडे. 'ललितकलादर्श' मंडळीत जे पाहुणे म्हणून राहून गेले असतील आणि ज्यांनी मार्मिकपणे हा अनुभव घेतला असेल, त्यांना त्यांच्या घरच्या मंडळीकडूनसुद्धा इतक्या व्यवस्थितपणे चुण्या घातलेले धोतर नेसावयास मिळाले नसेल!

निःसीम-निरपेक्ष असे सेवक फार थोडे जन्माला येत असतात. त्यांपैकी कंपनीचे स्टेज मॅनेजर बाळकृष्णपंत जोशी हे एक होते. मालकाविषयी आणि कंपनीविषयी पराकाष्ठेचा अभिमान त्यांना असे. त्यांना 'पंत' या नावानेच सर्व जण ओळखीत. नियमितपणा त्यांच्या रक्तात मुरलेला होता. ते न चुकता आपला जमाखर्च आणि रोजनिशी लिहीत असत. अत्यंत सहृदय आणि एकनिष्ठ असे ते होते. कोणत्या मुक्कामात कोणत्या नाटकाचे किती प्रयोग झाले, याची अचूक नोंद तर त्यांच्या गीतापाठासारखी मुखोद्गत असे. मी त्यांना एकदा विचारले, "पंत, पुण्याच्या मुक्कामात जास्त प्रयोग कोणत्या नाटकाचे झाले?' त्यांनी क्षणाचाही विलंब न लावता सांगून टाकले, "पुण्यात आमचे आतापर्यंत अकरा 'बाप' आणि पंधरा 'संसार' झाले!'

'शहाशिवाजी' नाटकाचा पहिला प्रयोग तारीख १४ मे १९२१ रोजी झाला. प्रयोग चांगला होऊन उत्पन्नही भरपूर झाले. छत्रपती शिवाजी भोसले यांची भूमिका केशवराव भोसले यांनीं तडफदारपणे केली होती. शिवाजी तडफदार कसा होता, याचे चित्र केशवरावांनी आपल्या अभिनयाने दाखवून दिले. वझेबुवांच्या जोरकस चालींनी त्यांच्या गायकीस उठाव मिळाला होता. सईबाईंचे काम चापेकरांनी केले होते. ते त्यांचे काम त्यांच्या सौंदर्याप्रमाणेच सुंदर झाले होते. मोठ्या नाटक कंपनीत काम करण्याचा त्यांचा तो पहिलाच प्रसंग होता. पण उच्च शिक्षणामुळे लाभलेली

शहा शिवाजी

केशवराव भोसले व दत्तोबा भोसले

कै. य. ना. टिपणीस

अभ्यासू वृत्ती आणि नाट्यकलेची आवड यामुळे त्यांचे काम कसलेल्या नटाइतके सहजसुंदर झाले. कुमार लहानूची पदेही चांगली झाली. ललितकलेतील बहुतेक नटवर्ग नाट्यकला अवगत असलेला असल्यामुळे सर्वच पात्रांची कामे यथायोग्य होऊन 'ललितकले'चे ते ऐतिहासिक नाटक, ऐतिहासिक नाटकाचा दर्जा वाढविण्यास कारणीभूत झाले.

त्या नाटकास हैदराबादहून देऊसकर मुद्दाम आले होते. ललितकलादर्श मंडळीच्या रंगभूमीचा रंगमंच सजविण्याची कामगिरी त्यांनी माझ्यावर सोपविलेली होती. आणि ती कामगिरी मी किती अंशांनी पार पाडली हे पाहण्यासाठी ते मुद्दाम आले होते. काही भाग त्यांना फार आवडला. पण काही भाग माझ्या नवशिकेपणामुळे मला तितकासा वठवता आला नाही, असे ते म्हणाले. माझे पडदे त्यांना आवडले. कारण ते यथादर्शनाच्या नियमाने, दूर आणि जवळच्या विभागांचे योग्य असे दर्शन घडविणारे आणि रंगसंगतीने वास्तव तसे मनोहर झाले होते. पण पहिलाच फ्लॅट सीन त्यांच्या दृष्टीने जास्त भरदार व्हावयास हवा होता. दुसरा फ्लॅट सीन त्यांना आवडला होता. त्यांनी दाखविलेले दोष मला पटण्यासारखेच होते. तरीही पहिलेच काम या दृष्टीने पुष्कळच चांगले झाले असल्याचा अभिप्राय त्यांनी दिला. आणि हाच व्यवसाय चालू ठेवा असे त्यांनी निक्षून सांगितले. अनंतराव मेस्त्री यांच्या कामाचा फ्लॅशलाइट दीर्घकाल चमकून गेल्यानंतर माझ्या कामाचा उजेड पडण्यास थोडासा अवधी मध्यंतरी जाणे अवश्यच होते. पण माझे काम बहुजन समाजास आवडले होते. वृत्तपत्रांतून त्याचा निर्देशही करण्यात आला होता.

चाफेकरांचा प्रवेश ललितकलेत झाल्यामुळे कंपनीतील काही स्त्रीपात्रांच्या भावना दुखावल्या गेल्या होत्या. त्यांत प्रामुख्याने रामभाऊ गुळवणी हे होते. त्यांची एका दृष्टीने मानहानीच झाली होती. कारण चाफेकरांनीं 'शहाशिवाजीं'त केलेली सईबाईची भूमिका प्रथम गुळवणींना देण्यात आली होती. केशवरावांची धंदेवाईक दृष्टी प्रसिद्ध होती. धंद्याला अनुकूल अशा गोष्टी करीत असताना ते इतर गोष्टींची पर्वा करीत नसत. प्रथम धंदा, नंतर इतर गोष्टी. वृथाभिमान बाळगून धंद्याकडे दुर्लक्ष

त्यांनी कधी केले नाही. तेव्हा कंपनीचे हित साधताना इतरांच्या हिताकडे पाहण्याची त्यांची प्रवृत्ती नव्हती. त्याचप्रमाणे त्यांचा स्वाभिमानही भयंकर जाज्ज्वल्य होता. त्यांनी आपल्या डोक्यावर कुणाही नटाला बसू दिले नाही.

तारीख २५ मे १९२१ रोजी 'रामराज्यवियोग' या नाटकाचा प्रयोग होता. मंथरेचे काम केशवराव फार जबाबदारीने करीत. पौराणिक नाटकांतील खलनायिकेचे हे काम विद्रूप आणि वयस्कर असे सोंग सजवून ते करीत. 'आतां राम कसा होतो' हे पेटंट पद ते खूप आवेशाने म्हणत असत. त्यांची शरीरयष्टीही थोडीशी स्त्रीपात्रास अनुकूल अशी असल्यामुळे कोणतीही स्त्री-भूमिका त्यांना साजून दिसत असे. आणि मुख्य मालकच नट असला म्हणजे कोणतीही भूमिका तो किती जाबादारीने पार पाडीत असतो, हे प्रेक्षकांना केशवरावांच्या कामावरून कळून येण्यास वेळ लागत नसे. रामभाऊ गुळवणींना या नाटकात कैकयीचे काम होते. त्यांच्या गायनात एक प्रकारचा गोडवा होता. आणि ते आपल्या भूमिकाही चांगल्या वठवीत. 'संन्याशाचा संसार' मधील त्यांचे दुलारीचे कामही फार चांगले होत असे.

ललितकथेत चाफेकरांच्या आगमनामुळे असंतुष्टांचे राजकारण शिजत आहे त्याची इत्थंभूत बातमी कंपनीतील काही लोकांकडून केशवरावांना कळली होती. त्यात रामभाऊ गुळवणींचा भाग विशेष असल्याचे त्यांना समजल्याने त्यांची मन:स्थिती बिथरलेलीच होती. नाटकाचा प्रयोग अर्ध्या-पाऊण तासाने संपणार होता. पण तेवढासुद्धा अवधी त्यांना असह्य झाला होता. प्रवेश संपवून आत येताच त्यांनी रामभाऊंना ताबडतोब कंपनीतून निघून जाण्यास फर्माविले. भरवाक्यास सर्व पात्रांनी थांबण्याची पद्धत असल्यामुळे 'मी भरतवाक्य होताच जातो' असे रामभाऊंनी म्हटले. पण 'त्याचीसुद्धा गरज नाही' असे केशवरावांनी निक्षून सांगितले.

रामराज्यवियोगाचा तो प्रयोग दोन अर्थांनीं सार्थ झाला. रामभाऊ गुळवणींच्या स्मरणात तो दिवस राहिला असणारच. कारण ललितकलेतील रामभाऊ गुळवणींचे राज्य त्या दिवशी संपुष्टात आले. आणि तो दिवस माझ्याही चांगला लक्षात राहील, अशी केशवरावांची योजना असावी. अर्धा-पाऊण तासाने नाटक संपले आणि रंगभूषा काढून टाकण्यासाठी मंडळी रंगपटात गेली. इतक्यात मुख्य व्यवस्थापक शितूतमामा यांनी येऊन मला सांगितले की, 'केशवरावांनी पुढील नाटकांच्या सीन्सचे काम तूर्त बंद करण्याचे ठरविले आहे, तेव्हा तुम्ही परत आपल्या कामावर रुजू व्हावे!' मनात म्हणालो, 'हाय हाय! शितूतमामांना शंभर हाय हाय!!'

तारीख १४ जून १९२१ रोजी मी परत हैदराबादेस कूच केले.

■

मध्यान्ह आणि अस्त!

महात्मा गांधींनी १९२१ साली एक कोटी रुपयांचा लोकमान्य टिळक स्वराज्य फंड जमा करण्याचा संकल्प केला. निरनिराळ्या प्रांतांतून फंड गोळा करण्याचे काम सुरू झाले. मुंबईच्या कमिटीने 'गंधर्व' आणि 'ललितकला' या दोन कंपन्यांच्या संयुक्त प्रयोगाची अभिनव योजना आखून फंडास मदत करण्याचे योजिले. आणि त्यासाठी मुंबईहून डॉ. वेलकर, डॉ. साठे, दामोदर सांवळाराम यंदे ही मंडळी नारायणराव राजहंस यांना घेऊन पुण्यास केशवरावांकडे आली. केशवरावांनी त्या योजनेस आनंदाने संमती दिली.

'मानापमान' हा खेळ करण्याचे ठरले. मुंबईचे बालीवाला थिएटर घेण्यात येऊन पहिल्या रांगेचे तिकीट शंभर रुपयांचे ठेवले गेले. शेवटचा दर अडीच रुपये ठेवावा, असे नारायणराव व गणपतराव बोडस यांचे म्हणणे होते. पण केशवराव आणि शितूत यांनी शेवटचा दर पाच रुपये ठेवावा, असा आग्रह धरला आणि तो दर कायम केला गेला. दोन्ही बाजूंच्या नटवर्गांची यादी तयार झाली.

केशवराव : धैर्यधर
नारायणराव : भामिनी
चाफेकर : अक्कासाहेब
बोडस : लक्ष्मीधर
वालावलकर : विलासधर
रानडे : कुसुम

ही मुख्य पात्रे ठरली. इतर पात्रांची योजना करण्याच्या प्रसंगीं गणपतराव बोडसांनी विनोदाने एक सूचना केशवरावांना केली. ते म्हणाले, "आमच्याकडे चोर भरपूर आहेत. शिपाई तेवढे तुमचे घेऊन या म्हणजे झाले!"

नाट्येतिहासात गाजलेला तो संयुक्त प्रयोग तारीख ८ जुलै १९२१ रोजी बालीवाला थिएटरमध्ये झाला. त्या दिवशी सायंकाळी साडेसात वाजता नाटकास सुरुवात झाली. नाटकाची सर्व दरांची तिकिटे अगोदरच संपली होती. आणि थिएटरचा कोनान्कोपरा प्रेक्षकांनी भरून गेला होता. त्या दिवशीच्या

प्रेक्षकवर्गाच्या उत्साह-समुद्राने पौर्णिमेच्या भरतीसही लाजविले असेल. जी गोष्ट घडून यावी, जी गोष्ट पाहण्यास मिळावी म्हणून नाट्योत्सुक मंडळीत नुसती चर्चाच चालावयाची आणि कल्पनेतील रम्य चित्रे रंगवून मनाचे समाधान करून घ्यावयाचे ती गोष्ट, तो नाट्यप्रयोग त्या दिवशी प्रेक्षकांना दिसणार होता. त्या दिवशीचा तो प्रयोग पाहण्याची उत्कंठा असलेले हजारो प्रेक्षक जागेच्या अभावी हळहळत परत गेले. नाट्यशताब्दी महोत्सवाप्रमाणे उघड्या आणि विस्तीर्ण मैदानात जर त्या दिवशीचा प्रयोग झाला असता तर एक लाख रुपये तरी उत्पन्न खास झाले असते.

नाटकास सुरुवात झाली. रंगभूमीवर धैर्यधराचा प्रवेश होण्याची वेळ येऊन 'तो पहा धैर्यधर' असे म्हणून विंगेकडे बोट दाखविले गेल्यापासून प्रत्यक्ष धैर्यधर स्टेजवर येईपर्यंत आणि आल्यावरही प्रेक्षकांकडून टाळ्यांचा प्रचंड कडकडाट होत होता. कोणाला थिएटर कोसळून पडेल की काय अशीच भीती वाटावी. केशवरावांनी आपला खडा स्वर 'माऽऽता' असे म्हणून लावला तेव्हा प्रेक्षकात विलक्षण शांतता पसरली. त्यांचे ते पद– तेच काय, एकूण एक पदे चढत्या श्रेणीने रंगलीं. 'रणगगनसदन,' 'झाले युवति मना,' 'अनार्या खास,' 'धि:कार मन साहिना' ही पदे तडफदार तर वठलीच, परंतु 'वन्स मोअर'च्या तडाख्यातून एकही पद सुटले नाही. 'धि:कार मन साहिना' या पदाने सात वेळा केशवरावांना स्टेजवर आणले! 'या नवनवलनयनोत्सवा' हे पद नुसत्या सुरावटीने- तान न घेता म्हणावयाचे असे स्टेजवर जाण्यापूर्वीच केशवरावांनी ठरविले होते. पण त्याही पदाला प्रेक्षकांनी सारख्या टाळ्या वाजवून ते पुन्हा म्हणावयास लावले. 'चंद्रिका', 'दे हाता', 'भालीं चंद्र असे धरिला' ही पदे गायकीचीच; तेव्हा केशवरावांनी त्या पदांत आपले सारे गानकौशल्य पणास लावून ती पदे इतकी रंगविली की, त्या प्रयोगाच्या गाण्यांची प्रेक्षकांना जन्मभर आठवण राहील.

पेंढारकर ऑर्गनवर होते. त्यांना केशवरावांच्या गाण्यांतील लकबी, हरकतींच्या जागा वगैरेंची पूर्ण माहिती असल्यामुळे त्यांची योजना केशवरावांनी मुद्दामच साथीसाठी केली होती. पेंढारकरांनी साथ चांगलीच केली. पण सारंगीवाल्याची आणि तबलजीची अक्षरश: त्रेधा उडाली.

आपले सहकारी मित्र नाराणराव यांच्याबद्दल केशवरावांना आदर होता. स्पर्धाही होतीच. पण त्यात जोडीदाराबरोबर खेळीमेळीचा सामना देण्याची निर्वैर खुशी प्रामुख्याने होती. नारायणरावांनीही त्या दिवशी आपल्या सुरेल आणि सहजसुंदर गायनाने आणि मोहक अभिनयाने प्रेक्षकांना तृप्त केले. भामिनीचे त्यांचे काम हातखंडाच होते. त्यातून केशवरावांसारखा धैर्यधर पुढे उभा. त्यांनी आपल्या

केशव-नारायण संयुक्त प्रयोग

बसलेली रांक - (डावीकडून उजवीकडे) (१) पुरोहीत बुवा (२) नाना चाफेकर (३) - (४) अप्पा टिपणीस (५) मामा वरेरकर (६) गणपतराव बोडस (७) नारायणराव राजहंस (८) केशवराव भोसले (९) केशवराव शितुत (१०) - (११) बाबुराव राजहंस (१२) - (१३) बापुराव पेंढारकर (१४) उभी रांक - (डावीकडून उजवीकडे) (१) घैसास (२) - (३) श्री. टोपकर (४) बळवंतराव जोशी (५) - (६) - (७) - (८) - (९) गोविंद सोळसकर (१०) दत्तोपंत तारदाळकर (११) भांडारकर (१२) यशवंत पिंगळे (१३) रघुनाथ शितुत (१४) - (१५) गोपाळराव गुत्तीकर (१६) इनामदार खाली बसलेले - (१) कृष्णा आगरवाले (२) -

अभिनयकौशल्याची आणि निसर्गदत्त गोड आवाजातल्या स्वयंस्फूर्त अशा गायकीची कमाल केली. समोरासमोरच्या गायनप्रसंगी मात्र त्यांच्या गानकौशल्याचे तेज केशवरावांपुढे पडणे कठीणच झाले. आणि 'झाले युवति मना' हे केशवरावांचे द्रुतगतीचे, त्यांच्या खटकेबाज तानांनी आणि निरनिराळ्या हरकतींनी भरलेले पद अनेक 'वन्समोअर' घेऊन केशवराव विंगेमध्ये गेले तेव्हा तर 'मला मदन भासे' या नारायणरावांच्या पदाच्या वेळी प्रेक्षकवर्ग बाहेर पडू लागला. त्यांची 'धनराशी जातां', 'खरा तो प्रेमा' वगैरे पदे फारच रंगली होती.

चौथ्या अंकातील तंबूच्या सीनमधील भामिनी–धैर्यधराचा मनोहर संवाद आणि भामिनीचे धैर्यधराविषयीचे आत्यंतिक निष्ठाप्रकटन धैर्यधराचे जोडे उचलण्याच्या कमाल मर्यादेपर्यंत जाते त्या वेळच्या नाटककाराने लिहिलेल्या संवादांव्यतिरिक्त प्रत्यक्ष उभयतांच्या सहृदयतेने जो प्रासंगिक संवाद उद्‌भूत झाला आणि अभिनय केला गेला तो, अशा दोन जागा अत्यंत बहारीच्या झाल्या. नारायणरावांनी आपले जोडे उचलू नयेत, अशाविषयी केशवरावांनी परोपरीने आपली इच्छा व्यक्त करूनही नारायणरावांनी ते ऐकले नाही!

सायंकाळी साडेसात वाजता या ऐतिहासिक महत्त्वाच्या खेळाची सुरुवात झाली आणि तो रात्री अडीच वाजेपर्यंत चालला होता.

त्या प्रयोगाची तिकिटे मिळाली नाहीत असे शेकडो प्रेक्षक त्या रात्री पावसाच्या माऱ्यात रस्त्यावर उभे राहून केशवरावांच्या गाण्यांचा आस्वाद घेण्यासाठी धडपडत होते. दोन्ही बाजूंनी येणाऱ्या ट्रॅम्सना पुढे वाट न मिळाल्यामुळे परत फिरावे लागले, इतकी गर्दी बालीवाला थिएटरसमोर झाली होती.

केशवरावांचे उच्च सुरांतील आरोह-अवरोह, खटकेबाज तानांची कसरत आणि भरदार ललकारी थिएटरच्या बाहेर जमलेल्या प्रेक्षकांना स्पष्ट ऐकू जात होती. मध्यंतरात मुंबईच्या फंड कमिटीतर्फे प्रमुख लक्ष्मीदासराव तेरसी, डॉ. वेलकर, डॉ. साठे वगैरे मंडळींनीं स्टेजवर येऊन दोन्ही कंपन्यांचे आभार मानले. आणि केशवराव व नारायणराव यांच्या नाट्यगुणांची प्रशंसा केली. बालीवाला थिएटरचे व्यवस्थापक मि. बिलिमोरिया यांनीं त्या दिवशीच्या थिएटर भाड्याची सर्व रक्कम स्वराज्य फंडाच्या थैलीत आणून टाकली. टिळक स्वराज्य फंडासाठी योजिलेला तो प्रयोग झाल्यानंतर आणखी एक संयुक्त 'मानापमान' करण्याचे दोन्ही कंपन्यांनी ठरविले होते. पण शंकरराव मुजुमदारांनी त्या प्रयोगाच्या बाबतीत एक हजार रुपयांची मागणी केल्यामुळे दुसरा संयुक्त प्रयोग 'सौभद्र' ठरला.

'सौभद्र' नाटकात अर्जुनापेक्षा सुभद्रेच्या गायनाभिनयास अधिक वाव असल्यामुळे त्या दिवशी साहजिकच नारायणरावांच्या गुणांचे अधिक प्रदर्शन झाले. त्यांच्या

गायनाची छाप प्रेक्षकांवर अधिक पडत गेली. त्यांनी 'सौभद्रा'तील प्रत्येक पद त्या दिवशी अत्यंत बहारीचे रंगविले. केशवरावांनीं 'कांते फार तुला' हें पद गाऊन आपल्या करामतीस सुरुवात केली. पण खरी मजा 'माझ्यासाठी तिने अन्न वर्जियेले' या अभंगाला आली. त्या एका अभंगाने त्यांनी आपले गुणवर्चस्व प्रस्थापित करून 'सौ सुनार की और एक लुहार की' या म्हणीचा उत्तम प्रत्यय आणून दिला.

पहिल्या संयुक्त 'मानापमान'ने अदमासे सोळा, साडेसोळा हजार रुपये टिळक स्वराज्य फंडास दिले. आणि दुसऱ्या संयुक्त 'सौभद्रा'चे नऊ हजार रुपये दोन्ही कंपन्यांनी सारखे वाटून घेतले. नारायणरावास त्या वेळी पुष्कळ कर्ज होते, हे केशवरावांना माहीत होते. तेव्हा केशवराव म्हणाले, "नारायणराव, कर्जाची काही फिकीर करू नका. आपण असे संयुक्त प्रयोग ठिकठिकाणी करू आणि हां हां म्हणतां कर्ज फेडून टाकू!"

संयुक्त खेळाचे प्रचंड यश संपादून केशवरावानी आपल्या योग्यतेची जाणीव महाराष्ट्राला करून दिली आणि इथेच त्यांची इतिकर्तव्यता झाली. त्यांचे अवतारकार्य संपले. त्यांना विषमज्वराने गाठले आणि त्यांनी बिछाना धरला. मुंबईचे सुप्रसिद्ध धन्वंतरी डॉ. रामकृष्ण हरि भडकमकर व पुण्याचे डॉ. व्ही. डी. फाटक हे अष्टौप्रहर त्यांच्या सन्निध होते. मुंबईची आपली प्रॅक्टिस टाकून केशवरावांच्या आजारात सतत त्यांच्या शेजारी राहून डॉ. भडकमकरांनी केशवरावांवरील आपली आत्यंतिक भक्ती व्यक्त केली.

सतरा-अठरा दिवस ते विविध उपचार करीत होते. केशवरावांच्या प्रकृतिमानाचे वृत्त वृत्तपत्रांतून जाहीर केले जात होते. अनेक स्नेहीसोबती, हितचिंतक त्यांना भेटण्यास येत होते. 'केशव आजारी आहे' हे ऐकताच कोल्हापूरचे शाहूमहाराज त्यांना पाहण्यास मुद्दाम आले. शनिवारवाड्यासमोरील केशवराव पडून होते ते बेगाळे यांचे घर जुन्यापुराण्या पद्धतीचे, अरुंद जिन्याचे असे होते. शाहूमहाराजांची स्वारी कशीबशी वर आली. अशक्तपणामुळे केशवराव फारसे बोलू शकले नाहीत. केशवरावांची आप्तेष्ट मंडळी व कंपनीतील सर्व मंडळी त्यांच्या तैनातीत अखेरपर्यंत होती. रघुनाथ, शितूत हा सदैव त्यांच्या सन्निध असे. आणि तेही जे काही लागेल ते त्यालाच सांगत.

दिवस जात होते तो तो त्यांची शक्ती क्षीण होत चालली होती. पराकाष्ठेचे डॉक्टरी प्रयत्न चालू होते; पण आयुष्याची दोरीच बांधण्याचे कार्य मानवी धन्वंतऱ्याकडून कसे होणार? अमृताच्या घोटानेच होणारे कार्य इतर औषधींना कसे साधणार?

शेवटी ४ ऑक्टोबर १९२१ रोजी सायंकाळी साडेपाचच्या सुमारास

संयुक्त मानापमान

केशवराव भोसले नारायणराव राजहंस (बालगंधर्व)

कै. कृ. प्र. खाडिलकर

केशवरावांनी आपली जीवनयात्रा संपविली आणि 'केशवराव पुन्हा रंगभूमीवर दिसणार नाहीत' ही जाहिरांतीतली छापील घोषणा अशा रीतीने पूर्ण केली! ज्यांच्या नाट्य आणि गायनकलेने महाराष्ट्रास झुलविले आणि ज्यांच्या गुणांचे कौतुक महाराष्ट्राने केले तो सर्वांचा आवडता संगीतसूर्य त्या दिवशी अस्तास गेला.

केशवराव निवर्तल्याची बातमी हा हा म्हणता पुणे शहरभर पसरली. त्यांचे अंत्यदर्शन घेण्यासाठी हजारो लोक धावत आले; आणि ते सर्व त्यांच्या अंत्ययात्रेबरोबर होते. केशवरावांना अकाली परंतु असे मरण लाभले. लकडी पुलाकडील स्मशानभूमीत त्यांच्या पार्थिवास अग्नी देण्यापूर्वी शिवराम महादेव परांजपे व नरहर गणेश ऊर्फ बन्याबापू कमतनूरकर यांनी भाषणे करून त्यांच्याविषयीची आपली भक्ती आणि त्यांची योग्यता उचित शब्दांनी व्यक्त केली. आजारी पडण्यापूर्वी केशवरावांनी ज्या शेवटच्या भूमिका केल्या, त्याही विलक्षण योगायोगानेच, असे दिसते. तारीख ३१ ऑगस्ट १९२१ रोजी त्यांनी 'शाकुंतल'मधील दुष्यंताची भूमिका केली आणि १ सप्टेंबर रोजी 'शहाशिवाजी'तील शिवाजीची भूमिका केली. एक भूमिका आद्य नाटककार किर्लोस्कर यांच्या पहिल्या नाटकातील नायकाची आणि दुसरी भूमिका कशेवरावांनी बसविलेल्या शेवटच्या नाटकातील नायकाची!

'शारदा' नाटकातील शारदेच्या भूमिकेतले 'मूर्तिमंत भीति उभी' या पदातील करुण स्वर किंवा 'मृच्छकटिक' नाटकातील 'काय वधिन मी सुमति', आणि त्याहीपेक्षा जास्त हृदयस्पर्शी, डोळ्यांवाटे अश्रूंच्या धारा वाहावयास लावणारे 'बाळा घालुनिया गळां, रक्त सुमनांच्या माळा' या पदातील हृदय गदगदवून सोडणारे शोकपूर्ण आलाप, त्यांच्या कंठातून निघालेले, त्यांच्या मृत्युमुळे त्या दिवशी हजारो प्रेक्षकांच्या कानी घुमत राहिले असतील! 'राक्षसी महत्त्वाकांक्षा' नाटकातील 'भान हरी हा मोहि नयना मना' हे पद आठवून 'नयनांत खेळे, श्रवणात बोले, हृदयात डोले प्राणसखा हा!' अशी स्थिती कित्येकांची झाली

असल्यास मुळीच नवल नाही. ‘मृणालिनी’च्या वेषात त्यांची सुंदर दिसणारी तनुयष्टी, त्यांची ठसकेदार संभाषणशैली आणि निरनिराळ्या श्रवणमधुर रागदारीच्या चालींनी नटवलेली पदे गात असलेली त्यांची सुबक मूर्ती प्रेक्षकांच्या हृदयात दीर्घ काळपर्यंत अढळ राहिली असेल. अनेकांच्या मनात अनेक आठवणी त्या दिवशी उद्‌भूत झाल्या असतील. निरनिराळ्या नात्यांनी जखडलेल्या अनेक आप्तेष्टांमधला प्रेमळ तंतू, आश्रितांचा आश्रयदाता, गुणी आणि कलावंतांचा रसिक वाली, रंगभूमीचा एक तेजस्वी सेवक, ललितकलेचा कंठमणी, असा हा अष्टपैलू हिरा त्या दिवशी काळाने हिरावून नेला. ज्याच्या गायनकलेने महाराष्ट्र रंगभूमी तप- दीड तप अत्यंत आल्हाददायी पण तेजस्वी प्रकाशात चमकली तो संगीतसूर्य त्या दिवशी अस्तास गेला. संयुक्त ‘मानापमान’ नाटकाच्या दिवशी माध्यान्ही गेलेल्या आणि क्षणकालात अस्तास गेलेल्या या तेजोभास्करास अखेरचे अभिवादन करण्याचे भाग्य मला लाभले नाही, हें माझे दुर्दैव!

■

गुलामांची सत्ता आणि सत्तेचे गुलाम!

संगीतसूर्य अस्तास गेला, पण त्याची प्रभा मात्र शाबूत होती! विनाशी देह गेला, पण अविनाशी कीर्ती शिल्लक राहिली! आणि त्याच्याच प्रभावाने 'ललितकलादर्श' मंडळीचा कीर्तिध्वज उंच उंच फडकविण्याचे सामर्थ्य केशवरावांच्या अनुयायांत आले. आपल्या पश्चात आपली अत्यंत आवडती संस्था नावारूपास आणणारी कुणी व्यक्ती असेल तर ती बापू पेंढारकर होय, याची तीव्र जाणीव केशवरावांना हयातीत होती. शिवाय सुशिक्षित व लोकप्रियता हळूहळू वाढीस लागलेल्या चाफेकरांवरही त्यांची भिस्त होती. केशवरांवानी एक मृत्युपत्र तयार केले होते. आणि आपल्या सर्व इस्टेटीचे प्रमुख ट्रस्टी म्हणून त्यांनी मुंबईचे सुप्रसिद्ध व्यापारी गोविंददास नारायणदास बनातवाले यांना नेमले. त्याशिवाय कंपनीचे मॅनेजर केशवराव शितूत आणि बळवंतराव पेंडसे (केशवरावांचे स्नेही) यांनाही ट्रस्टी म्हणून नेमले होते.

रसिकता ही काही धंद्यावर अवलंबून असते असे नाही. डॉक्टरीसारख्या थोड्याशा कठोर आणि रुक्ष व्यवसायातल्या माणसातही ती आढळून येते. त्याचप्रमाणे रात्रंदिवस रुपये आणे पैची गणिते करणाऱ्या व्यापारीवर्गातही ती आपले अस्तित्व राखू शकते. कशेवरावांच्या स्नेह्यांत डॉक्टर भडकमकर, डॉ. आजगांवकर आणि शेठ गोविंददास यांच्यासारखी मंडळी समाविष्ट झालेली पाहून रसिकतेचे सर्वगामित्व सिद्ध होते. एरवी गोविंददास शेठजींना आपला व्यवसाय सोडून केशवरावांच्या स्नेहाची एवढी दखल घेण्याचे काय कारण होते? गोविंददास शेठ हे रसिक तर आहेतच. त्याशिवाय एक सरळ प्रवृत्तीचे, सहृदय गृहस्थ आहेत. एकदा स्नेही म्हणून ज्यास

शेठ गोविंददास नारायणदास

ते स्वीकारतील, त्यास ते कधीही विसरत नाहीत. आणि म्हणूनच केशवरावांचा त्यांच्यावर दृढ विश्वास होता. तो त्यांचा विश्वास अनाठायी नव्हता, याचा पडताळा पुढे पेंढारकरांनाही पूर्णपणे पटला. बळवंतराव, पेंडसे हेही व्यापारी. स्पोर्ट्सचे साहित्य आणि इतर वस्तूंचा व्यापार करणे हा उद्योग. पण ललितकलेची आवड म्हणून केशवरावांचा आणि त्यांचा स्नेह, आणि तोहि पराकाष्ठेचा, अगदीं जीवश्च कंठश्च! ट्रस्टींपैकीं तिसरे गृहस्थ केशवराव शितूत, हे केवळ मॅनेजर म्हणून ट्रस्टी झाले नव्हते, तर तेही केशवरावांचे जिवलग स्नेही होते. म्हणूनच कंपनीच्या विश्वस्तांत केशवरावांनी त्यांना नेमले होते. त्यांचीही केशवरावांवर इतकी भक्ती होती की, केशवरावांच्या निधनानंतर त्यांनी इत:पर कोणत्याही कंपनीचे नाटक पाहावयाचे नाही, असा निर्धार केला. आणि तो निर्धार त्यांनी काटेकोरपणे आजतागायत पाळला आहे.

केशवरावांना प्रथम पत्नीपासून दोन मुली होत्या. दुसऱ्या पत्नीपासूनही त्याना एक मुलगी झाली होती. पण ती जन्मत:च वारली. केशवरावांचे वडीलबंधू दत्तोपंत त्या वेळी कंपनीत होते. धाकटा भाऊ नारायण हा त्या वेळी शिकत होता. केशवराव निवर्तल्यानंतर कंपनीच्या मालकीसंबंधीं सर्वच आप्तांच्या काही आकांक्षा असणे साहजिकच होते. केशवरावांच्या पत्नीस, सावित्रीबाईस वाटत होते की, कंपनीची मालकी आपणाकडे येईल. वडीलबंधू दत्तोपंत भोसले यांनाही, आपण वडीलबंधू, प्रमुख नट, नाट्यव्यवसायाची माहिती असलेले, तेव्हा कंपनीच्या मालकीत आपणासही काही वाटा मिळावा, असे वाटणे अत्यंत स्वाभाविक होते. पण–

केशवरावांची क्रियाकर्मांतरे आटोपून झाल्यावर त्यांच्या मृत्युपत्रवाचनाचा दिवस उगवला. आपणास केशवरावांनी काय काय ठेवले आहे हे ऐकण्याची आतुरता त्यांच्या सर्वच आप्तांना असल्यामुळे किर्लोस्कर थिएटरमध्ये ही सर्व मंडळी आणि कंपनीतील नटवर्ग तसा नोकरवर्ग जमला होता. गोविंददास शेठजीनी मृत्युपत्र वाचून दाखविले.

मृत्युपत्रात पेंढारकर आणि चाफेकर या दोघांना 'ललितकलादर्श' कंपनीची मालकी द्यावी, असे नमूद होते. गोविंददास आणि त्यांच्या सहकाऱ्यांनी योग्य तो विचार करून कंपनीची किंमत पंधरा हजार ठरविली. ही रक्कम या दोघा मालकांनी कंपनी चालवून होणाऱ्या उत्पन्नातूनच फेडावी, अशी सवलत त्यांना दिली. दोन्ही मुलींना पाच पाच हजार रुपये आणि धाकट्या भावासही पाच हजार रुपये ठेवण्यात आले होते. सावित्रीबाईस मुंबईतील कांदेवाडीत असलेले घर ठेवण्यात आले होते. शिवाय काही रोकड व दागदागिने त्यांच्याच मालकीचे होते. दत्तोपंत भोसले यांना एक हजार रुपये देण्यात आले होते. ललिकलादर्शची मालकी आपल्याकडे यावी,

याचे खुद्द पेंढारकर आणि चाफेकर यांनाही आश्चर्य वाटले; मग इतरांना वाटल्यास नवल नाही!

केशवराव भोसले हयात असतानाच 'सत्तेचे गुलाम' नाटक 'ललितकलादर्श' मंडळीसाठी लिहावयाचे वरेरकरांनी ठरविले होते. आणि त्याप्रमाणे ते नाव जाहीर झाले होते. जन्मापूर्वीच नाटकाचे बारसे उरकून घेण्याची त्यांची प्रथा असे. याबाबत एक आठवण सांगण्यासारखी आहे. नाट्यकला प्रवर्तक मंडळीचे मालक भाटेबुवा यांनी वरेरकरांजवळ एकदा एका नव्या नाटकाची मागणी केली. वरेरकरांनी ती मान्य केली. भाटेबुवांनी नव्या खेळाचे नाव कोणते जाहीर करू असे विचारताच वरेरकरांनी चट्‌कन सांगून टाकले की, नव्या खेळाचे नाव 'नवा खेळ!'

'ललितकलादर्श' मंडळीच्या नव्या खेळाचे नाव 'सत्तेचे गुलाम' हे जाहीर झाले होते. पण नाटककाराच्या कल्पनेत संविधानकाच्या सूत्राला आरंभ झाला तो मात्र केशवरावांच्या मृत्युपत्राच्या वेळी किर्लोस्कर थिएटरच्या रंगभूमीवर जो प्रत्यक्ष देखावा दिसून आला तो पाहिल्यापासून! 'सत्तेचे गुलाम' नाटकातील पहिला प्रवेश आजपर्यंत अनेक लोकांनी पाहिला आहे. तो प्रसंग प्रत्यक्ष घडून आलेल्या घटनेवरूनच वरेरकरांनी लिहिला आहे. 'स्वयंवर' नाटकातील 'इकडे पहावयाचे आणि तिकडे सांगावयाचे' या दिनेश्वरी पद्धतीप्रमाणे वरेरकरांनी आपले नाट्यलेखन 'इकडे पाहावयाचे आणि तिकडे लिहावयाचे' असे केले आहे. कल्पनेने काढलेल्या चित्रापेक्षा प्रत्यक्ष वस्तुस्थितीवरून काढलेले चित्र अधिक निर्दोष आणि वास्तव असावयाचेच!

कोणतीही एखादी कलाकृती निर्माण झाली की, त्यावर बरी-वाईट टीका, सत्कार किंवा विडंबने सुरू व्हावयाचीच, हा अनुभव त्या काळी सर्वांना येत असे. 'सत्तेचे गुलाम' हे नाटक जाहीर झाल्यानंतर त्या नावावरच वेड्यावाकड्या कोट्या केल्या जाऊ लागल्या. 'गुलामांची सत्ता', 'पत्त्याचे गुलाम' अशी विडंबने होऊ लागली. त्यांपैकीं 'गुलामांची सत्ता' या विडंबनात मात्र एक खोच होती. केशवरावांच्या मृत्युपत्रान्वये 'ललितकलादर्श' मंडळीची सत्ता पेंढारकर आणि चाफेकरांकडे आली होती, त्या घटनेवर तो टोमणा होता.

केशवरावांच्या पत्नीस सर्व जण 'बाई' या नावाने ओळखत. बाईंच्या पक्षात दत्तोपंत भोसले, मुंबईचे केशवराव बोडस वकील, अप्पा टिपणीस वगैरे मंडळी होती. त्यांनीच 'गुलामांची सत्ता' हे 'सत्तेचे गुलाम' या नावाचे विडंबन केले. आणि 'हे विल खोटे आहे' असाच आपल्या भूमिकेसाठी पाया स्वीकारला. पण तो त्यांचा पाया पुढे लवकरच डळमळला. कंपनी थोड्या किमतीत विश्वस्तांनी विकून सर्वांचे नुकसान केल्याबद्दलचा दावा कोर्टात लढविता येईल आणि या गुलामांची सत्ता धुडकावता येईल, असे गोड आमिष 'बाई' पक्षातील मंडळीच्या पुढे काही जणानी

ठेवले. त्या आमिषास बाई आणि मंडळी नेमकी बळी पडली आणि त्यांनी कोर्टात फिर्याद दाखल केली. त्याशिवाय, सांप्रतची 'ललितकलादर्श' मंडळी ही केशवरावांची नव्हेच, असे जाहीर करून त्यांच्या खऱ्या स्मारकाप्रीत्यर्थ स्वतंत्र 'केशव' कंपनीची स्थापना करण्यात आली. या कंपनीत मुख्य अशी दत्तोपंत भोसले, रामभाऊ गुळवणी वगैरे मंडळी होती. चक्रात सापडल्यानंतर त्याच्या गतीप्रमाणे योग्य ते फेरे, परिणाम भोगणे प्राप्तच असते. कोर्ट आणि दिरंगाई, वकील आणि त्यांची करामत यांचे चक्र फिरू लागले. कोर्टाचा खर्च, वकिलांचा खर्च वाढत राहिला. शेवटी कोर्टाने नेमलेल्या तारखेस जास्त किंमत देऊन कंपनीची मालकी खरेदी करणारा कुणी पुढेच न आल्यामुळे कोर्टाने मूळचीच योजना मान्य केली आणि शेठ गोविंददास बनातवाले यांनाच एकमेव विश्वस्त नेमून कंपनीचा सर्व कारभार त्यांच्याकडे सोपविला.

केशवराव वारल्यानंतर कंपनीपैकीं फक्त दत्तोपंत भोसले यांनी कंपनी सोडली होती. मॅनेजर शितूतांनी आपला कारभार गोविंदराव सोळस्करांकडे सोपवून ते सेवानिवृत्त झाले. नवीन नाटक 'शहाशिवाजी' हातात असल्यामुळे पेंढारकरांनी व चाफेकरांनी धडाडीने मुंबईचा मुक्काम नोव्हेंबरमध्ये घेतला आणि आपले खेळ चालू केले. केशवरावांची सर्व कामे पेंढारकर करू लागले. आणि नवीन नाटक मुंबईच्याच मुक्कामात बाहेर येईपर्यंतचे त्यांचे पाच-सहा महिने चांगले गेले.

'शहाशिवाजी' नाटकाच्या वेळेस पेंढारकरांशी माझा परिचय झाला आणि माझ्या कामाचा ठसा त्यांच्या मनावर उमटला. त्यामुळेच 'सत्तेचे गुलाम' या नाटकाचे देखावे माझ्याकडूनच करवून घेण्याचे त्यांनी ठरविले. आणि त्याप्रमाणे त्यांचे मुंबईहून २ मार्च १९२२ रोजी पत्र आले. मनासारखे, अत्यंत आवडीचे काम, स्वतंत्र वातावरण, 'ललितकले'चा सहवास, या सर्व गोष्टींची मनावर मोहिनी पडल्यामुळे हैदराबादेतील पारतंत्र्याची बेडी मला आधीच नकोशी झाली होती. तेव्हा चालत आलेल्या संधीचा फायदा घेण्याचे मी ठरविले. सरकारी नोकरी सोडून खासगी नोकरीच्या पाठीमागे मी लागू नये असे काही हितचिंतकांचे म्हणणे होते. शिवाय 'नाटक मंडळीत जाणे' हीही एक 'अनैतिक' बाब काहीच्या कडून पुढे करण्यात येत होती. अनुकूल आणि प्रतिकूल मतांच्या झगड्यात माझे मन दोलायमान होत होते. इतक्यात पेंढारकरांचे दुसरे पत्र मला तारीख ९ रोजी मिळाले. तेव्हा मात्र मनाचा पक्का निश्चय करून, मी पुन्हा मुंबईस खेतवाडीतील 'ललितकलादर्श' मंडळीच्या नूतन राजवटीच्या बिऱ्हाडी, नव्या मालकांच्या अमदानीत तारीख २० मार्च १९२२ रोजी सकाळी येऊन दाखल झाली.

देखाव्यांच्या स्केचेसचे काम नाटकाचे पहिले दोन अंक वाचून चालू केले. बन्याबापू कमतनूरकर त्या वेळी कंपनीत होते. त्यांची ओळख झाली. त्यापूर्वी

'सरस्वतीकुमार' या नावाने प्रसिद्ध झालेल्या त्यांच्या कविता माझ्या वाचनात आल्या होत्या. 'दोन तारे रोज मजला रोखूनिया पाहती!' ही त्यांची कविता मनोरंजन या मासिकात प्रसिद्ध झाली होती, तिची आठवण मला झाली. विष्णू गोविंद गुर्जर, ज्योतिषी, हे अप्पा टिपणीसांच्या बरोबर कंपनीत आले होते, त्यांचाही परिचय झाला. याप्रमाणे 'ललितकले'त येणारे अनेक कवी, नाटककार, संपादक वगैरेंच्या ओळखी होऊ लागल्या. कंपनीच्या हितचिंतकांत डॉ. नरहर वामन ढवळे, एस. के. तलगेरी इंजिनिअर, कौशिक वगैरे मंडळी तेव्हा होती. शिवाय इतर प्रतिष्ठित मंडळीत वृत्तपत्र व्यवसायातील अनंत हरी गद्रे, पुरुषोत्तम रामचंद्र लेले वगैरे मंडळी होती.

पेंढारकर– चाफेकर यांच्या राजवटीतील कामास मी ७ एप्रिल १९२२ पासून सुरुवात केली.

आमचे मित्र आनंदराव श्रीखंडे यांच्या बरोबर मला या सुमाराला केहीमला जाण्याचा योग आला होता. माझ्या आयुष्यातील तो पहिला जलप्रवास. डॉ. काशीबाई नवरंगे यांच्या 'आनंदकुटीर' नामक बंगल्यात आम्ही दोन दिवस मुक्काम केला. तेथील मुक्कामात मी दोन लॅन्डस्केप्स केली, त्यांचाच उपयोग मी 'सत्तेचे गुलाम' नाटकातील चेंबूरच्या देखाव्यात केला.

'सत्तेचे गुलाम' नाटकात प्रिन्सेस स्ट्रीटवर घडलेल्या प्रसंगाचे चित्रही वरेरकरांनी रेखाटले होते. त्यासाठी आम्ही प्रिन्सेस स्ट्रीटवर जाऊन फोटो घेतले. आणि त्यावरून एक रस्त्याचा पडदा मी रंगविला. सकाळी जेवून सर्वांच्या अगोदर तास-दीड तास मी बॉम्बे थिएटरमध्ये जात असे. आणि तेथे पाच-साडेपाचपर्यंत काम करून कंपनीच्या बिऱ्हाडी येत असे. नंतर पेंढारकर, वरेरकर वगैरेंबरोबर चौपाटीवर फिरावयास जावयाचे, हाही एक नित्याचा परिपाठ होऊन बसला.

नाटकाच्या दिवशी रात्री शनिवार-बुधवार जाग्रणेही नाटक कंपन्यांतील यच्चयावत मंडळीच्या पाचवीला पुजलेली; पण इतर दिवशीसुद्धा, जणू काय जाग्रणाची सवय मोडेल या भीतीनेच, जाग्रणाचा नियम शेकडा पाऊणशे मंडळी पाळीत असलेली तेव्हा दिसावयाची. पेंढारकर तर हटकून जागत. कंपनीचे नाटक नसेल त्या दिवशी इतर कंपन्यांची नाटके, नाहीतर सिनेमा आणि तीही नसेल तर निदान तमाशा तरी पाहावयाचेच. बॉम्बे थिएटर, एलफिन्स्टन थिएटर यातून तेव्हा नेहमी तमाशांचे कार्यक्रम असावयाचे. हे सर्व उरकल्यानंतर सुद्धा वरेरकर, कमतनूरकर, पेंढारकर आणि इतर पाहुणे मंडळीची गप्पाष्टकांची बैठक एकदा का रंगली की मग रात्र किती झाली इकडे कुणाचे लक्ष नसावयाचेच.

सुरुवातीस रात्रीच्या बैठकीत किंवा नाटके- 'ललितकले'ची किंवा इतर कंपन्यांची बघण्यात मलाही जाग्रणे होत. पण दुसरे दिवशी वेळेवर कामावर हजर राहणे

आवश्यक असल्यामुळे मी रात्री अकरापुढे जागावयाचे नाहीच, असे ठरविले. तरीदेखील नाटक संपवून मंडळी परत बिऱ्हाडी आली म्हणजे त्यांची जेवणे आटोपून निजानीज होईपर्यंत माझी झोपमोड होऊन जाग्रणाचा त्रास व्हायचाच. मला कंपनीतर्फे स्वतंत्र जागा दिली होती. तराही त्रास व्हायचा तो चुकत नसे. कित्येक वेळा शेजारी चाललेल्या नटांच्या गप्पागोष्टींना कधी समजावून तर कधी रागेभरून आळा घालणे भाग पडे. आणि इतकेही करून झोप नाहीच आली, तर गप्पाष्टकवाल्या मंडळीत जाऊन सामील व्हावयाचे!

आज कुणाचे काम चांगले झाले, कुणाला कोणत्या पदाला वन्स मोअर पडले, गंधर्व मंडळीचा कोणता खेळ होता, त्यांच्याकडील कोणते नट आपल्या खेळाला आले होते, वगैरे विषयांवर चर्चा होई. एलफिस्टन थिएटर गंधर्वांचे आणि बॉम्बे थिएटर ललितकलेचे ठरलेले असावयाचे. त्याशिवाय आडवारी खेळ करणाऱ्या कंपन्याही होत्या.

सवाई गंधर्व रामभाऊ कुंदगोळकरांची कंपनी त्या वेळी असे आडवारी खेळ करीत असे. 'सुमसंग्राम', 'आत्मतेज', 'क्रांतिकौशल्य' वगैरे नाटके ही कंपनी करी. रामभाऊ कुंदगोळकर हे नावाजलेले संगीत नट होते. शास्त्रोक्त गायनाचा अभ्यास त्यांनी कसून केला होता. त्यांचा आवाज खणखणीत, तसा त्यांच्या गायनपद्धतीतही गोडवा असे. त्यांचा आवाज लागण्यास थोडासा अवधी मात्र लागत असे; पण एकदा आवाज लागला की नाटकांतील पदे असोत किंवा बैठकीचे गाणे असो, ते आपली छाप श्रोत्यांवर चांगली पाडीत. 'सौभद्र' नाटकात सुभद्रेची पदे ते चांगली गात. एक प्रकारचा लाडिकपणा त्यांच्या गायनात होता. स्त्रीपार्ट सोडल्यानंतर ते पुरुषपार्ट करू लागले. आणि मग सर्व नाटकांतील नायकाचीच कामे ते करू लागले. त्यातही त्यांनी आपले वैशिष्ट्य दाखविले. मुंबईच्या त्या वेळच्या मुक्कामात एकदा तर तारीख ३० जून १९२२ रोजी दिवसा एलफिन्स्टन थिएटरमध्ये 'क्रांतिकौशल्य' खेळ करून रात्री बॉम्बे थिएटरमध्ये 'सौभद्र' नाटकाचा प्रयोग त्यांनी केला.

कै. केशवरावांच्या सहवासात काही वर्षं घालविल्यामुळे पेंढारकरांना त्यांच्या भूमिका सही सही करण्यात बरेच यश आले होते. आटोपशीर भाषेत लिहावयाचे म्हणजे 'बापातील' गुलाब आणि 'संसारा'तील डेव्हिड ही त्यांची कामे केशवरावांसारखीच सरस होत. चार-पांच वर्षे केशवरावांचे गायन ऐकून आणि त्यांच्या गायनात वारंवार साथ करून त्यांच्या गायनातील लकबी आणि खुब्या पेंढारकरांनी आत्मसात केल्या होत्या. दोघांच्या आवाजाचा धर्म निराळा होता. पण केशवरावांच्या गाण्यातील चार-आठ आणेच गुण पेंढारकरांनी उचलला होता, तेवढ्याचा प्रेक्षकांवर चांगलाच परिणाम होत होता. म्हणूनच केशवरावांच्या पश्चातही 'ललितकलादर्श' मंडळीचे

कोडकौतुक मुंबईतील नाट्यप्रेमी लोक मोठ्या उत्साहाने करीत राहिले. चाफेकरांनी मुख्य स्त्रीपार्टाच्या भूमिका मेहनत घेऊन बसविल्यामुळे त्यांच्याही कामाची छाप मुंबईच्या जनतेवर पडली होती.

गोपाळ गोविंद फाटक हेही सुशिक्षित, आपल्या गद्य कामाची छाप प्रेक्षकांवर पाडू लागलेले उदयोन्मुख तरुण नट या वेळी ललितकलेस येऊन मिळाले होते. दत्तोपंत भोसले यांची उणीव फाटकांनी ताबडतोब भरून काढली. त्यांनी 'राक्षसी महत्त्वाकांक्षा' नाटकातील विक्रांत आणि 'संन्याशाचा संसार' नाटकांतील 'श्री'ची भूमिका अधिक सरस करून आपणातील नाट्याभिनयाची छाप प्रेक्षकांवर पाडली. १९१७ साली मॅट्रिक झाल्यानंतर ते मिलिटरी डिपार्टमेन्टमध्ये नोकरीस होते. पण पहिल्यापासून नाट्यकलेकडे ओढा, त्यामुळे त्यांनी आपला प्रवेश गणेश मंडळीत प्रथम करून घेतला. कै. भागवत यांच्या स्मरणार्थ गणेश मंडळी शिवरामपंत परांजपे (नट) आणि वामनराव पोतनीस यांनी स्थापन केली होती. या कंपनीच्या 'मत्सगंधा' नाटकात शंतनू आणि 'रक्षाबंधन' नाटकात गिरिधर या भूमिका फाटकांनी विशेष उठावाने करून दाखविल्यामुळे त्यांच्यातील नाट्यगुण प्रेक्षकांच्या नजरेत भरले. रुबाबदार शरीरयष्टी, रेखीव नाक-डोळे, आवाजाचा भरदारपणा या निसर्गदत्त देणग्या त्यांच्या नाट्यगुणांना पोषकच होत्या. महाराष्ट्र नाटक मंडळीत जाण्याचाही योग त्यांना आला होता. पण मोठ्या वृक्षाखाली लहान रोपटे म्हणून 'ललितकलादर्श' मंडळीत प्रेवश करून घेतला. पेंढारकरांना ते ओळखत होते. पण चाफेकरांचा आणि त्यांचा विशेष संबंध आल्यामुळे चाफेकरच त्यांना कंपनीत घेऊन आले आणि त्यांचा जम 'ललितकले'त चांगला बसला.

'सत्तेचे गुलाम' या नाटकाची तारीख जाहीर झाली. रात्रंदिवस माझे काम चालू होते. तारीख १३ जून रोजी दुपारी तीन ते रात्री आठपर्यंत सबंध नाटकाची तालीम झाली . तालमीत मुख्य प्रवेश देवपूजेचा, केरोपंताच्या ऑफिसच्या चेंबरचा, हे चांगले रंगले. पण नाटकाच्या संपूर्ण परिणामाचा अंदाज येणे शक्य नव्हते. पण १५ जून १९२२– गुरुवारी– रात्री जो पहिला प्रयोग झाला, तो मात्र प्रेक्षकांच्या मनाची पकड घेण्याइतका रंगला. ज्या गुर्जर ज्योतिषांचा नाटकात उल्लेख केला आहे, त्यांनीच नाटकाच्या पहिल्या खेळाचा मुहूर्त काढून दिला होता. आणि त्या सुमुहूर्तावरच पेंढारकरांच्या कर्तबगारीचा पाया रचला गेला.

पेंढारकरांच्या राजवटीतील 'ललितकले'त वरेरकरांची भूमिका महत्त्वाची होती ही गोष्ट सत्य आहे. 'कुंजबिहारी' हे वरेरकरांचे (रंगभूमीवर आलेले) पहिले नाट्यापत्य गाजले. नाटकाचे संविधानक राधाकृष्णाच्या लोकप्रिय पुराणकालीन कथानकावर आधारलेले असल्यामुळे नाटककाराच्या स्वतंत्र प्रतिभेचे मूल्य अजमावण्यास वाव नव्हता. तरी 'कुंजबिहारी'च्या शितावरून वरेरकरांच्या प्रतिभेच्या भाताची

परीक्षा करता येत होती. पुढे जी नाट्यविषयक बहुमोल कामगिरी वरेरकरांकडून घडली तिचे बीज 'कुंजबिहारी'त सापडते. वरेरकरांचे 'हाच मुलाचा बाप' हे सामाजिक नाटक, हुंड्याच्या प्रश्नावर आधारलेले एक अत्यंत प्रभावी व परिणामकारक समाजचित्र ठरले. स्नेहलता या नावाच्या एका प्रौढ बंगाली कुमारिकेने आपल्या निर्धन बापावरील हुंड्याचे संकट टाळण्यासाठी अंगावर रॉकेल ओतून जाळून घेऊन आत्महत्या केली, ही बातमी भडक स्वरूपात समाजात पसरली होती, ती वाचूनच वरेरकरांच्या स्फूर्तीला स्फुरण चढले आणि 'बाप' या नावाचे हे दुसरे 'मूल' जन्मास आले. गजानन भास्कर वैद्य यांची पतितपरावर्तनाची चळवळ मनावर ठसून वरेरकरांचे तिसरे नाट्यापत्य 'संन्याशाचा संसार' जन्मले.

१९२१-२२ साली खादी, चरखा, बहिष्कार वगैरे महात्मा गांधींच्या चळवळींना जोर चढला होता. आणि त्या स्वदेशी चळवळीचा जोराने पुरस्कार करणारे कथानक 'सत्तेचे गुलाम' नाटकाचे होते. सुटसुटीत आणि परिणामकारक संवाद, अत्यंत स्वाभाविक विनोद आणि सरळ भाषा ही वरेरकरांच्या नाटकांतील गुणवैशिष्ट्ये होती. स्वतंत्र विनोदी पात्रे व प्रवेश लिहून बऱ्याच नाटककारांनी आपल्या नाटकांत विनोद निर्माण केलेला आढळून येई. पण वरेरकरांच्या नाटकांतील, विनोद, चारचौघे एकत्र जमले म्हणजे सहजस्फूर्त असा त्यांच्या भाषणांतून निर्माण होतो, तसा किंवा स्वभाववैचित्र्य, असंबद्धता, द्वयर्थी वाक्ये वगैरे प्रकारांमुळे होतो तसा असे; त्यांत कृत्रिमता नव्हती. भाषेच्या शब्दावडंबराचा मोह त्यांना फारसा कधीच पडला नाही. काव्य, अलंकार आणि संसकृतप्रचुर शब्दरचनेमुळे भाषेच्या सुलभतेत अडथळा येतो तो त्यांच्या नाटकात नसे.

'सत्तेचे गुलाम'ची हस्तलिखित प्रत वाचून मला विशेष काही वाटले नव्हते, पण त्याचा प्रयोग पाहून मात्र आनंद झाला. नाटक वाचून विशेष काही न वाटण्याचे कारण हेच की, गडकऱ्यांची अतिशय तेजस्वी तलवार तेव्हा विद्युल्लतेप्रमाणे रंगभूमीवर तळपत होती. त्यांच्या प्रत्येक नाटकाने एकेका दालनाचा उच्चांक गाठला होता. एकाहून एक सरस अशा वाङ्मयोद्यानांतील नयनमनोहर लताकुंजांची निर्मिती करून वाचक आणि प्रेक्षक यांना त्यांनी मनसोक्त विहार करण्यास लावले होते.

म्हणूनच, वरेरकरांच्या साध्या, सोप्या 'सत्तेचे गुलाम' नाटकाची गडकऱ्यांच्या नाटकांशी तुलना करताना त्या काळच्या रसिक आणि वाङ्मयप्रेमी जनांसही तितके समाधान वाटले नाही. गडकऱ्यांची नाटके नुसत्या वाचनातसुद्धा मनाची इतकी पकड घेत की त्यांचे वाचन संपेपर्यंत तीं हातावेगळी करताना एकप्रकारची रुखरुख लागे. आणि वाचन संपताच किती तरी दिवस त्यांचा मनावर परिणाम राही. हा नुसता वाचनाचा प्रभाव! मग प्रत्यक्ष नाटक आणि त्यातून कसलेल्या नटांकडून

होणाऱ्या प्रयोगांचा परिणाम किती प्रभावी आणि किती टिकाऊ होत होता, त्याचा अनुभव आजवर अनेक प्रेक्षकांनी घेतला आहे.

वाचनात विशेष आकर्षक नसताही प्रत्यक्ष रंगभूमीवर 'सत्तेचे गुलाम' या नाटकाचा यशस्वी प्रयोग होऊन ते बेफाम रंगले तेव्हा त्यासंबंधी विचार सुरू झाले. तेव्हा मात्र नाटकांतील समाजचित्राचे रेखाटन यथातथ्य आणि विशेष परिणामकारक असल्याचे दिसू लागले.

'सत्तेचे गुलाम' या नाटकातील प्रत्येक भूमिका आपापल्या परीने उठावदार होत असे; तसे देखाव्यांतही प्रेक्षकांना नावीन्य आढळले आणि आवडले. आणि प्रत्येक प्रसंगांचे वातावरण यथायोग्य देखाव्यांनी निर्माण केले होते. सुरुवातीचा मृत्युपत्र वाचनाचा दिवाणखाना चांगल्या फर्निचरने सुशोभित, खिडक्या, दरवाजांना साजेसे पडदे लावून शृंगारलेला आणि विस्तृत, आजपर्यंत महाराष्ट्र रंगभूमीवर कधीच न दिसलेला. याची लांबी, रुंदी आणि उंचीबरोबर जाडीही दाखविण्यात आली होती. त्याचप्रमाणे देवघर आणि केरोपंत वकिलांचे ऑफिस या दोन देखाव्यांनी प्रेक्षकांच्या पुढे अगदी सत्यसृष्टीतील चित्र उभे केले होते. चेबूरच्या शेतावरील वैकुंठाच्या झोपडीने तर त्या देखाव्यावरील पडदा वर जाताच प्रेक्षकांना 'अहाहा' करावयास लावले. नारळांच्या झावळ्यांची ती झोपडी गर्द झाडीत शोभून दिसत होती. पाठीमागे दूरवर दिसणारी शेती, सायंकाळच्या वेळचे ते रंगीबेरंगी आकाश आणि डोगरांची रांग, यामुळे देखाव्यास भरपूर खोली मिळाली होती. शेताच्या रक्षणासाठी धिप्पाड कुत्रा बांधलेला आणि पाटाचे पाणी झाडांना सोडलेले पाहताच अनेक प्रेक्षकांचे समाधान झाल्याचे त्यांच्या 'अहाहा' या उद्‌गारांनी दिसून आले. त्याहून विशेष म्हणजे 'सत्तेचे गुलाम' या नाटकाच्या तिसऱ्याच प्रयोगाला 'प्रिन्सेस स्ट्रीट'चा रंगविलेला पडदा वरून खाली येताच लोकांच्या अगदी माहितीचे दृश्य त्यांना दिसले. 'अशोक स्टोअर्स'ची डोळ्यांत भरणारी पाटी त्यात होती. प्रिन्सेस स्ट्रीटवरील सर्व इमारती होत्या. हे दृश्य दिसताच त्यांनी हर्षभराने टाळ्यांचा गजर केला.

या पार्श्वभूमीवर अभिनयकुशल नटवर्गाने आपल्या कलेचीही करामत उत्कृष्टपणे प्रेक्षकांना दाखविली. वैकुंठाची व्यवहारदक्ष पण ध्येयनिष्ठ, तडफदार आणि कर्तव्यकठोर भूमिका पेंढारकरांनी फारच चांगली रंगविली. हेरंबरावांचा धाकटा भाऊ कान्होबा आपल्या पहिल्या प्रवेशाबरोबर आपल्या विविक्षित हावभावांनीच स्वमत नसलेला आणि दादांच्या सत्तेचा गुलाम असल्याचे प्रेक्षकांना पटवून देतो. आणि पुढे मग तो सबंध नाटकभर प्रेक्षकांना हसविण्याच्या कामगिरीबरोबरच आपल्या विशिष्ट छापाच्या व्यक्तिचित्राचे प्रदर्शन करीत कथेचा गाडा पुढे ढकलण्यास मदत करीत असतो. कान्होबाचे अशा विशिष्ट छापाचे काम यशवंत विठ्ठल पिंगळे यांनी बहारीचे केले.

'सत्तेचे गुलाम' नाटकात हास्यरसाचा परिपोष मार्तंडराव मंगलमूर्ती या पात्राकरवी

नाटकाराने केला आहे. परिस्थितीचा 'सत्तेचा गुलाम' असलेली ही मंगलमूर्ती मंगळाच्या तडाख्यात सापडलेली, पत्नीविरहाच्या सांथीत हैराण झालेली, स्वमताला चिकटून असलेली आणि वकील होऊनसुद्धा अशीतशीच असलेली, पण नाटकाच्या कथानकात उपयोगी पडणारी आणि आपल्या गंभीर कृतीने प्रेक्षकांना हसवून सोडणारी, गोपाळराव गुत्तीकरांनी यथातथ्य रंगविली. कान्होबा आणि क्षमा यांच्या संवादांतून उत्पन्न होणारा विनोद आणि मार्तंडरावांच्या थिल्लर कृतींतून आणि त्याच्या प्रामाणिक मताप्रमाणे गंभीर भाषणातून निर्माण होणारा विनोद एकसारखा नाटक संपेपर्यंत चढतच जातो.

कावेबाज, धूर्त आणि संभावित खलपुरुष केरोपंत वकील याची भूमिका नानासाहेब फाटक यांनीं आपल्या रुबाबाने, परिणामकारक अभिनयाने व आवाजाच्या भरदार चढ-उताराने जिवंत वठविली. वकिलाच्या सत्तेचा गुलाम होऊन कोर्टाची पायरी चढून आपले सर्वस्व गमावणारा हेरंबराव, बळवंतराव जोशी यांनीं अगदी यथातथ्य रंगवला. बळवंतराव हेही केशवरावांच्या वेळेपासून 'ललितकले'त होते. आपली भूमिका ते फार विचार करून बसवीत. त्यांच्या व्यवस्थित पण थोड्याशा अतिरंजित अभिनयाच्या पद्धतीने त्यांनी हेरंबराव नटविला होता. आपला नवा देशभक्त असावा या कल्पनेच्या नादी लागून खऱ्या देशभक्ताची पारख होईपर्यंत नटवेपणास भुलणाऱ्या भाबड्या नलिनीची भूमिका चाफेकरांनी चांगली वठविली. त्याचप्रमाणे रघुनाथ शितूतने रेवेचे आणि रघुनाथ इनामदाराने रमा वहिनीचे लहानसेच काम ठसकेदार केले. या ठिकाणी त्र्यंबक सीताराम ऊर्फ अण्णासाहेब कारखानीस यांच्या म्हणण्याची आठवण होते. ते म्हणत की, 'नाटककार हा शून्यवत् असतो. त्याच्या पाठीमागे नटांनी आपले नाट्यनैपुण्य मांडून, आकडे भरून नाटककाराची योग्यता वाढवावयाची असते. आणि त्यांच्या गुणांनीच नाटकाची योग्यता ठरते.'

नाट्य आणि अभिनयाच्या उतकृष्टपणाबरोबरच रामकृष्णबुवा वझे यांनी दिलेल्या चालींमुळे सत्तेच्या गुलामातील संगीत विभागही उत्कृष्ट झाला होता.

वैकुंठाची सर्वच पदे रंगतदार होती. 'बोधाया न काय मन लागे', 'वार्ता मौनदा', 'विहार शुल्कजना' आणि शेवटी तीन तीन वन्स मोअर्स घेणारें 'सदा कलहाविना' ही पदे अत्यंत लोकप्रिय झाली. नलिनीची पदे, 'दचकत लचकत', 'जो नटला', 'हसले बावरले' वगैरे चांगली रंगत. पेंढारकर आणि चाफेकर यांनी अत्यंत मेहनत घेऊन ही पदे बसविली होती.

सारांश, 'सत्तेचे गुलाम' नवीन नाट्यतंत्र, अभिनय, संगीत, नावीन्यपूर्ण देखावे वगैरे गोष्टींनी सजलेले असल्यामुळे नाट्यरसिकांना ते आवडले. पडद्याबाहेरच्या सर्वच गोष्टींचे कौतुक केले गेले. राहता राहिली एक, गोष्ट ती पडद्यामागची आहे. पण ऐतिहासिक सत्य म्हणून नमूद करणे भाग आहे.

वरेरकरांचा संबंध एखाद्या बाईंशी– खोडसाळपणासाठी म्हणून सुद्धा– कुणाला दाखविणे शक्य नाही. पण योगायोग अस आला की, त्यांचा संबंध एक बाईंशी आला. त्या बाईचे नाव रेवा!

रेवा तरुण होती आणि कदाचित सुंदरही असेल. पण ती विधवा होती, नर्स होती. 'सत्तेचे गुलाम' ज्यांनीं पाहिले आहे आणि वाचले आहे, त्यांना रेवेची ओळख आहे. नाटकातील रेवा वैकुंठवासी झालेल्या सदानंदाची धर्मपत्नी आणि चेबूरच्या शेतावरील झोपडीत वास्तव्य करून राहणाऱ्या वैकुंठाची भावजय होती. पण ही रेवा– वरेरकरांशी संबंध आला ती रेवा– मात्र नाटकी नव्हती, कविकल्पनेने रंगविलेली नव्हती– खरी आणि वेगळी होती. नाटकातील रेवेचे जनकत्व वरेरकरांकडे जात होते. पण या रेवेचे वरेरकर कुणीच नव्हते! पण संबंध?

एका मार्तंडरावांसारख्या रिकाम्या वकिलाने प्रिन्सेस स्ट्रीटवर राहणाऱ्या त्या रेवेकडे जाऊन तिचे कान फुंकले, 'सत्तेचे गुलाम नाटकात तुझे पात्र रंगविले आहे, इतकेच नव्हे तर तू राहतेस त्या चाळीचे चित्रही नाटकाच्या पडद्यावर रंगविले आहे.' ती बाई घाबरली. प्रत्यक्ष तिने नाटक पाहिले नव्हते. पण तिला असे वाटले असावे की, नाटककार वरेरकराने खरोखरीच तिचे पात्र रंगविले असेल तर त्यांत खात्रीने काही बदनामी असणार! तेव्हा तिने ताबडतोब 'ललितकलादर्श' मंडळीच्या मालकांवर, त्या रिकाम्या वकिलामार्फत, 'सत्तेचे गुलाम' या नाटकात वरेरकरांनीं 'रेवा नर्स'चे पात्र रंगवून आपली बदनामी केली असून त्या बाबतीत कोर्टात कायदेशीर इलाज का केला जाऊ नये, अशा अर्थाची नोटीस बजावली. रेवा, रेवा! वारे वा!!

'ललितकले'च्या मालकांनी, वकिलास उत्तरी असे कळविले कीं, 'सत्तेचे गुलाम' वा नाटकातील रेवा नर्स वरेरकरांनी फार सच्छील आणि चांगल्या चालीची बाई रंगविली आहे अणि हीच गोष्ट तुमच्या अशीलास बदनामीची वाटत असेल आणि तुम्हालाही तसेच वाटत असेल, तर तुम्ही खुशाल तुमच्या अशिलाला कोर्टाची पायर चढण्याचा सल्ला द्या!

या उत्तराने किंवा प्रत्यक्ष नाटक पाहिल्यामुळे असेल, वकिलाच्या तंत्राने चालण्याचे रेवेने नाकारले. आणि वरेरकरांकडे तिने आदराने पाहण्यास सुरुवात केली. वरेरकरही 'आंतरःकोपि हेतुः' याअन्वये 'सत्तेचे गुलाम' हे नाटक पाहावयास येणाऱ्या प्रेक्षकांत 'रेवा नर्स' कुठे दिसते की काय हे 'ऑथर्स होल' (दर्शनी विंगेस नाटककाराने स्वतःच्या सोयीसाठी पाडून ठेवलेले भोक.) मधून सतत पाहत बसलेले असत. पण जन्मात जिचे मुखावलोकनच केले नाही त्या रेवेची ओळख तरी त्यांना कुठून पटणार?

सर्वच नाटक वास्तववादी. कथानकाची सुरुवात कै. केशवराव भोसल्यांच्या विलपासून झालेली. आणि अशा कितीतरी गोष्टींची मांडणी प्रत्यक्ष अनुभवलेल्या, पाहिलेल्या आणि ऐकलेल्या गोष्टींनी केलेली. त्यांत योगायोगाने रेवेची कथा ही, काकतालीय नात्याने, सत्य असल्याचे जाहीर झालेले. त्यामुळे सामाजिक नाटक लिहावे तर तेवरेरकरांनीच अशी ख्याती पसरली. आणि म्हणूनच 'सत्तेचे गुलाम' या नाटकातील पडद्याआडचे हे गुपितातील गुपित प्रकरण, भार्गव रामायणातील रेवाखंड, 'इतिश्री रेवाखंडे' म्हणून संपवितो.

■

शठमति सजला!

‘सत्तेचे गुलाम’ या नाटकाने ‘ललितकलादर्श’चे आणि विशेषत: पेंढारकरांचे आणि वरेरकरांचे नाव चांगलेच गाजले. सर्वत्र एक सूर. नाटक उत्तम, प्रयोग उत्तम, देखावे उत्तम, संगीत उत्तम– सगळेच उत्तम! पेंढारकरांना कंपनीचे सूत्रधार म्हणून कारकिर्दीच्या प्रारंभालाच हें जे यश मिळालेल्या नेत्यांचा आणि कंपनीचा जम बसविला. कंपनीच्या मालकद्वयाला आणि नाटककाराला त्यांच्या सुयशाबद्दल धन्यवाद दिले गेले. आणि ते देणे योग्यच होते.

‘सत्तेचे गुलाम’ नाटकाच्या पाठोपाठ दुसऱ्या नाटकाची जाहिरात फडकू लागली. या नाटकाचे नाव ‘तुरुंगाच्या दारांत’. या दुसऱ्या नाटकाच्या पाठीशी ‘सत्तेचे गुलाम’चे प्रचंड यश उभे होते. पैसा सपाटून मिळत होता. आणि म्हणून या दुसऱ्या नाटकाने नाट्यसृष्टीत विशेष क्रांती करून दाखविण्याचा चंग मालकद्वयाने आणि नाटककाराने बांधला होता. ‘सत्तेचे गुलाम’ या नाटकाच्या शेवटी, केरोपंताच्या शब्दाशब्दागणीक केस करून ‘तुरुंगाच्या दारांत डांबून टाकीन’ या धमकावणीत ठळक अक्षरात ‘तुरुंगाच्या दारांत’ ही अक्षरे छापून या नाटकाच्या नावास प्रसिद्धी देण्यात आली होती. ‘सत्तेचे गुलाम’ आणि ‘तुरुंगाच्या दारांत’ या दोन नाटकांच्या दरम्यानचा काळ नव्या उमेदीचा होता.

१९२१ साली ‘शहाशिवाजी’ नाटकाच्या वेळेस वझेबुवा कंपनीत आले त्याच वेळी पेंढारकरांनी त्यांचा गंडा बांधून त्यांचे शिष्यत्व पत्करले होते. त्यानंतर चाफेकरांनीही त्यांचा गंडा बांधून शास्त्रोक्त गायनाचा अभ्यास सुरू केला. बुवांच्या ऋणातून मुक्त होण्याचे आणि त्यांच्याविषयीचा आदर व्यक्त करण्याचे प्रसंग परिस्थितीनुरूप त्यांचा शिष्यवर्ग घडवून आणीत असे. ‘सत्तेचे गुलाम’नंतर ते कंपनीतून परत जाण्यापूर्वी त्यांच्या जलशाचा एक कार्यक्रम घडवून आणण्यात आला. जलशाचे सर्व उत्पन्न बुवांना देण्यात आले. जलशाप्रीत्यर्थ येणारा थिएटर भाडे, जाहिराती वगैरेंचा खर्च कंपनीने केला. मुंबईतील यच्चयावत गायनप्रेमींनीं आणि गायकांनी त्या दिवशी थिएटर भरून काढले होते. सुप्रसिद्ध गायिका केसरबाई केरकर मी प्रथम त्याच दिवशी पाहिल्या. बुवांचा जलसा म्हणजे रंगदेवतेचा एक विलासच होता. त्यांचा पहाडी आवाज, स्वरांचा

भरदारपणा, तानांची कमावलेली कसरत वगैरेंनी श्रोतृसमाज भारावून गेला. आपल्या ठेवणीतील निवडक चीजांनी त्यांनी त्या दिवशी रसिक श्रोतृवृंदास डोलावयास लावले.

'सत्तेचे गुलाम' या नाटकाच्या यशात माझाही भाग होताच. नवी नवी नाटके बसविण्याचे कंपनीने ठरविले असल्यामुळे नवीन देखाव्यांची आवश्यकता होतीच. तेव्हा मला कंपनीतील एक कायमचा घटक म्हणून ठेवून घेण्याची योजना मालकद्वयाने या सुमारास केली. परंतु एकदम सरकारी नोकरीचा राजीनामा देण्यापेक्षा मिळेल तेवढी रजा घेऊन कंपनीची कामे करावीत असेच मी ठरविले. म्हणून दहा-बारा दिवसांकरिता २६ जुलै १९२२ रोजी मी हैदराबादेस गेलो. तेथील कामे आटोपून ७ ऑगस्ट रोजी मी परत मुंबईस आलो. येताना मी माझे फोटोग्राफीचे सामानही आणले.

अडचणी आल्या म्हणजे नवीन मार्ग सुचत असतो. या वेळी ग्रॅन्टरोडवरील सर्वच थिएटरे मराठी आणि गुजराती कंपन्यांनी अडकवली होती. बलवंत संगीत मंडळीची नाटके मुंबईस सुरू होती. गडकऱ्यांचे 'राजसंन्यास' हें अपूर्ण नाटक मंडळीने बसविले होते; त्याचे प्रयोग बॉम्बे थिएटरमध्ये सकाळी साडेआठ ते साडेअकरा असे करण्याचा नवीन प्रघात मंडळीने पाडला. वास्तविक सकाळच्या वेळी नाटके कोण पाहतो? पण हा प्रश्न बलवंत मंडळीचे 'राजसंन्यास' बॉम्बे थिएटरमध्ये पाहावयास येणाऱ्या हजारो प्रेक्षकांनीं गर्दी करून सोडविला. १९२२ साली सुरू केलेली 'मॉर्निंग शो'ची ही प्रथा आता सर्रास चालू आहे.

किर्लोस्कर मंडळीतून प्रथम नारायणराव राजहंस, गणपतराव बोडस आणि गोविंदराव टेंबे हें त्रिकूट बाहेर पडून त्यांनी 'गंधर्व' मंडळी स्थापन केली. त्याचप्रमाणे दुसऱ्या खेपेस दीनानाथ मंगेशकर, कृष्णराव कोल्हापुरे आणि चिंतामणराव कोल्हटकर या तिघांनी बाहेर पडून 'बलवंत' संगीत मंडळीची स्थापना केली. गंधर्व मंडळीस खाडिलकर, गडकरी यांच्या नाटकांनी हात दिला. आणि बलवंत मंडळीस गडकरी, खरेशास्त्री, वीर वामनराव जोशी यांनीं हात दिला. 'गंधर्व' मंडळीचे 'एकच प्याला' हे नाटक 'हुकमी' म्हणून गाजले त्याचप्रमाणे 'बलवंत'चे 'भावबंधन' हेही 'हुकमी' म्हणून गाजले; दीनानाथ यांची लतिकेची भूमिका बिनतोड होती. दिनकर ढेरे तर आपल्या भूमिकेच्या 'कामण्णा' या नावानेच संबोधिला जाऊ लागला आणि घनश्यामाची भूमिका चिंतामणराव कोल्हटकरांनी आपल्या नाट्याभिनयाने कायमची आपली केली.

'ललितकलादर्श' मंडळी गणपत्युत्सव मोठ्या थाटाने साजरा करीत असे. त्याप्रीत्यर्थ मखराची तयारी मी चालवली होती. शिवाय या खेपेस मी कॅमेरा बरोबर आणल्यामुळे माझी फोटोग्राफीही चालू होती. १९२२ सालचा तो गणपत्युत्सव

पु.श्री.काळे जी.टी.देसाई वसंत शां.देसाई व्यं.ब.पेंढारकर न.ग. कमतनूरकर भा.वि.वरेरकर शं.कृ. देवभक्त

शं. नी.चाफेकर उभे : बाळकृष्णपंत जोशी बापूसाहेब जाधव

मोठ्या थाटाने पार पडला; कारण कंपनीचे पाऊल दिवसेंदिवस प्रगतिपथावरच पडत होते. गणपत्युत्सवात दर वर्षी येणाऱ्या इंदूरच्या शीघ्रकवींचा मुक्काम दहा-बारा दिवस अगोदरच येऊन पडला होता. वझेबुवासुद्धा येऊन दाखल झाले होते. तेव्हा कंपनीत करमणुकीच्या कार्यक्रमास भरती आली असल्यास नवल नाही. बन्याबापू कमतनूरकर, बाबूराव देवभक्त, वसंतराव देसाई, जी. टी. देसाई, बापूसाहेब जाधव वगैरे मंडळी– नव्या जमान्यातील स्नेही मंडळी– गणपत्युत्सवासाठी एकत्र जमली होती. बापूसाहेब जाधव हे कोल्हापूरच्या भास्करराव जाधवांचे ज्येष्ठ चिरंजीव.

गणपत्युत्सवात एके दिवशी वझेबुवांचे गायन झाले. त्याचप्रमाणे सवाई गंधर्व रामभाऊ कुंदगोळकर यांचेही गायन एके दिवशी ठेवण्यात आले. सुरुवातीस त्यांचा आवाज नीट लागला नाही. पण 'तू हे महंमदसा' या चीजेपासून ते रंगात आले. आणि पुढे पुढे तर त्यांनी आपली बैठक खूपच रंगविली. त्या जलशास कंपनीचा मोठा हॉल तर खच्चून भरलाच होता; पण जागेच्या अभावी खालीं कम्पाउंडमध्ये गायनाचे कित्येक शौकीन लोक गर्दी करून उभे होते. तो गुरुवार होता. सप्टेंबरची ७ तारीख होती. त्याच दिवशी हिज मॉस्टर्स व्हॉइसने प्रथमच रेकॉर्ड केलेल्या पेंढारकरांच्या गाण्याच्या प्लेट्स कंपनीत आल्या होत्या. मोगाबाईंचा जलसा संपल्यानंतर त्या लावण्यात आल्या. पहिली प्लेट 'शठमति सजला' या 'सत्तेचे गुलाम' नाटकातील पदाची होती. सर्व कंपनीत मग 'शठमति सजला' हेच गाणे सर्वतोमुखी झाले.

या आनंदोत्सवात दुसऱ्याच दिवशी रात्री कंपनीत एक दुःखदायक घटना घडून आली आणि आनंदोत्सवात विरजण पडले. 'सत्तेचे गुलाम'मध्ये हेरंबरावाची भूमिका करणारे बलवंतराव जोशी आठ दिवसांपासून आजारी होते ते कालवश झाले! दुसऱ्या दिवशीचा खेळ बंद ठेवून कंपनीने त्यांच्या विषयीची आत्मीयता व्यक्त केली.

बलवंतराव जोशी एक हौशी नट होते. कोणतीही भूमिका स्वतः खूप विचार करून ते पार पाडीत. रंगभूषा आणि वेशभूषा या बाबतींत त्यांचे फार बारीक लक्ष असे. 'हाच मुलाचा बाप' नाटकात पार्वतीबाईंची भूमिका ते करीत. तिचे व्यक्तिमत्त्व त्यांनी एका विविक्षित पद्धतीने रंगविले होते. जुन्या पांढरपेशा घराण्यातील मूद, राखडी, केकत, केवडा वगैरे अलंकार डोक्यावर घालून टक्कल पडले आहे, कोपरापर्यंत बाह्यांची चोळी घातली आहे, आणि वृद्धापकाळामुळे कमरेत बाक आला आहे, अशी पार्वतीबाई होऊन ते रंगभूमीवर येत. प्रत्येक भूमिकेत त्यांचे वैशिष्ट्य असे. 'संसारा'तील सुब्रह्मण्यम्, 'राक्षसी'तील मदालसा, आणि 'गुलामा'तील हेरंबराव या त्यांच्या तिन्ही भूमिका यशस्वी ठरल्या. त्यांचे ओव्हर ॲक्टिंगही

पुष्कळ वेळा प्रेक्षकांना आवडायचे. त्यांची कामे त्यांच्या पश्चात श्रीधरपंत देशमुख करू लागले. परंतु बलवंतरावांची उणीव कंपनीस बरेच दिवस जाणवत राहिली.

तिथीप्रमाणे केशवरावांची पुण्यतिथी तारीख २३ सप्टेंबर १९२२ रोजी येत होती. कंपनीने अच्युत बळवंत कोल्हटकर यांच्या अध्यक्षतेखालीं ती मोठ्या प्रमाणात साजरी केली. कोल्हटकर, श्रीपाद केशव नाईक, दामोदर सावळाराम यंदे वगैरेंची भाषणे झाली. शीघ्रकवींचे काव्यगायन झाले. त्या शीघ्रकवींचे कवित्व वाखाणण्याजोगे असे. त्या त्या वेळचे प्रसंग, भाषणे, विनोद, व्यक्ती वगैरेंचा समावेश त्यांच्या शीघ्रकवित्वात झटपट होत असे. कटाव वृत्त हे त्यांचे एकमेव वृत्त. डावा हात कानावर ठेवून दोन बोटांच्या ठेक्यावर त्यांचे काव्यगायन सुरू झाले म्हणजे सर्वांचे कान आणि डोळे त्यांच्याकडे वेधून राहत. बालगंधर्व वगैरे मंडळीही समारंभास आली होती. अच्युतराव कोल्हटकारांनी प्रसंगोचित असा समारोप केला. आलेल्या सर्व मंडळीचा भोजनविधी आटोपल्यावर पुण्यतिथीचा कार्यक्रम आटोपला.

'तुरुंगाच्या दारांत' घाटत असता, दरम्यान 'ललितकलादर्श' मंडळीने 'विद्याहरण' नाटक तारीख २ डिसेंबर १९२२ रोजी नवीन स्वरूपात रंगभूमीवर आणले. त्याचे वैशिष्ट्य म्हणजे नानासाहेब चाफेकरांची 'कचा'ची भूमिका. त्यांचा हा पहिलाच पुरुष-पार्ट सुंदर तर दिसत होतेच; पण त्यांनी कामही चांगले केले. देवयानीचे काम मास्टर शांताराम या गोड गळ्याच्या संगीत पात्रास दिले होते. त्यानेही आपले काम चांगले केले. पेंढारकरांनी शुक्राचार्यांची भूमिका, पदे ठणठणीत गाऊन आणि एकंदर अभिनिवेश रुबाबदार ठेवून उत्तम वठविली. खाडिलकरांच्या एका चांगल्या नाटकाची भर यामुळे 'ललितकले'च्या वासनात पडली.

शनिवार-रविवार 'सत्तेचे गुलाम' नाटकाचे दणदणीत प्रयोग होत असत. त्याची लोकप्रियता दिवसेंदिवस वाढतच होती. पेंढारकरांची रंगभूमीवरील प्रगती अशा प्रकारे चांगल्याच तऱ्हेने होत असता त्यांच्या सांसारिक जीवनात एक दुर्दैवी घटना घडून आली. त्यांची पत्नी बरेच दिवसांच्या आजारानंतर तारीख १२ डिसेंबर रोजी नाशिक येथे क्षयाने निवर्तली. आजारी असताना मुंबईस वाळकेश्वरी गोविंददास शेठजी यांच्या बंगल्यावर त्यांच्याकडेच तिचे वास्तव्य होते. नंतर तिला नाशिकला ठेवण्यात आले होते. पण विकोपास गेलेल्या दुखण्यामुळे पेंढारकरांच्या आणि डॉक्टर ढवळे यांच्या परिश्रमांना यश आले नाही. भालचंद्र पेंढारकर हे तिचे एकुलते एक अपत्य त्या वेळी एकच वर्षाचे होते.

हा आघात पेंढारकरांना फार जाणवला. परंतु अविरत कष्ट करीत राहिल्याशिवाय कै. केशवराव भोसल्यांनी आपल्या हाती दिलेल्या ठेवीची जोपासना होणार नाही हे ते जाणून होते. मनाचा निग्रह करून ते आपल्या कर्तव्यास पुन्हा एकवार लवकरच लागले.

'सत्तेचे गुलाम' नाटक अनपेक्षितपणे गाजल्यामुळे 'तुरुंगाच्या दारांत' या नाटकाकडे आम्ही तशाच दृष्टीने पाहत होतो. पाच पाच, सहा सहा तासांच्या प्रदीर्घ नाटकांनी फार ताण पडतो, म्हणून सिनेमाची करमणूक जशी दोन तासांची, तशी नाटकाची करमणूक तीन-चार तासांपेक्षा जास्त नसावी, या मताकडे सुशिक्षित समाज झुकत होता. पाश्चात्त्य देशांतील नाटके अशीच त्रुटित असत. या दृष्टीने आम्हास 'तुरुंगाच्या दारांत' हें नाटक वाचतानाच अभिनव वाटले. नाटकाची जाहिरात फार मोठ्या प्रमाणात चालली होती. नॉव्हेल्टी थिएटर तेथे चालत असलेल्या सिनेमासह भाड्याने घेण्याचे ठरले. भाडे पाच हजार रुपये ठरले होते. थिएटरवर पंधराशे रुपये खर्चून, विद्युत्प्रकाशाने झळकणारी एक भली मोठी पाटी लावण्यात आली. जाहिरात-तंत्रविशारद दत्तोपंत फाटक यांच्या जाहिरातबाजीतल्या कौशल्याची आधीच ख्याती झाली होती. त्यांना नाटकाच्या जाहिरातीप्रीत्यर्थ मुद्दाम नेमण्यात आले होते. आणि त्यांनी रेल्वेच्या डब्यांतून नाटकातील दृश्यांचे मोठ्या आकाराचे फोटो लावण्याची योजना सादर केली. जाहिरातबाजीच्या या योजनेने मालकद्वयांची चोहोकडून प्रशंसा होत गेली आणि त्यांच्या धाडसाचे कौतुकही झाले. मुंबईकर नाट्यरसिकांचे डोळे नवीन नाटकाकडे चातकासारखे लागून राहिले.

कंपनीच्या बिऱ्हाडी एक सार्वजनिक जागा आल्यागेल्यांना, पाहुण्यारावळ्यांना बसण्याउठण्यासाठी असे. त्याखेरीज मालकांच्या, मॅनेजरांच्या आणि नाटककारांच्या खोल्या निरनिराळ्या असत. परंतु नाटककार वरेरकर बसत, तिथेच बहुधा कंपनीतील पाहुणेमंडळीचा तळ असावयाचा. वरेरकरांच्या भोवती कुणी नाही, असे दृश्य स्वप्नातसुद्धा कुणाला दिसावयाचे नाही. त्यांच्या व्यक्तिमत्त्वास कुणीही भुलला नाही, असे होतच नसे. 'सत्तेचे गुलाम' या नाटकाच्या प्रचंड यशाचे तेज तेव्हा त्यांच्या मुखावर आणि मुखामागे झळकत होते. आणि बहुजन समाजावरही त्यांच्या लेखनकौशल्याचा खूपच परिणाम झाला होता. त्यामुळे त्यांच्या तोंडून बाहेर पडणारी आत्मस्तुती आणि परनिंदा त्यांच्या भोवती असणाऱ्यांना दिवसा, रात्री आणि अपरात्रीही हौसेने, मतलब साधण्यासाठी किंवा निव्वळ नाइलाजाने ऐकणे भाग पडत होते. इकडे वरेरकरांच्या बैठकीत त्यांचा वाग्विहार चालू असतानाच शेजारच्या खोलीतून 'शठमति सजला, आपुले यश गाया!' या पेंढारकरांच्या ध्वनिमुद्रिकेचा आवाज कंपनीत घुमत राही.

वरेरकरांच्या नाट्यगुणांची पारख कै. केशवराव भोसल्यांनी केली होती. म्हणूनच त्यांची नाटके बसविण्याचा संकल्प प्रथम त्यांनी केला होता. 'शहाशिवाजी' नाटकानंतर त्यांचा मुंबईस मुक्काम होणार होता. त्या मुक्कामात वरेरकरांचे नाटक बसविण्याचा केशवरावांचा विचार होता. आणि म्हणून त्यांनी वरेरकरांना म्हटले होते, "काय मामा, तुमचे-आमचे असे ठरले आहे ना की, तुम्ही माहीमला

राहवयाचे आणि नाटके लिहावयाची आणि आम्ही तीं बसवायची!'' पण तो योग नव्हता. 'मनसा चिंतियेत् कार्यम्, विधिरन्यं विचिंतयेत्!'

पण केशवरावांची इच्छा पेंढारकरांनीं पूर्ण करण्याचे ठरविले होते. 'सत्तेचे गुलाम'नंतर लगेच त्यांनी 'तुरुंगाच्या दारांत' बसविले. नॉव्हेल्टी थिएटर मोठे म्हणून १६ फुटी सामानाच्या ऐवजी १८ फूट उंचीच्या विंगा आणि २६ फूट रुंदीचे फ्लॅट सीन्स मी तयार केले.

नाटकांचे पुस्तक नवीन पद्धतीने काढण्याची कल्पना मी मालकद्वयाला दिली. त्यांनी ती कामगिरी माझ्यावरच सोपविली. तेव्हा मी नॉव्हेल्टी सिनेमागृहाच्या पुढच्या व्हरांड्यात ता. १ व ता. १३ जानेवारी १९२३ रोजी एकंदर एकवीस फोटो नाटकाच्या पुस्तकांत घालण्यासाठी घेतले. एका प्रसिद्ध ब्लॉकमेकरकडून फोटोचे ब्लॉक्स करून घेतले आणि मनोरंजन प्रेसकडून पुस्तकाच्या छपाईचे काम सुरू झाले. फोटोची एन्लार्जमेन्ट्स करून घेऊन ती रेल्वेच्या डब्यांतून लावण्यात आली होती. पुस्तकात एक रंगीत चित्रही घालावयाचे ठरविल्यामुळे तीनरंगी ब्लॉक्स मालवणकरांकडून आम्ही करविले. आणि बरोबर नाटकाच्या दिवशी ते आर्टपेपर व ॲन्टिक पेपरवर छापलेले, वर लाइन ब्लॅकचे एक डिझाइन केलेले पुस्तक प्रसिद्ध करण्यात आले.

'ललितकले'ने हा जो एकंदर उपक्रम मोठ्या जोमाने आरंभिला होता तो इतर नाटककारांना हेवा वाटण्याजोगाच होता. अशा हौशी आणि कलावंत मालकाच्या कंपनीच्या रंगभूमीवर आपले नाटक यावे असे कुणास वाटणार नाही? पण जिनतानची डबी उघडली की, त्यात नेहमी दोन गोळ्या तोडाशीच असावयाच्या त्याप्रमाणे वरेरकरांची दोन नाटके बासनातून रंगमंचावर आली की, पुढील दोन नाटकांच्या जाहिराती त्याबरोबर असावयाच्याच! यामुळे दुसऱ्या कुणाची डाळ इथे शिजणे अशक्य, अशी इतर नाटककारांची समजूत असे.

उत्तम आणि भव्य देखाव्यांच्या मांडणीत, सकाळ, दुपार, संध्याकाळ, चांदणी रात्र अशा प्रकारच्या आगळ्या प्रकाशयोजनेत, नॉव्हेल्टी थिएटरमध्ये 'तुरुंगाच्या दारांत' या तीनतासी नाटकाचा पहिला प्रयोग तारीख १ फेब्रुवारी १९२३ रोजी रात्री झाला. नाटकास बरोबर नऊला सुरुवात झाली आणि ते साडेबाराला संपले. पुस्तकाच्या प्रती पहिल्या दिवशी ३७६ खपल्या. पहिली आवृत्ती तीन हजारांची काढली होती. पहिल्या खेळास चिक्कार गर्दी लोटली होती. आणि उत्पन्न तेवीसशे रुपये झाले! सारांश 'जो जमीन कल थी, आसमान है आज!' अशा स्वर्गीय धुंदीचे वातावरण निर्माण झाल्यासारखे वाटले, पण-

'सत्तेचे गुलाम' हे अतिशय यशस्वी झालेले आणि बॉम्बे थिएटरमध्ये ओळीने सात प्रयोग झालेले नाटक. त्या नाटकानंतर रंगभूमीवर आलेले त्याच लेखकाचे

'तरुंगाच्या दारांत' हे पुढचे नाटक याची जाहिरात आधी चार महिने निरनिराळ्या प्रकारे चालू होती. याच्या नावाचा विद्युत्प्रकाशी भव्य बोर्ड नॉव्हेल्टी थिएटरवर मोठ्या डौलाने प्रकाशत होता. असे हे नाटक तिसऱ्याच खेळाला सपशेल आपटले. या नाटकाच्या सजावटीच्या डामडौलाचा बोलबाला झाला होता, हे नाटक पाहण्याची लोकांत अतिशय उत्कंठा होती, तरीही हे नाटक पडले. प्रयोग पाहून रसिक प्रेक्षकांची अगदी निराशा झाली. 'ललितकलादर्श'च्या नाटकाचा पहिला प्रयोग हौसेने पाहावयास येणारे शेकडो प्रेक्षक, आज आपणास काहीतरी विशेष पाहावयास मिळणार या अपेक्षेने आलेले, त्यांचा प्रयोग पाहून अगदी हिरमोड झाला. भपकेदार, मूल्यवान वस्त्रे, हिऱ्यामोत्याचे दागिने एका निर्जीव पुतळ्यावर घालून त्यांचे प्रदर्शन करण्याचा अव्यापारेषु व्यापार कंपनीने केला, असा सार्वत्रिक समज झाला. आणि तो याग्य नव्हताच असे कोण म्हणेल?

कारण बहुजन समाजाला, त्यातून मुंबईसारख्या शहरी दिवसभर आपल्या उद्योगात कालक्रमणा करावी लागते अशांना निव्वळ करमणुकीचीच आवश्यकता असते, आणि त्यासाठीच ते पैसे, तसेच रात्रीचे चार तास व्यतीत करीत असतात. त्यामुळे स्वाभाविक भरपूर करमणूक असलेले, मन प्रसन्न करणारे, संगीत आणि नृत्ये असलेले नाटकच ते पसंत करणार. त्या नाटकात एखाद्या सामाजिक किंवा राजकीय प्रश्नाचा ऊहापोह असला काय किंवा नसला काय, त्यांना याची पर्वा नसते. अस्पृश्योद्द्धाराची बाब महत्त्वाची खरी; पण ती पटेल आणि रुचेल अशा कलात्मक दृष्टीनेतिची मांडणी करून ती मनोरंजक आणि परिणामकारक करावयास पाहिजे होती. मद्यपान वाईट कीं चांगलेहा विषय गडकऱ्यांना जनतेपुढे मांडावयाचा नव्हता; तर त्या विषयावरील एक परिणामकारक नाटक लिहावयाचेहोते. म्हणून त्यांचेसंविधानक रचण्यांत तयांनीं आपली बुद्धिमत्ता खर्च करून एक परिणामकारी जिवंत कलात्मक चित्र जनतेपुढे ठेवले, म्हणूनच तेलोकप्रिय झाले.

'तुरुंगाच्या दारांत' हे नाटक या दृष्टीने अगदीच फिके पडले आणि आजचे उत्पन्न उद्या नाही, उद्याचे परवा नाही, असे होत होत उत्पन्नाच आकडा अगदी 'फ्रीझिंग पॉइंट'पर्यंत खाली आला. मालकद्वय आणि नाटककार एकदम गार पडले. विद्युत्प्रकाशाने झळकणाऱ्या पार्टीतील 'ल' 'हाऽ एवढा' म्हणून दोन्ही हात पसरून दाखविणे, महिना पाच हजार रुपये खर्चून 'ललिकलादर्श' मंडळीने मोठे थिएटर घेतल्याचा बडेजाव मिरवणे आणि इतर नाटक कंपन्या, त्यांतील नट आणि त्यांचे नाटककार वगैरेवर वेळीअवेळी तुच्छतापूर्वक टीका करणे वगैरे प्रकार एकदम बंद पडले. हे सर्व प्रकार पेंढारकर किंवा चाफेकर करीत असत असे मुळीच नव्हे; किंवा तसे ते करणाऱ्यांना ते प्रोत्साहन देत असेही नव्हे. कंपनीतील जो तो आपल्या

जबाबदारीवर आपल्या स्वत:च्या मनोवृत्तीचे हे हीन प्रदर्शन करी. पण त्याचा परिणाम मात्र 'एक करे और सब भरे!' असा होणे क्रमप्राप्तच झाले.

'तुरुंगाच्या दारांत' या केवळ शब्दद्वयांत जेवढी भीती सामावलेली आहे, त्यापेक्षा कितीतरी पटीने अधिक भीती व दहशत 'तुरुंगाच्या दारांत' या नाटकाने 'ललितकले'च्या मालकद्वयास बसली. ते भांबावून गेले आणि पुढे काही काळ तरी 'शठमति सजला' ही ध्वनिमुद्रिका लावून स्वत:ची करमणूक करून घेण्याच्या मन:स्थितीत कोणी नव्हते.

■

हेलकावे!!

'सत्तेचे गुलाम' या नाटकाने प्रचंड यश मिळवून दिले आणि 'तुरुंगाच्या दारांत' या नाटकाने तितकेच– किंबहुना जास्तच अपयश पदरी आले. आणि हा अनुभव केवळ वर्ष-दीड वर्षाच्या मालकीतच उभय मालकांना मिळाला. 'सत्तेचे गुलाम' या नाटकातील नायिकेच्या विचारसरणीने विचार करताना प्रस्तुत घटनेवर नाट्यप्रसंगाची कशी नकळत छाया दिसून येते, हे पाहणे मनोरंजक होईल. बाबासाहेबांची दौलत आपणास मिळावी, असे विचार नलिनीच्या स्वप्नातसुद्धा कधी आले नाहीत. वैभवासाठी ती कधी हपापलेली नव्हती, दारिद्र्याची दुबळी तळमळ तिला माहीत नव्हती. तेव्हा न मागता मिळालेल्या संपत्तीचा उपयोग घेण्यात केव्हाही दुबळेपणा दाखविण्याचे तिला कारण नव्हते; तेव्हा सत्तेच्या गुलामाने मिळवून दिलेल्या वैभवाचा उपयोग घेण्याचा हक्क नलिनीच्या भूमिकेत समरस झालेल्या चाफेकरांनी उपभोगणे साहजिकच होते.

वैकुंठाची त्यागवृत्ती 'त्यागिला थारा' येथपासूनच दिसून येते. 'विलास मोहकता पावकीं जलांत नसे' असा त्याचा अनुभव होता. आणि 'निवास ह्या वनिंचा सौख्य असे,' असे तो मानीत असे. कोणत्याही आलेल्या प्रसंगाला तोड देण्याची धमक आणि चातुर्य अंगी असलेले त्याचे जीवन सबंध नाटकभर नाटककाराने रंगविले आहे. आणि पेंढारकरांच्या वृत्तीत तीच छाया दिसून येत असे.

महिना पाच हजार रुपये देऊन 'नॉव्हेल्टी' थिएटर चालविणे, कंपनीचा चालू खर्च सांभाळणे आणि पूर्वीच्या कर्जाची फेड करणे इतक्या गोष्टी या दोन मालकांसमोर होत्या. पेंढारकर तसे कणखर वृत्तीचे होते. कसल्याही प्रसंगास धैर्याने तोंड देण्याची धमक त्यांच्यात होती. चाफेकरांचे पाठबळ त्यांना होते. एकंदर परिस्थितीची जाणीव दोघांना ताबडतोब झाली. थोडक्यात आणि चट्कन एखादे नाटक बसविण्याचे त्यांनी ठरविले. एके काळी गाजलेले वरेरकरांचेच 'कुंजबिहारी' त्यांनी बसवावयास घेतले. आणि तारीख १४ एप्रिल १९२३ रोजी ते रंगभूमीवर आणले. तारीख २९ रोजी मुंबई मुक्कामातील शेवटचा 'कुंजविहारी' हा खेळ करून तारीख ३० रोजी मंडळी नाशकास गेली आणि चौदा महिन्यांच्या दीर्घ रजेनंतर मीही हैदराबादेस जाऊन आपल्या कामावर रुजू झालो.

नाशिकचा मुक्काम संपवून 'ललितकलादर्श' मंडळीने दहा-अकरा महिने वऱ्हाडात दौरा केला. आणि कर्जाचा खड्डा भरून काढला. फिरून मुंबईस जाण्यापूर्वी पुन्हा एकवार नाशिकचा मुक्काम घेतला. तेथून पेंढारकर आणि चाफेकर यांचे एक संयुक्त पत्र मला १ एप्रिल १९२४ रोजी आले. त्यात त्यांनी पुण्यास मुक्काम टाकून तेथेच कमतरूरकर यांचे 'श्री' नाटक बसविण्याचा विचार लिहिला होता. त्या नाटकाचे देखावे एक-दोन महिन्यांत आटोपून मला परत जाता येईल, असेही त्यांनी सुचविले होते. 'तुरुंगाच्या दारांत' या नाटकाची झळ सर्वांच्या बरोबर मलाही लागली होतीच. प्रकाशक म्हणून पुस्तकावर पेंढारकर आणि चाफेकर यांचे नाव प्रसिद्ध करण्यात आले होते, तरी ते नावापुरतेच त्याचे धनी होते. आर्थिक नफा-तोट्याचा धनी मी होतो. नवीन पद्धतीने पुष्कळसे फोटो, शिवाय तिरंगी चित्र, आर्टपेपरवरील छपाई वगैरेंमुळे भलताच खर्च झाला होता. त्यांचे मोल आले नाही तेव्हा 'हौसेला मोल नाही' या म्हणीचा प्रत्यय निराळ्या अर्थाने आला! नाटक अयशस्वी झाल्याने, पुस्तकांच्या प्रती सुरुवातीला खपल्या तेवढ्याच. त्यात ब्लॉक्स, कागद, छपाई आणि शिवाय नाटककाराची संभावना असा चौफेर खर्च, मी त्या सर्व बाबी पदरमोड करून भागविल्या होत्या. आता एकंदर परिस्थितीचे चित्र डोळ्यांपुढे उभे असल्यामुळे पेंढारकरांच्या पत्रास काय उत्तर द्यावे हा प्रश्न पडला. वरचे वर रजा घेऊन खासगी कामे केल्याचा गवगवा होणेही इष्ट नव्हते. मात्र एक गोष्ट रजेच्या बाबतीत अनुकूल अशी होती की, माझ्या गैरहजेरीत एका मुसलमान गृहस्थास अधिक पगार मिळून त्याचा फायदा होत असे. तेव्हा माझ्या रजेचा अर्ज गेला की, तो मंजूर व्हावा म्हणून तोच खटपट करी आणि माझी रजा मंजूर होई.

तरी मी पेंढारकरांना लिहिलेच की, 'तुरुंगाच्या दारांत' तोडघशी पडल्यामुळे रक्तबंबाळ झालेल्या माझ्या शरीराच्या जखमा अजून बुजल्या नाहीत. तेव्हा असले रंगीत काम पुन्हा हाती घेताना बुजल्यासारखे वाटत आहे, असे लिहिले. तरी मुंबई-पुण्याचे स्वतंत्र वातावरण, कलामय आणि मनास प्रसन्न करणारे भोवतालचे आकर्षक जीवन आणि पेंढारकरांसारख्या अनेक संकटांना तोड देणाऱ्या खंबीर गड्याची मूर्ती डोळ्यांपुढे उभी राहिल्यामुळे मी 'श्री'साठी येत असल्याचे पेंढारकरांना कळविले. १९२४ मधील मे महिन्याच्या २ तारखेस रात्री ११ वाजता नाशिक येथे 'ललितकले'च्या बिऱ्हाडी जाऊन पोहोचलो. त्या वेळी पेंढारकरांचे गायन चालू होते. मनाची चिंता नाहीशी होऊन आल्हाददायक वातावरणाने मन प्रसन्न झाले.

नाशिकचा एप्रिल-मेचा मोसम म्हणजे अनेक आकर्षक गोष्टींनी भरलेला असावयाचा. मुंबईचे आणि वऱ्हाड-खानदेशचे सधन आणि खुशालचेंडू लोक आणि थंड हवेची आवश्यकता भासणारे सरकारी नोकर, धार्मिक वृत्तीची माणसे

आणि मागे काही पाश नसलेल्या पेन्शनरांची त्या मोसमात गर्दी असावयाची. अर्थात नाटक कंपन्यांनाही तोच मोसम अनुकूल.

संध्याकाळाच्या वेळी घाटावर बसून व्यंकट व्यंकोबाचा चिवडा आणि खास नाशिकची द्राक्षे खावयाची, वसंत व्याख्यानमालेची व्याख्याने ऐकावयाची आणि रात्री नाटक कंपन्यांची नाटके पाहावयाची हाच क्रम बहुतेकांचा असे. हवा खाण्याचे ठिकाण आणि क्षेत्राचेही महत्त्व असल्यामुळे धार्मिक वृत्तीचेही लोक नाशकास गर्दी करून सोडीत. गोदावरी नदीच्या उगमाने सुप्रसिद्ध असलेले त्र्यंबकेश्वर क्षेत्र तीस-बत्तीस मैलांवरच असल्यामुळे नाशिक येथे आलेला भाविक समाज त्र्यंबकेश्वरास जाऊन आल्याखेरीज राहत नसे.

ब्रह्मगिरीच्या शिखरावर श्री शंकराने आपटलेल्या जटांच्या खुणा दाखविल्या जातात. त्या पाहण्याच्या जिज्ञासेने भाविक आणि चिकित्सक लोकांची, डोगर चढून जाणाऱ्यांची संख्या काही कमी नसे. शंकराने गंगेस आपल्या मस्तकावर धारण केल्यामुळे जे पाणी त्याच्या जटेत मुरले होते, त्याच पाण्याचा ओघ शंकराने जेव्हा ब्रह्मगिरीवर जटा आपटल्या तेव्हा खाली आला असावा, आणि त्यासच गोदावरी हे नाव दिले असावे असे अनुमान कुणी केले तरी त्यालाही अमान्यता कोण दर्शविणार? पण येवढे मात्र खरे की एप्रिल-मेच्या मोसमात, नाशिक-त्र्यंबकेश्वर येथील गरम हवेत डोगर चढून वर गेल्यानंतर जे थंड पाण्याचे टांके लागते त्यात स्नान केल्यानंतर सर्व श्रमांचा परिहार होऊन सार्थक झाल्याचे समाधान मनमुराद मिळते!

नाशकाचा मुक्काम कंपनीने तारीख १४ मे १९२४ रोजी हलवून पुण्यास नेला. पेंढारकर, चाफेकर, वरेरकर व मी असे चौघे जण मुंबईस गेलो. तेथे यशवंत मंडळीचा मुक्काम होता. तिचे ‘मृच्छकटिक’ थोडा वेळ पाहून नंतर भोसले मंडळीचे ‘चंद्रग्रहण’ पाहावयास गेलो. यशवंत मंडळीत त्या वेळी गणपतराव देवासकर हे होते. दहा-बारा वर्षांपूर्वी ते ‘ललितकलेत’ होते. मध्यंतरी त्यांनीं रंगभूमीचा संबंध सोडला होता. आणि गायनाचा चांगला अभ्यास करून त्यांनी पुन्हा रंगभूमीवर पदार्पण केले होते. मुंबईच्या वृत्तपत्रांनी त्यांची आगाऊच मनसोक्त स्तुती करून त्यांचा आब खूप वाढविला होता. पण स्तुतीच्या मानाने त्यांच्या कामाचा प्रत्यक्ष प्रभाव दृष्टीस न पडल्यामुळे त्यांचे मुंबईच्या प्रेक्षकांकडून स्वागत होण्याऐवजी हसे मात्र झाले. आणि त्यांनी काही दिवसांनी रंगभूमी सोडली. आम्हाला त्यांचे काम तारीख १८ मे १९२४ रोजी पाहावयास मिळाले. गायनाच्या दृष्टीने त्याच्यात कमतरता नव्हती, पण बाकीचे तंत्र त्यांना अवगत नव्हते.

मी तारीख २४ रोजी पुण्यास गेलो. कंपनीचा मुक्काम कुलवंत वाण्याच्या धर्मशाळेत होता. त्या वेळी कै. केशवरावांचे वडीलबंधू दत्तोपंत कंपनीत राहावयास

आलेले दिसले. त्या दिवशीच्या 'मानापमान' नाटकात त्यांनी आपली गाजलेली लक्ष्मीधराची भूमिका केली. बन्याबापू कतनूरकरांचे 'श्री' नाटक मी वाचून पाहिले. कंपनीने नाटकाचे सामान करण्यासाठी विजयानंद थिएटरमधील जागा मिळविली होती. तीन वर्षांपूर्वी मी रंगविलेला पहिला पडदा प्रवासात खराब झाल्यामुळे तो फिरून रंगवावयास घेऊन मी माझ्या कामास सुरुवात केली. परंतु या मुक्कामात 'ललितकले'च्या घटनेत बदल होण्याची विधियोजना होती.

बापू आणि नाना (पेंढारकरांना बापू-बापूसाहेब आणि चाफेकरांना नाना-नानासाहेब म्हणत असत.) यांच्यामधील मतभेदांच्या राजकारणास १९२२ पासूनच सुरुवात झाली होती. बापू विरागी तर नाना विलासी. एक तत्परतेने कार्योत्सुक, तर दुसरे दिरंगाईखोर, धिमेपणाने वागणारे. पण स्वभावातील विरोध हा काही त्यांच्यातील मतभेदांचा विषय नव्हता. कारणे एक असोत कीं अनेक असोत, पण त्यांचे जमले नाही हे मात्र खरे. मतभेदाचे हें विष कंपनीच्या हितास बाधक होऊ नये म्हणून सन्मान्य तडजोड करण्याकडेच उभयता मालकांची तयारी होती. बापू मुत्सद्दी होते. आणि नाना 'शंकर' या नावाप्रमाणे भोळे होते. कंपनीचा कारभार सुरळीत चालण्यासाठी एकतंत्री कारभार असणे आवश्यक वाटल्यावरून दोघांपैकी एकाने कंपनी सोडली पाहिजे, या थरावर गोष्टी आल्या. मग दोघांच्या खेपा डॉ. ढवळे, तलगेरी आणि गोविंददास शेठ यांच्या सल्लासाठी मुंबईस होऊ लागल्या, हा त्यांचा क्रम बरेच दिवस चालू होता.

मी नाशकास आलो तोच तीन महिन्यांची रजा घेऊन कंपनीतच राहिलो. त्या मुदतीत जेवढे काम करता आले तेवढे केले. त्यानंतर आणखी तीन महिन्यांचा रजेचा अर्ज करून ठेवला होता. पण रजा मंजूर झाल्याचे न कळल्याने १४ ऑगस्ट १९२४ रोजी मी हैदराबादेस परत जाण्यास निघालो. पण बापूंनी जाऊ दिले नाही. बांधलेले सामान सोडावयास लावले. योगही असा आला की, दुसऱ्या दिवशी रजा मंजूर झाल्याचे लिहून आले. त्यामुळे निर्धास्तपणे कंपनीच्या कामास पुन्हा सुरुवात केली.

नानांकडे मी जात-येत असे. ते माझ्याशी मोकळ्या मनाने बोलत. बापूंच्या बरोबर तर आमचे फिरणे नेहमीच व्हावयाचे. तेही खुल्या दिलाने बोलत असत. मी बापूंच्या बरोबर हिंडण्या-फिरण्यात भाग घेत असे, म्हणून नानांना त्यांचे कधी वैषम्य वाटले नाही; आणि नानांकडे माझे जाणे-येणे, त्यांच्याशी हास्यविनोद, कोट्या-प्रतिकोट्या चालत हे पाहून बापूंच्या मनातही माझ्याविषयी विकल्प आला नाही. मालक आणि स्नेही या नात्याने माझे दोघांशीही वागणे सलोख्याचे असे. आमचे हैदराबादचे एक स्नेही खडकीकर म्हणून होते, त्यांच्या तोंडी तिकडचीच एक म्हण सदोदित असे. ते म्हणत, 'यारों को यार्रां से गरज, न के उसके फैलोसे!'

म्हणजे स्नेह्याला स्नेहाची आवश्यकता असते. मित्रांतल्या इतर दोषांशी त्याला काही करावयाचे नसते! बापू तसे असतील आणि नाना असे असतील; मी मनात म्हणे, ते कसे का असेनात, माझ्याशी ते चांगले वागत आहेत तेव्हा त्यांच्याशी चांगले वागणे हे माझे कर्तव्य आहे. मी फारतर असे म्हणेन की दोघेही असे तसे नव्हते– चांगलेच होते!

बापूंच्या आणि नानांच्या मुंबईच्या खेपा पुऱ्या होऊन त्यांच्यातील वादाचा निकाल लागला. ज्या आपत्तीविषयी मी मागे उल्लेख केला तीच ही आपत्ती होय. काहीच्या मते ती इष्टापत्तीच होती. ते कसेही असले तरी 'ललितकले'च्या इतिहासातील नाना चाफेकरांचे पान येथेच संपले. हे करावे का ते करावे अशी हेलकावे खाणाऱ्या मनाची चलबिचल होऊन, बापू पेंढारकरांनी आठ हजार रुपये नाना चाफेकरांना द्यावेत आणि त्यांनी 'ललितकलादर्श' मंडळी सोडावी, हाच निर्णय अखेर दोघांनाही मान्य झाला. आणि उभयतांच्या मतभेदाचे प्रकरण संपून 'ललितकलादर्श' मंडळीची मालकी एकट्या बापूसाहेब पेंढारकरांकडे आली.

१९२४ मध्ये अशा तऱ्हेने चाफेकर बाहेर पडण्यापूर्वी, पुण्याच्या मुक्कामातील शेवटचा खेळ 'सत्तेचे गुलाम' तारीख २१ सप्टेंबर रोजी करून कंपनीने आपला मुक्काम कोल्हापुरास नेला. नानासाहेब चाफेकरांनीं 'ललितकले'च्या रंगभूमीवरील शेवटची 'नलिनी'ची भूमिका केली आणि 'ललितकले'चा संबंध सोडला. त्यांनी कामात कुचराई न करता कसोशीने करार पाळला.

बापू आणि नाना, नायक आणि नायिका यांच्या लढ्यात नायिकेचा पराभव झाला हे जरी खरे असले तरी ललितकलेच्या रथाची गती तात्पुरती खिळली, निदान मंदावली. नायकास दुसरी योग्य नायिका मिळेपर्यंत मुंबईच्या बाहेर कंपनी फिरविणे प्राप्त झाले.

नवीन नाटक मुंबईखेरीज काढावयाचे नाही, असा निश्चय पेंढारकरांनी केल्यामुळे मला कंपनीत काहीच काम नव्हते. माझी 'ललितकले'तील कामगिरी सर्वश्रुत झाली असल्यामुळे महाराष्ट्र नाटक मंडळीच्या मालकांनी श्री. त्र्यंबक सीताराम ऊर्फ अण्णा कारखानीस यांनी लिहिलेल्या 'राजाचे बंड' या नाटकाचे देखावे माझ्याकडून करवून घेण्याचे ठरविले. तेव्हा पेंढारकरांच्या संमतीने मी माझा बाडबिछाना महाराष्ट्र नाटक मंडळीत पाठवून दिला आणि थोड्या दिवसांकरिता मी 'ललितकले'बरोबर कोल्हापुरास गेलो. कोल्हापुरात कागलकरांच्या वाड्यात कंपनीने मुक्काम केला. सायंकाळी साडेपाच वाजता आम्ही पॅलेस थिएटर व थिएटरचा विस्तृत परिसर पाहून आलो. आणि त्याच रात्री 'ललितकले'ची नवी नायिका आम्हास पाहावयास मिळाली. 'विठ्ठल गुरव' हे त्या सुशिक्षित आणि तरुण 'नायिके'चे नाव होते.

चाफेकरांनंतर काही दिवस कागलकर या नावाच्या नटाने नायिकेची कामे केली. त्यांचे गायन बरे असे, इतकेच. विठ्ठल गुरव याने हायस्कूलच्या आणि कॉलेजच्या गॅदरिंग्जमध्ये स्त्रीभूमिका करून नाव मिळविले होते. 'हाच मुलाचा बाप' या नाटकातील मंजिरीची भूमिका त्याने चांगली केली होती. दिसावयास तो चांगला होता. आणि त्याच्या आवाजातही गोडवा होता.

पुण्यास येऊन मी सोमवार, ता. ६ ऑक्टोबर १९२४ रोजी महाराष्ट्र नाटक मंडळीचे काम विजयानंद थिएटरमध्ये सुरू केले. 'राजाचे बंड' या नाटकाची तालीम ता. १२ डिसेंबर रोजी साडेचार ते रात्री दहापर्यंत झाली. आणि पहिला प्रयोग शनिवार, ता. १३ डिसेंबर १९२४ रोजी रात्री झाला.

प्रयोग उत्तम झाला. सर्वंच नटांची कामे चांगली झाली. माझे देखावेही लोकांना आवडले. नाटकाचा विषय तत्कालीन राजकारणावर आधारलेला असला तरी सर्वसाधारण प्रेक्षकांना त्यातील रसास्वाद मिळण्याइतका तो सुलभ नव्हता. त्यामुळे त्या नाटकाचा विशेष बोलबाला झाला नाही.

महाराष्ट्र नाटक मंडळीतील वातावरण अतिशय शिस्तीचे असे. व्यवस्थापकांकडून कंपनीत येणाऱ्या-जाणाऱ्यांची अगत्यपूर्वक चौकशी, व्यवस्थित बडदास्त आणि वागवणूक सौजन्ययुक्त असे. नाटक कंपन्या म्हटल्या की, काही ठरावीक समजुती होऊन बसलेल्या असत. त्यापेक्षा कितीतरी शिस्तीचे आणि भारदस्त वातावरण या मंडळीत असे. असे अभिमानाने म्हणता येईल की, रंगभूमीच्या उन्नतीप्रीत्यर्थ पद्धतशीरपणे झटलेल्या नाटक कंपन्यांत महाराष्ट्र नाटक मंडळीचे नाव रंगभूमीच्या इतिहासकारांना प्रामुख्याने घ्यावे लागेल.

श्री. शंकर नीलकंठ चाफेकर

अण्णा कारखाननीस, केशवराव दाते, विष्णुपंत औंधकर वगैरे मंडळीच्या सहवासाबरोबरच कंपनीत येणाऱ्या काही उल्लेखनीय व्यक्तींच्या ओळखी झाल्या. त्यातली एक नाट्यछटाकार दिवाकर ऊर्फ गर्गे मास्तरांची होय. महाराष्ट्र नाटक मंडळीची प्रत्यक्ष मालकी अण्णा कारखानीसांनी केशवराव दाते आणि दत्तोपंत देशपांडे यांना देऊन स्वतःकडे 'गोष्टी सांगेन युक्तिच्या

चार' एवढाच अधिकार त्या वेळी ठेवला होता. दाते आणि देशपांडे यांनीं पूर्वापार शिस्तीचे पालन आवर्जून केलेले दिसून येत होते. दत्तोपंत देशपांडे हे कंपनीची सर्व बाहेरची व्यवस्था बघत आणि केशवराव दाते रंगभूमीवरची, म्हणजे नट, नाटके आणि रंगसजा वगैरे गोष्टींकडे लक्ष पुरवीत.

नानासाहेब चाफेकरांच्या आणि माझ्या पुण्यास भेटी होत. त्यांच्या बरोबर तारीख २० ऑक्टोबर रोजी पुण्यातील बालीवाला थिएटरमध्ये एका कंपनीचे तेथे पडून राहिलेले सामान पाहावयास मी गेलो होतो. नवीन कंपनी काढण्याच्या खटपटीत चाफेकर होते. महाराष्ट्र नाटक मंडळीतले माझे काम संपलेले पाहून त्यांनी मला त्यांच्या कंपनीत घेतल्याचे एके दिवशी सांगितले. परंतु त्यांचे काम करण्याचा योग कधीच आला नाही. कारण त्यांचेच बस्तान अजून नीट बसले नव्हते. आज अमुक तर उद्या तमुक असे हेलकावे खाण्याच्या परिस्थितीतच ते होते.

'ललितकलादर्श' मंडळी जुलै १९२५ मध्ये मुंबईस येणार होती. तोपर्यंत मी पुणे आणि मुंबई येथील मिळतील ती कामे करण्याचा सपाटा चालविला. नानासाहेब चाफेकरांनीं किर्लोस्कर संगीत मंडळी घेतली. त्यांचा पहिला प्रयोग तारीख ३० एप्रिल १९२५ रोजी 'मानापमान' हा झाला. माधवराव जोशी यांनीं धैर्यधराची आणि चाफेकरांनी भामिनीची भूमिका केली होती. मी तो प्रयोग पाहण्यास मुंबईहून मुद्दाम पुण्यास आलो होतो.

तसाच ता. ४ मे रोजी बालीवाला थिएटरमध्ये पेंढारकरांच्या जलशाचा कार्यक्रम ठरला होता. त्यासाठी मी, बन्याबापू कामतनूरकर आणि बाबूराव देवभक्त पुण्याहून मुंबईस गेलो होतो. जलशास खूप गर्दी जमली होती. मधून मधून पेंढारकरांचे जलसे मुंबईस होत राहिल्याने मुंबईच्या गानप्रेमी रसिकांपासून ते फार दूर गेले नव्हते.

एकंदरीत 'ललितकलादर्श' मंडळीतून चाफेकरांच्या निघून जाण्याने पेंढारकर आणि चाफेकर या दोघांच्या जीवनात आंदोलने निर्माण झाली होती. आणि त्यामुळे थोड्याफार अंशानी आज हे तर उद्या ते असल्या अस्थिर जीवनाचे अनुभव मलाही मिळत होते. जुलै १९२५ च्या सुरुवातीस दहा-बारा दिवस हैदराबादेस काढून मी रत 'ललितकले'त मुंबईच्या मुक्कामात येऊन दाखल झालो.

■

नाटककारांची बदली

'ललितकलादर्श' मंडळीने ता. ३० एप्रिल १९२३ रोजी रात्री मुंबईचा मुक्काम सतरा महिन्यांनंतर जो हलविला होता तो पुन्हा जुलै १९२५ मध्ये-म्हणजे बरोबर सव्वादोन वर्षांनंतर– मुंबईस थाटला. खेतवाडी बॅक रोड असलेल्या श्रॉफ हाउसमध्ये कंपनीस जागा मिळाली होती. मी हैदराबादेहून १३ जुलै रोजी 'ललितकले'च्या बिऱ्हाडी आलोआणि लगेच कामास लागलो.

बन्याबापू कमतनूरकर यांचे 'श्री'नाटक कंपनीने घेतले होतेच. पण त्यापूर्वी थोड्या वेळात आणि थोड्याशा परिश्रमात दुसरे एखादे नाटक रंगभूमीवर आणण्याचे पेंढारकरांनीं योजिले. उद्देश हा की, 'श्री' सारखे नवीन नाटककाराचे नवीन नाटक चांगल्या रीतीने रंगभूमीवर आणण्यास भरपूर वाव मिळावा, म्हणून साहित्यसम्राट न. चिं. केळकर यांचे 'कृष्णार्जुन युद्ध' हे नाटक संगीत स्वरूपात रंगभूमीवर आणण्याचे ठरले. आणि मग त्याची तयारी सुरू झाली.

महाभारत किंवा त्यातील कोणत्याही कथानकाच्या बाबतीत एक भोळसर किंवा प्रामाणिक म्हणा, समजूत आम्हा महाराष्ट्रीयांची होऊन बसली आहे. ती ही की, पांडवप्रताप वगैरे ग्रंथांचे वाचन किंवा लेखन सुरू केले की, काहीतरी भांडणे, तंटे, व्यत्यय, अडथळे आणि संकटे उपस्थित व्हावयाचीच! ही समजूत परंपरागत आमच्या मनावर ठसविण्यात आल्यावर तिचा पडताळा– काकतालीय न्यायाने काही घडले तरी आम्ही त्यात पाहतो. आणि मग त्याचाच प्रसार होऊन त्या समजुतीस अधिक बळकटी आणण्याचे श्रेय म्हणा किंवा पाप म्हणा– आम्ही पदरी घेतो.

गंधर्व मंडळीचे 'द्रौपदी' नाटक, यशवंत मंडळीचे 'पटवर्धन' आणि त्याही पूर्वीचा इतिहास शोधणे झाल्यास किर्लोस्कर मंडळीचे 'सौभद्र', महाराष्ट्र मंडळीचे 'कीचकवध', ही नाटके रंगभूमीवर आली तेव्हा त्या त्या मंडळीत वरील समजुतीप्रमाणे संकटे उद्‌भवली असल्याचा दाखला मिळतो. दैवी, आर्थिक, व्यावहारिक संकटे निर्माण होऊन उपरोक्त भोळसर समजुतींनी आधीच पछाडलेल्या मनाच्या अंध विश्वासास पुष्टी मिळत गेली.

याच प्रकारची घटना 'कृष्णार्जुन युद्ध' या नाटकाच्या वेळी 'ललितकलादर्श' मंडळीत घडून आली.

'सत्तेचे गुलाम' या नाटकाने वरेरकरांना खूपच चढविले. पण लगेच 'तुरुंगाच्या दारांत' या नाटकाने एकदम तितकेच खाली ओढले. कंपनीनेही जोराची आपटी खाल्ली. आणि झालेली जखम भरून काढण्यासाठी वरेरकरांखेरीज इतर धन्वंतऱ्यांची औषध योजना करणे भाग पडले. दुसऱ्या धन्वंतऱ्यांची मात्रा लागू पडत असलेली पाहून वरेरकरांना वैषम्य वाटलेच नसावे, अशी उगीचच कल्पना करून घेण्यात हशील नाही. 'ललितकले'तच त्यांचा मुक्काम होता. आणि नवीन नाटककारास आपले नाटक रंगभूमीवर आणण्याच्या बाबतीत काय काय व कसकसे अडथळे येतात यासंबंधीच्या शोकपूर्ण आणि कळकळीच्या भाषणांनी नवीन नाटककारांविषयी ते जी सहानुभूती व्यक्त करीत असत ती आम्ही भाविकपणे ऐकत असू.

'कृष्णार्जुन युद्ध' नाटकातील संगीत विभाग सजविण्यासाठी पेंढारकर दोन-तीन वेळा पुण्यास तात्यासाहेब केळकरांकडे गेले होते. पण तात्यासाहेबांच्या मागे अनेक कामे असल्यामुळे पेंढारकरांच्या मनाप्रमाणे नाटकातील पदे होण्याचे चिन्ह दिसेना. त्यातच तात्यासाहेबांचे सिमल्यास काही काम मध्येच उद्‌भवले. तेव्हा पेंढारकरांनी श्रीपाद कृष्ण ऊर्फ तात्यासाहेब कोल्हटकरांकडून पदे करवून घेण्याची इच्छा प्रकट केली. आणि तात्यासाहेब केळकरांनी त्यास संमती दिली. ती मिळताच पेंढारकरांनी मग जळगाव, जामोद येथे तात्यासाहेब कोल्हटकरांकडे खेपा घालण्यास सुरुवात केली. अत्यंत जलद व योग्य शब्दालंकारांनी युक्त अशी पदे रचण्याबाबत तात्यासाहेब कोल्हटकारांची ख्याती होती. आपल्या एका नाटकातील ऐंशी पदे जळगावपासून मुंबईस येईपर्यंत त्यांनी रचिली असल्याचे वरेरकरांनीं सांगितले, तेव्हा मी म्हणालो, ''उगींच पाच पदांसाठी काटकसर का करता? ऐंशी तेथे पंचाऐंशी!'' ही माझी सूचना गंमतीखातर केलेली सर्वांच्या हशात 'पास' झाली आणि वरेरकरांनीं एकदम मला पहिल्या नंबरावर येण्यास फर्माविले. तसे वरेरकर पोस्टमास्तर होते, तरी कंपनीत त्यांना नुसते 'मास्तर'च म्हणत आणि म्हणूनच की काय, एखाद्याने बरी कोटी केली की त्याला ते शाळामास्तराच्या अभिनिवेशात 'चार नंबर सोडून वर ये!' म्हणून फर्मावीत.

तात्यासाहेब केळकर आणि तात्यासाहेब कोल्हटकर यांचा स्नेहसंबंध दाट होता. दोघेही मार्मिक लेखक, कुशल नाटककार आणि परस्परांच्या लेखनकौशल्याबद्दल परस्परांना अत्यंत आदर. तात्यासाहेब केळकरांच्या 'तोतयाचे बंड' या नाटकावर तात्यासाहेब कोल्हटकरांनी अत्यंत मार्मिक आणि विद्वत्तापूर्ण टीकालेख लिहून नाटककार आणि टीकाकार या दोघांचीही महती वाढविली. नाटक कसे असावे आणि टीका कशी असावी, हे त्या वेळी तत्कालीन वाङ्‌मयोपासकांना या टीकालेखनावरून कळले.

तात्यासाहेब केळकरांविषयी एका विद्वान रसिकाचे उद्‌गार 'तात्यासाहेब म्हणजे तडजोड' असे असल्याचे सर्वश्रुत आहेच आणि त्याचे प्रत्यंतर त्यांनी कोल्हटकरांकडून

आपल्या नाटकाची पदे करवून घेण्यास संमती दिली तेव्हाच पेंढारकरांना पटले. शिवाय आपल्या नाटकात कोल्हटकरांच्या पदांना बिनदिक्कत परवानगी देऊन कोल्हटकरांविषयीचा जिव्हाळाही त्यांनी व्यक्त केला.

कोल्हटकरांकडून पदे मिळाली आणि नाटकाची साग्रसंगीत तयारी होऊ लागली. ता. १२ ऑगस्ट १९२५ रोजी तात्यासाहेब केळकर 'ललितकले'च्या 'राक्षसी महत्त्वाकांक्षा' नाटकास आले होते आणि त्यांनी त्या वेळी 'ललितकले'तील नटांची खूप तारीफ केली.

१३ ऑक्टोबर १९२५ गुरुवार रोजी रात्री 'कृष्णार्जुन युद्ध' या संगीत नाटकाचा पहिला प्रयोग बॉम्बे थिएटरात झाला. नाटक सर्वांना खूप आवडले. पेंढारकरांनीं नारदाची खेळकर भूमिका चांगली रंगविली. आणि त्यांची पदेही विशेषत: 'हरिला झणि वदा' 'हें अति नवल होत' ही पद सर्वतोमुखी होण्यासारखी झाली. चाफेकर ललितकलेतून गेल्यानंतर विठ्ठल गुरव या सुशिक्षित नटाकडे मुख्य नायिकेची कामे दिली होती; शिवाय पेंढारकरांनी गोव्यावर स्वारी करून तेथूनही काही सुंदर स्त्रीपार्टी नट मिळविले होते. त्यांपैकीं गोविंद माशेलकर हा सुंदर आणि थोडेसे गाणे जाणणारा असल्यामुळे, 'ललितकले'त त्या वेळी स्त्रीपात्रांची कमतरता नव्हती. 'कृष्णार्जुन युद्ध' या नाटकात विठ्ठल गुरव यास द्रौपदीचे आणि गोविंद माशेलकर यास सत्यभामेचे काम देण्यात आले होते. चित्रसेन गंधर्वाचे काम फाटकांना देण्यात आले होते. पुरुषपार्ट्यांत आणखी एका सुशिक्षित आणि रुबाबदार संगीत नटाची भर पडली होती. त्यांचे नाव एन. एम. जोशी. त्यांना डॉक्टर जोशी म्हणून म्हणत. त्यांनी श्रीकृष्णाची भूमिका केली होती. शिवाय जुने नट श्रीधरपंत देशमुख, रघुनाथ इनामदार वगैरे मंडळी होतीच. तेव्हा मुंबईच्या मुक्कामात नवीन नाटक 'कृष्णार्जुन युद्ध' रंगभूमीवर आले ते 'ललितकले'च्या जुन्या आणि नव्या नटांच्या संचात. जुनेच परंतु संगीत साज चढून नवे झालेले हे नाटक चांगलेच रंगले आणि गाजले.

'कृष्णार्जुन युद्ध' नाटकातील सजावटीबद्दलही उत्तम अभिप्राय व्यक्त झाले. आनंदराव मेस्त्री यांनीं अजंठा चित्रकला पद्धतीच्या धर्तीवर एक पडदा तयार केलेला होता; तो बराच जुना झाला होता. फक्त रेखाकृती उरली होती. तो पडदा पुन्हा रंगवून व त्यास तशा पद्धतीच्या विंगा आणि झालरीची जोड देऊन श्रीकृष्णाचा महाल सजविला होता. त्याशिवाय इतर काही देखावेही नवीन करण्यात आले होते. चितेचा देखावा विजेचे पंखे व दिवे यांच्या साहाय्याने तयार करून एक चमत्कृतिपूर्ण दृश्य दाखविण्यात आले होते.

जे. जे. स्कूल ऑफ आर्टचे डायरेक्टर कॅप्टन सालोमन यांना हिंदी चित्रकलेचा मोठा अभिमान होता. ते मुद्दाम 'कृष्णार्जुन युद्ध' नाटक पाहावयास ता. २१ नोव्हेंबर

रोजी आले होते. कृष्णाच्या महालाचा पडदा त्यांना इतका आवडला की, त्यांनी त्याबद्दल पेंढारकरांना स्वतंत्र पत्र पाठवून माझ्या कामाची तारीफ केली. इतकेच नव्हे, तर त्यांनी आपल्या एका ठिकाणच्या भाषणात त्या पडद्याचा अत्यंत गौरवपूर्वक उल्लेख केला.

'कृष्णार्जुन युद्ध' नाटक यशस्वी होऊन त्याचा उचित असा बोलबालाही झाला. आणि त्यानंतर 'श्री'च्या ऐवजी राम गणेश गडकरी यांचे 'पुण्यप्रभाव' हे जुनेच नाटक रंगभूमीवर आणण्याचे कंपनीने ठरविले आणि गडकऱ्यांच्या पुण्यतिथीच्या दिवशी त्याचा पहिला प्रयोग व्हावा, या दृष्टीने जोराची तयारी चालविली.

मुंबईत बारा महिने अठरा काळ चालू असलेल्या इतर कार्यक्रमांतही पेंढारकर भाग घेत असत. त्यामुळे त्यांना दिवस आणि रात्र मिळून चोवीस तासही कमीच पडत. 'राक्षसी महत्त्वाकांक्षा' या नाटकात एक वाक्य आहे, 'रात्र ही गुन्हे करण्याकरिता आहे, शोधण्याकरिता नाहीच मुळी!' या वाक्यात थोडासा फरक करून पेंढारकरांच्या विषयी मी असे म्हणेन की, त्यांच्या दृष्टीने रात्र ही 'जागण्याकरिताच होती, झोपण्याकरिता नव्हतीच मुळी!' रात्रंदिवस त्यांचे कार्यक्रम अव्याहत चालू होते.

'युद्धसि गुंतला अर्जुन । इकडे काय झाले वर्तमान ।
चक्रव्यूह गुरुद्रोण । रचिता झाला अद्‌भुत।।'

पेंढारकर कंपनीच्या हिताच्या दृष्टीने एकेक योजना आखीत होते; पण त्यांचे पडसाद मात्र गैरसमज, हेवा, मत्सर, भांडणे अशा रूपांनी मिळत होते. 'कृष्णार्जुन युद्ध' नाटकाची परवानगी तात्यासाहेब केळकरांनी कंपनीस एक वर्षाकरिता विनामूल्य दिली होती. ती त्यांनी एक वर्षानंतर काढून घेतली. त्याला कारणे नकळत का होईना पण घडत गेली ही गोष्ट नाकारता येत नाही.

'सत्तेचे गुलाम' नाटकात रेवा नर्सला उद्देशून 'नर्सोपंत' अशी जी कोटी वरेरकरांनीं केली होती, ती तात्यासाहेबांच्या मनात डाचत होती. त्यातच 'कृष्णार्जुन युद्ध' नाटकात पेंढारकर, कोल्हटकरांनी केलेलीच पदे छापली होती. तात्यासाहेबांचे म्हणणे असे की, त्यांचीही पदे गाऊन दाखविण्याचा परिपाठ कंपनीने ठेवावा. गायकीच्या दृष्टीने गाण्यास सुलभ अशी कोल्हटकरांची पद्यरचना पेंढारकरांना पसंत होती, ही कारणमीमांसा जेव्हा तात्यासाहेब केळकरांच्या कानावर गेली तेव्हा ते म्हणाले, "पेंढारकरांनी जितक्या खेपा जळगाव जामोदला केल्या तितक्या खेपा पुण्यास केल्या असत्या, तर तशी पदे आपणही त्यांना करून दिली असती." या अशा गैरसमजाच्या म्हणा, किंवा आणखी काही म्हणा, पण गोष्टी घडून पेंढारकर आणि तात्यासाहेब केळकर यांच्यात बेबनावाचे वातावरण निर्माण झाले. पण मागे म्हटल्याप्रमाणे 'तात्यासाहेब म्हणजे तडजोड' या स्थायिभावामुळे तात्यासाहेब केळकरांनी पेंढारकरांना 'कृष्णार्जुन युद्ध' नाटकाची परवानगी कायमची दिली.

महाराष्ट्र नाटक मंडळीचे मालक दत्तोपंत देशपांडे यांची पेंढारकरांबद्दलचा तात्यासाहेबांचा गैरसमज घालविण्याच्या बाबतीत खूपच मदत झाली.

१९२५ चा क्रिकेट क्षेत्रातील चौरंगी सामना चांगलाच गाजला. पेंढारकरांना क्रिकेटचा शौक होता. सामन्याचा शेवटचा दिवस ता. १० डिसेंबर हा होता. त्या दिवशीच्या खेळात क्रिकेटच्या खेळातील नेहमीच्या अस्थिरतेच्या वातावरणाने प्रेक्षकांची निकालाविषयीची उत्सुकता बरची वाढविली होती. हिंदू आणि युरोपिअन संघ आपले क्रीडानैपुण्य कसोशीने दाखवीत होते. घटकेत उन्ह तर घटकेत पाऊस अशा तऱ्हेचे अनिश्चित वातावरण निर्माण झाले होते. हिंदूंची बाजू ढासळत चालली होती. पण हिंदू संघाचे कॅप्टन विठ्ठल आणि गोडांबे या दोघा बॅट्समननी युरोपिअन संघाच्या प्रभावी गोलंदाजीतून आणि कडेकोट क्षेत्ररक्षणातून आपला जीव बचावून एकएका धावेची भर टाकण्यास सुरुवात केली. जो जो विठ्ठलचा पाय क्रीडाक्षेत्रावर मजबूत होऊ लागला तो तो धावांची संख्या अधिकाधिक होऊ लागली. आणि युरोपिअन गोलंदाज आणि क्षेत्ररक्षक ही जोडी फोडण्याची पराकाष्ठा करू लागले. पण विठ्ठलच्या दमदार खेळास गोडांबेने आपला धिमा खेळ खेळून चांगलाच वाव दिल्यामुळे हिंदू संघाच्या त्या सामन्याच्या विजयाचे श्रेय विठ्ठल आणि गोडांबे या दुकलीस मिळाले. त्या साली युरोपिअन संघाचा चार विकेट्सनी पराभव झाला.

'ललितकलादर्श' मंडळीने ता. ११ डिसेंबर रोजी विजयी संघाचा सत्कार सर चुनीलाल मेहता यांच्या अध्यक्षतेखाली केला. यानिमित्त 'मानापमान' नाटकाचा प्रयोग झाला. संघास बॅट बक्षीस देण्यात आली. ही गोष्ट केवळ पेंढारकरांच्या गुणग्राहक आणि खिलाडू वृत्तीने घडवून आणली. पण या गोष्टीची काही वृत्तपत्रांतून गौरवाऐवजी हेटाळणीच झाली.

वीर वामनराव जोशी यांच्याकडून वास्तविक कै. केशवराव भोसले यांनी 'राक्षसी महत्त्वाकांक्षा' या नाटकाची मोनापली घेतली होती. पण नानासाहेब चाफेकरांनी त्यांच्या कंपनीसाठी त्याची मागणी करताच जोशींनी त्यांनाही खेळ करण्याची परवानगी दिली. अर्थात त्याप्रीत्यर्थ कोर्ट-दरबार, वकील-नोटिसा या उपाधी त्याच सुमारास पेंढारकरांच्या मागे लागल्या. तरीही आगाऊ जाहीर केल्याप्रमाणे गडकऱ्यांच्या स्मृतिदिनाच्या दिवशी ता. २३ जानेवारी १९२६ रोजी रात्री 'पुण्यप्रभाव' नाटकाचा पहिला प्रयोग 'ललितकलादर्श' मंडळीने केला. आणि प्रयोग अपेक्षेबाहेर रंगला! पेंढारकरांनी त्यांत वसुंधरेची भूमिका केली होती. फाटकांच्या नैसर्गिक भरदार आवाजास आणि अभिनयाच्या विविक्षित लकबींना वृंदावनाच्या भूमिकेत भरपूर वाव असल्यामुळे त्यांच्या त्या वेळेपर्यंतच्या सर्व भूमिकांना मागे सारणारी, प्रेक्षकांच्या मनावर कायमचा ठसा उमटविणारी अशी ही भूमिका त्यांच्याकडून वठवली गेली.

आणि सर्वांवर ताण कणारा शेवटच्या अंकातील वसुंधरा आणि वृंदावनाचा शेवटचा प्रवेश तर पेंढारकर आणि फाटक या उभयतांच्या समतोल आणि खटकेबाज संवादांनी आणि परिणामकारी अभिनयकौशल्याने इतका बेफाम रंगे की अर्धा तासपर्यंत प्रेक्षकवर्ग धुंद होऊन जाई!

'कृष्णार्जुन युद्ध' आणि 'पुण्यप्रभाव' ही दोन्ही जुनी नाटके 'ललितकलादर्श' मंडळीने आपल्या रंगभूमीवर आणून आणि ती एकाहून एक सरस अशी रंगवून त्यांना नव्या नाटकाचे स्वरूप आणून दिले. त्या वेळेपर्यंत इतर कंपन्यांनी केलेल्या पाच नाटकांच्या प्रयोगांशी तुलना करता 'ललितकले'ने आपले प्रयोग अनेक गुणांनी अधिक यशस्वी करून दाखविले. गडकऱ्यांची नाटके किती प्रभावी आहेत याचा पुन:प्रत्यय नाटक कंपन्यांना आणि ती पाहणाऱ्या लक्षावधी प्रेक्षकांना ललितकलादर्श मंडळीच्या 'पुण्यप्रभाव'ने आणून दिला आणि गडकऱ्यांचे श्रेष्ठत्व फिरून नवीन मुलामा दिलेल्या सुवर्णपात्राप्रमाणे चमकू लागले.

आता मात्र ललितकलेच्या रंगभूमीवर 'श्री' या नाटकाचाच क्रम लागलेला होता. आणि त्याप्रमाणे मी ता. ८ फेब्रुवारी १९२६ रोजी त्या नाटकाच्या देखाव्यास सुरुवातही केली– पण...

वीर वामनराव जोशी यांच्यावर या वेळी 'ललितकलादर्श'ने 'राक्षसी महत्त्वाकांक्षा' या नाटकाच्या संपूर्ण हक्कांबद्दल फिर्याद लावली होती. तेव्हा १० फेब्रुवारी रोजी 'राक्षसी महत्त्वाकांक्षे'चा एक खेळ धर्मार्थ दिला होता. तो बंद करण्याविषयी वीर वामनरावांनी 'ललितकले'स तारेने बजावले. याप्रमाणे हे 'राक्षसी' प्रकरण रंगू लागले. आणि त्याप्रीत्यर्थ पेंढारकरांच्या पुण्या-मुंबईच्या खेपांना सुरुवात झाली. स्नेह्यास्नेह्यांत स्वार्थपर व्यावहारिक दृष्टीचा उगम झाला म्हणजे भावनाशील व्यक्तींची कुचंबणा होते, मानसिक त्रास होतो. वीर वामनरावांचा ललितकलेबरोबरचा संबंध पूर्वापार चालत आलेला. त्यांतून व्यक्तिविषयक संबंधही चांगले. पण काही प्रसंग दुर्दैवाने घडत असतात. याच सुमारास 'ललितकले'च्या व पेंढारकरांच्या वैयक्तिक हितचिंतकांपैकीं डॉ. नरहर वामन ढवळे यांचे निधन ता. १० मार्च १९२६ रोजी घडून आले. त्यामुळे पेंढारकरांच्या मन:स्थितीत बरीच उलघाल आणि चलबिचल चालू होती.

जमखिंडीकरांकडून राज्यारोहणाच्या निमित्ताने 'ललितकलादर्श' मंडळीस निमंत्रण आले होते. श्रीमंत सर परशुरामभाऊ यांचा आणि पेंढारकरांचा फार जुना संबंध होता. आणि युवराजांनीही तो लोभ कायम ठेवला होता. म्हणून पेंढारकरांना जमखिंडीस जाणे भाग होते. 'श्री' नाटक रंगभूमीवर आणण्याच्या पेंढारकरांच्या विचारास हाही एक अनपेक्षित 'खो' मिळाला.

'कृष्णार्जुन युद्ध' या महाभारतातील कथानकाबाबतच्या लोकसमजुतीविषयी मी सुरुवातीस लिहिलेल्या दृष्टीने पाहता 'कृष्णार्जुन युद्ध' नाटकामुळे नाटककारांत

आणि कंपनीच्या मालकांत समरप्रसंग निर्माण झाले ही गोष्ट खोटी नाही. तात्यासाहेब केळकरात आणि पेंढारकरात सुरुवातीलाच बेबनाव उद्भवला. वीर वामनरावांचे 'राक्षसी' प्रकरण चिघळत चालले होते. नवीन नाटककारांना 'ललितकले'च्या रंगभूमीवर वाव मिळत चालल्यामुळे वरेरकरांची पेंढारकरांवर गैरमर्जी होणेही स्वाभाविकच होते. आणि 'श्री' नाटक बसविण्यास घेतल्यापासून 'ललितकले'च्या रंगभूमीवर मध्यंतरी दोन नाटके येऊन गेली तरी आपली 'श्री' अजून रंगभूमीची वाट चालत असल्याचे पाहून बन्याबापू कमतनूरकरही नाराज झाले होते. त्यातून मध्येच उद्भवलेल्या जमखिंडीच्या राज्यारोहणाने तर दिरंगाईचे भयाण रूप बन्याबापूंच्या पुढे उभे केले. या सर्व गोष्टीस पेंढारकरांचा नाइलाज होता. कंपनीच्या हितास्तव नाटककारांच्या बदल्या करणे आवश्यक होते आणि ते त्यांचे धोरण फायदेशीर ठरले.

■

‘श्री’ नंतर ‘ग्रहण’

जमखिंडीच्या रामतीर्थावरील थिएटरात ‘ललितकलादर्श’ मंडळीचा ‘मानापमान’ हा ‘सरकारी’ खेळ २९ मे रोजी होता. श्रीमंत परशुरामभाऊ हे अत्यंत हौशी आणि रसिक संस्थानिक होते. त्यांना नाटकाचा नाद विशेष; त्यामुळे रामतीर्थ टेकडीवर स्वत:च्या वाड्यानजीक स्वत:च्या करमणुकीसाठी त्यांनी एक थिएटर बांधले होते. हौसेखातरच थिएटर बांधल्यामुळे राजघराण्यातील मंडळी आणि संस्थानातील सरदार-उमरावांना पुरेल असे चार-पाचशे मंडळीचा समावेश होण्याइतके प्रेक्षागृहही मोठे होते. आणि विशेष हे की स्टेजही खूप विस्तृत असे असल्यामुळे मोठमोठे देखावे त्यात मांडावयाचे झाल्यास अडचण उद्‌भवत नसे. आणि म्हणूनच ‘मानापमान’ खेळात छावणीच्या तपासणीस निघालेला धैर्यधर स्टेजवर मोटारीमधून येऊ शकला. त्याचप्रमाणे ‘सत्तेचे गुलाम’ नाटकातील वैकुंठाच्या रंगभूमीवरील शेतावर केरोपंतासही आपली मोटार आणता आली. पेंढारकर आणि फाटक या दोघांनाही मोटार चालविता येत असल्यामुळे, संस्थानिकांच्या हौसेखातर मोटार चालविण्याचा नुसता ‘अभिनय’ करण्याचा प्रसंग त्यांच्यावर आला नाही, हे विशेष!

१० जूनला मी पुण्यास आलो. महाराष्ट्र नाटक मंडळीस ‘कीचकवध’ नाटकाची परवानगी मिळाली असल्यामुळे त्यांनी मला तार करून बोलावून घेतले. काही देखावे त्यांना करून हवे होते. कंपनीचा मुक्काम त्या वेळी अकोल्यास असल्यामुळे मी ता. १४ रोजी अकोल्यास गेलो. महाराष्ट्र नाटक मंडळीचा ‘कीचकवध’ हा खेळ पाहिला. माधवराव टिपणीस यांनी कीचकाचे काम केले होते आणि केशवराव दाते यांनी भीमाची भूमिका केली होती. ‘कीचकवधा’चा पहिल्या जमान्यातील प्रयोग मी १९०८ साली मुंबईस पाहिला होता; त्या वेळी कीचकाची भूमिका गणपतराव भागवत हे करीत आणि माधवराव टिपणीस हे सैरंध्रीची भूमिका करीत. कंकभटाचे काम यशवंतराव टिपणीस आणि भीमाचे काम प्रधान करीत. आज हे लिखाण लिहीत असता त्या वेळच्या त्या प्रयोगाची दृश्ये स्पष्ट दिसत आहेत. मला वाटते, त्या प्रयोगाच्या नंतर त्याच्या यशाच्या बाबतीत, महाराष्ट्र नाटक मंडळीच्या इतिहासात अन्य उदाहरण देता येणे कठीण जाईल. कीचकाच्या बेफाम उद्दामपणाचे वर्णन द्यावे की कंकभटाच्या संथ आणि गंभीर ‘बेअरिंग’चे वर्णन करावे; भीमाच्या

तडफदार भूमिकेची वाहवा करावी की 'अडकली गाय आणि फटके खाय' या परिस्थितीत सांपडलेल्या सैरंध्रीच्या कारुण्यपूर्ण अभिनयाची तारीफ करावी? रंगमंचावरच्या प्रत्येक नटाच्या अभिनय कौशल्याची ती परिसीमा होती. कीचकाचा पराकोटीस गेलेला उद्दामपणा पाहून भीमालाच काय, पण भावनाप्रधान प्रेक्षकांनासुद्धा स्टेजवर चढून कीचकाला चांगले कुंबलून काढवे असे वाटत असे, आणि मग शेवटच्या प्रवेशात ती सुरसुरी– ती खळबळ, कीचकाला आडवे पाडून त्याच्या छातीवर भीम चढतो त्या वेळीच शांत होत असे. नाटककाराच्या कौशल्यपूर्ण नाट्यरचनेच्या जोडीस अभिनयपटू नटवर्ग लाभला म्हणजे कलेचा कसा प्रभाव पडतो, हे अविस्मरणीय दृश्य तेव्हा प्रेक्षकांना दिसले!

ही ४५ वर्षांपूर्वीची आठवण आहे. १९२६ साली पाहिलेल्या प्रयोगाशी पूर्वीच्या प्रयोगाची तुलना करण्याचे प्रस्तुत स्थळ नव्हे. माधवराव टिपणीस, केशवराव दाते ही मंडळी त्या वेळीही होतीच; त्यांच्या नंतरच्या कामावर पूर्वसूरीची छाप असणे अपरिहार्यच. पण दाते यांची भीमाची भूमिका अधिक कलापूर्ण वाटली. नुसत्या आवाजाच्या चढत्या-उतरत्या फेकीबरोबरच अभिनयाच्या सूक्ष्मतर छटा अवगत असणेही अगत्याचे असते, हें महत्त्वाचे कौशल्य दात्यांच्या कामात मला दिसून आले.

महाराष्ट्र मंडळीत 'कीचकवध' नाटकातील काही देखावे मी करावयास गेलो होतो; पण अकोल्याचे उष्णतामान प्रकृतीस न मानवल्याने परत पुण्यास यावे लागले. आणि नंतर 'ललितकलादर्श' मंडळी मुंबईस आल्यानंतर मी 'श्री'साठी मुंबईस गेलो.

'श्री' नाटकाचा पहिला प्रयोग होय-नाही करता करता ता. ३ डिसेंबर १९२६ शुक्रवार रोजी रात्री झाला. घोड्यांच्या शर्यतीच्या नादाने केवळ थोड्या भांडवलात आणि थोड्या परिश्रमात गजान्त लक्ष्मी खेचून घेता येईल, अशा भ्रामक समजुतीने आपले सर्वस्व गमावणाऱ्या बुद्धिमान पण निष्क्रिय आयुष्य घालविणाऱ्या एका तरुणाच्या जीवनचरित्रावर आधारलेले जोरदार कथानक, परिणामकारी संवाद, नवीन आकर्षक चालींच्या संगीताने शृंगारलेला संगीतविभाग आणि वस्तुस्थितीचे हुबेहूब दृश्य प्रेक्षकांच्या डोळ्यांपुढे उभे करणारे देखावे, या सर्व गुणांनी नाटकाचा प्रयोग प्रेक्षकांच्या नवीन नाटकासंबंधीच्या आकांक्षा तृप्त करणारा झाला, यात शंका नाही. त्या नाटकातील नावीन्याचा आणखीही एक भाग होता. घोड्यांच्या शर्तीचे प्रत्यक्ष दृश्य या नाटकात चलचित्रपटाच्या साहाय्याने रंगभूमीवर दाखविले जात असे. शुक्रवार, शनिवार आणि रविवार या तिन्ही खेळांची तिकिटे अगोदरच खपून गेली होती. 'कृष्णार्जुन युद्ध' आणि 'पुण्यप्रभाव' या दोन जुन्या नाटकांच्या यशस्वितेने 'ललितकले'च्या लौकिकात जितकी भर घातली त्यापेक्षा अधिक 'श्री' नाटकाने

घातली. दिवसेंदिवस प्रयोगाची लोकप्रियता वाढत होती. त्यात भर म्हणून 'श्री' नाटकातील संगीत विभागासंबंधी 'ललितकला प्राइझ कॉम्पिटिशन'ची एक कल्पना ता. १३ रोजी निघून ती जाहीर करण्यात आली. सर्वांनुमते 'श्री' नाटकातील सर्वोकृष्ट चालींचा अनुक्रम जे कळवतील त्यांना बक्षिसे योग्य वेळी देण्यात आली.

'श्री' नाटकातील नायक श्रीकांत याची भूमिका रंगवितांना पेंढारकरांनी आपले अभिनयकौशल्य उत्तम रीतीने प्रकट केले आणि त्यातील संगीतानेही त्यांच्या गायनकलेची महती वाढविली. 'आशा हांसे' 'पाणिदानी' 'सखि मुखचंद्र' वगैरे पदे फारच लोकप्रिय झाली. 'श्री' नाटकातील नायिका 'श्री'चे काम विठ्ठल गुरव याने केले. त्याच्या एकंदर व्यक्तिमत्त्वास ती भूमिका पोषक असल्यामुळे त्याचे कामही चांगले वाटले. संगीतातही त्याने बरीच प्रगती केल्याचे दिसून आले. 'केला केवि खोटा' हें पद त्याने चांगलेच रंगविले. कुसुमाकराची भूमिका फाटकांनीं उत्कृष्ट केली. जोशीबुवांना साजेल अशी अप्पासाहेबांची भूमिका दिली गेल्यामुळे त्यांचेही ते काम चांगले वठले. श्रीधरपंत देशमुखांचे खलपुरुषाचे काम लौकिकास साजेल असे झाले. कात्यायनीचे काम रघुनाथ इनामदार आणि सत्यवानाचे काम खंडोपंत शेटे यांनीं केले होते. रघुनाथ इनामदाराला एखादे लहानसे काम दिले तरी त्यातही तो आपले वैशिष्ट्य दाखवून नंबर मिळवीत असे. 'श्री' नाटकात त्याला मोठे काम दिल्यामुळे त्याचे काम लोकांच्या लक्षात राहण्यासारखे झाले. खंडोपंत शेटे विनोदी नट म्हणून गाजलेले. 'पुण्यप्रभाव' नाटकात त्यांच्या गुणांचा प्रभाव नूपुराच्या भूमिकेने पडलाच होता. 'श्री' नाटकातील त्यांचे कामही लोकप्रिय होऊन 'सत्यवान म्हणजे सत्यवान' हे त्यांचे वाक्य प्रेक्षकांनी चट्कन उचलले! सारांश 'श्री' नाटक लोकांना आवडले.

पण वृत्तपत्रांतून निराळा सूर वाहत होता. 'श्री' हे नाटक गडकरी छापाचे असून ते 'एकच प्याला' नाटकाची 'कार्बन कॉपी' आहे, असे म्हटले जात असे. 'संदेश'कार कोल्हटकरांनी तर 'उष्ट्या पत्रावळीवरील वांगीभात' या शिरोभूषणाखाली टीका केली होती. नवीन नाटक निघाले की त्यावर भलीबुरी टीका ही व्हायचीच. त्यातून 'ललितकलादर्श' मंडळीबद्दल वृत्तपत्रकारांचा रोष असलेला नेहमीच दिसून येई. केशवरावांच्या वेळेपासूनच अशा प्रकारचे वातावरण निर्माण झालेले असे. आणि याचे कारण हेच की, केशवराव आणि पेंढारकर या दोन्ही व्यक्तींची कंपनीच्या हितचिंतकांशी आणि वृत्तपत्रांच्या संपादकांशी व्यावहारिक वागणूक चोख असे; पण फाजील हांजीखोरपणा, दांभिकपणा आणि खुशमस्करी वृत्ती त्यांच्यात नव्हती. आपला माल हा असा आहे, समोर मांडला आहे. बरा-वाईट काय अभिप्राय देणे असेल तो खुशाल द्या, आपले नाणे खणखणीत वाजणारे असले म्हणजे

श्रीकांत
व्यं.ब. पेंढारकर
''पाणि दानिं प्रेरणा करी''

श्री
विठ्ठल गुरव

न.ग. कमतनूरकर

बहिऱ्याच्या कानावरसुद्धा त्याचा नाद कधी काळी गेल्याखेरीज राहणार नाही, अशा आत्मविश्वासाच्या वृत्तीत ते नेहमी वावरत. 'ललितकला' प्राइझ कॉम्पिटिशनच्या बाबतीतही काही नियतकालिकांकडून खोडसाळ टीका होतच होती. खोडसाळ टीका करण्यासाठी काहींचा जन्म असतो, असे वाटण्याइतके दूषित वातावरण त्या वेळी निर्माण झाले होते.

'श्री' नाटकाच्या वेळीच मुंबईस आझाद मैदानावर एम.सी.सी.शी देशी संघाचे सामने चालू होते. एम.सी.सी.शी सामना देताना मेजर सी. के. नायडूंनी तेरा ओव्हर बौंड्रीज मारून १५३ धावा काढून विक्रम केला तो, आणि प्रो. देवधर यांनी भारतीय संघाच्या सामन्यात १४८ धावा काढून आपले क्रीडानैपुण्य दाखविले ते, अशा दोन्ही अविस्मरणीय घटना आम्हा सर्वांना पाहण्याचा योग आला. कारण 'श्री' नाटकाने मिळविलेल्या विजयश्रीच्या आनंदात आम्ही होतो. 'श्री' नाटकाच्या छपाईचे काम पुण्याच्या गणेश प्रिंटिंग प्रेसचे गणपतराव गोखले यांनी पत्करले होते. पुस्तके वेळेवर छापली गेली नाहीत, त्यावरील माझे मुखपृष्ठाचे डिझाइन तयार होते; दुसऱ्या बाजूस आगामी नाटकाची, वरेरकरांच्या 'धरणीधर' नाटकाची जाहिरात देण्याचे ठरल्यामुळे आयत्या वेळी नवीन एक तीनरंगी ब्लॉक करून तो छापण्यात आला. ते नाटक रंगभूमीवर येण्याचा योग आलाच नाही. 'श्री' नाटकाने मात्र ललितकलेच्या लौकिकात निःसंशय भर टाकली.

वरेरकरांबद्दल पेंढारकरांच्या मनात भक्तियुक्त आदर असे. वरेरकरांच्या नाटकांबद्दल त्यांची मतेही फारच चांगली होती. त्या नाटकांचे गुणग्रहण करणारा वर्ग बाहेरही पुष्कळ मोठा होता. त्यांच्या लिखाणाविषयी आदर आणि अभिमान बाळगणारे आमच्यासारखे स्नेही त्यांच्या भोवती सदैव असत. मी तर कित्येक वेळा कित्येकांजवळ त्यांच्याबद्दल असे बोलून दाखविले आहे की, त्यांनी आपल्या खोलीत विड्यांचा जुडगा, म्युनिसिपालिटीचे डबडे (Ash-Tray), आखलेले कागद आणि लागतील तेवढ्या व्हीनसच्या बी. बी. पेन्सिली, एवढे साहित्य घेऊन दिवसाचे चोवीस तास घालवावेत. खोलीच्या बाहेर, नाटक कंपनीच्या बिऱ्हाडी, नटवर्गाच्या हालचालींकडे

मुळीच लक्ष न देता आपला लेखन-व्यवसाय अष्टौप्रहर चालू ठेवावा. पण अशा गोष्टी होत्या तर?

नाटक मंडळीच्या दैन्यावस्थेने पुढे वरेरकरांची बैठक नाटक मंडळीतील चौकोनी गादीवरून उठली तेव्हाच त्यांच्याकडून कथालेखन, कादंबरीलेखन आणि नाट्यलेखन अशी विविध प्रकारची वाङ्मयसेवा कल्पनेच्या बाहेर झाली. आणि आपल्या विक्षिप्त स्वभावामुळे, तोंडच्या वाफेमुळे, 'बुंद बुंद से' गेलेली आपली इज्जत त्यांनी आपल्या लेखणीच्या करामतीने हौदचे हौद भरून कमावली. त्यांचे बोललेले बोल हवेत विरून गेले आणि जातील, परंतु त्यांनी केलेले पांढऱ्यावरील काळे काळ्या दगडावरील रेषेप्रमाणे अभंग राहील.

'श्री' नाटकासंबंधी त्यांचे मत वारा वाहील त्याप्रमाणे फिरत असे. 'श्री' नाटकातील दोष जमेस धरूनसुद्धा ते एक चांगले नाटक आहे, असाच अभिप्राय सर्वांचा पडे. ता. ११ डिसेंबर रोजी काकासाहेब खाडिलकर 'श्री' पाहावयास आले होते; त्यांचाही अभिप्राय असाच होता. २५ डिसेंबर रोजी वसंत शांताराम देसाई आणि विठ्ठल सीताराम गुर्जर यांनीं 'श्री' नाटकाचा प्रयोग पाहिला. वसंतरावांनी तर 'रत्नाकर' मासिकात त्याचे परीक्षणही लिहिले. ती टीका प्रयोजक होती कीं अप्रयोजक होती, याविषयी चर्चा करण्याचे कारण नाही; पण येवढे खास की, कोणत्याही लिखाणावर बऱ्यावाईट टीकेचा भडिमार होणे हीच गोष्ट त्या लेखनकृतीचे महत्त्व मान्य करणारी आणि वाढविणारी होय, असे मी म्हणेन.

'श्री' विलंबाने का होईना पण 'ललितकले'च्या रंगभूमीवर येऊन यशस्वी झाले. १९२६ सालच्या शेवटच्या दिवशी रात्री टॅक्सीतून बन्याबापू, वसंतराव देसाई, गुरव आणि सोळस्कर या सर्वांना घेऊन आम्ही वरळीच्या बाजूस फिरावयास गेलो. आणि परत येताना सुर्ती हॉटेलमध्ये जाऊन बरेच दिवस जाहिरातीत वाचलेला 'उद्युं' हा पदार्थ खावयास मागविला. तो पदार्थ म्हणजे वांग्याची भाजी असेल अशी कल्पना आम्ही केली नव्हती! पण वांग्याचीच भाजी ती. मसालेदार पदार्थांनीं तयार केलेली, तेव्हा तीही खमंग वाटली यात शंका नाही!

वरेरकरांचे 'धरणीधर' नाटक कंपनीने जाहीर केले होते; परंतु करमणुकीवरील कराच्या बाबतीतील सरकारच्या धोरणावर टीका करण्यासाठी म्हणून एक छोटेसे तीनतासी नाटक रंगभूमीवर आणण्याचे ठरल्यामुळे वरेरकरांनीं 'करग्रहण' नावाचे नाटक लिहण्याचे ठरविले आणि ते तातडीने लिहूनही काढले. ५ मार्च १९२७ शनिवार रोजी रात्री त्याचा पहिला प्रयोग बॉम्बे थिएटरमध्ये झाला.

'करग्रहण' हे त्रुटित, एक खेळकर नाटक या दृष्टीने पाहता, चांगले होते. रंगत सुरुवातीपासून अखेरपर्यंत होती. विनोदगर्भ प्रचारात्मक टीका म्हणा किंवा मार्मिक टीका म्हणा, या दृष्टीने ते नाटक विशेष प्रशंसनीय नसले तरी टाकाऊही नव्हते.

पात्रांची कामे चांगली होत होती. 'तुरुंगाच्या दारांत' नाटकात रघुनाथ शितूतला नायिकेचे काम देऊन त्याच्या अभिनयगुणास वाव दिला गेला, तसा या नाटकात कृष्णा आगरवाले याची निवड करून त्यालाही संधी देण्यात पेंढारकरांनी औचित्य दाखविले. पण नाटक सर्वस्वी अपयशी ठरले. उच्च, सुसंस्कृत नाट्यप्रेमी लोकांना नाटकात काहीच अर्थ वाटेना. 'रँग्लर परांजपे यांचे सोंग काढून नावीन्य निर्माण होण्याऐवजी हीन प्रवृत्तीचे प्रदर्शन मात्र झाले. मध्यम प्रेक्षकवर्गास आणि खालच्या वर्गास रुचणारे किंवा करमणूक करणारे भरपूर नाट्यप्रसंग त्यात नव्हते किंवा कथाभागही चित्ताकर्षक नव्हता; त्यामुळे कोणत्याही वर्गास ते नाटक नाट्यगृहाकडे खेचू शकले नाही.

लाइट कॉमेडी हा प्रकार पाश्चात्त्य देशांत लोकप्रिय झालेला पाहून तो संप्रदाय मराठी रंगभूमीवर आणण्याच्या प्रामाणिक प्रयत्नात 'ललितकलादर्श' मंडळीस ही दुसरी ठोकर खावी लागली. 'तुरुंगाच्या दारांत' नाटकाच्या अपयशानंतर लोकांना काही कळत नाही आणि आपण पन्नास वर्षं अगोदर जन्माला आलो असल्याचे वरेरकर सांगत. ती त्यांची भाषा या नाटकापासून वाढीसच लागली. 'करग्रहण' नाटकाच्या प्रस्तावनेत त्यांनी आपल्या विचारांना स्वैर सोडून आपले हृद्गत व्यक्त केले आहे. त्यात याचे प्रत्यंतर येईल. नाटकाची प्रस्तावना ही एकच जागा नाटककारास आपले व्यक्तिगत विचार व्यक्त करण्यासाठी आणि व्यक्तिमत्त्व प्रकट करण्यासाठी असते, असे त्यांचे प्रामाणिक मत असल्यामुळे अशा संधीचा फायदा ते निश्चयाने घेत. आपल्याच विचारांनी आपले बरे-वाईट चित्र रेखाटण्याची त्यांची प्रथा, त्यांच्यापुरती तरी, त्याचे बरे-वाईट चित्र रेखाटणाऱ्या इतर चित्रकारांना उपकारक झाली आहे. कुणासही स्वतःच्या कल्पनेस ताण पडू न देता वरेरकरांचे चित्र रेखाटावयाचे झाल्यास वरेरकरांनी आपल्या नाटकांच्या प्रस्तावनातून त्याची भरपूर सोय करून ठेवली आहे.

'करग्रहण' नाटकाच्या अपयशानंतर 'ललितकले'ने जाहीर केलेले त्यांचे 'धरणीधर' नाटक धरणी धरूनच बसले! आणि पुन्हा इतर नाटककारांच्या नाटकांकडे पेंढारकरांना वळावे लागले. वरेकरांविषयी आणि त्यांच्या नाट्यलेखन पटुत्वाविषयी पेंढारकरांना वाटणाऱ्या अभिमानास 'करग्रहण' नाटकाच्या अपयशाने थप्पड बसली आणि वरेरकरांची बाजू सावरून धरताना त्यांची त्रेधा उडू लागली. 'तुरुंगाच्या दारांत'च्या अपयशाची खोट 'करग्रहण'च्या सुयशाने भरून निघेल, अशी त्यांना आशा होती. 'करग्रहण' नाटकानंतर वरेरकरांच्या नाट्यलेखन पटुत्वाबद्दल सहानुभूती दाखविणारी फक्त दोनच माणसे. त्यापैकीं पहिले पेंढारकर व दुसरे स्वतः वरेरकर! 'श्री' नाटकापासून त्यानीच निर्माण केलेला टीकातंत्राचा भस्मासुर आता त्यांच्यावर उलटून आपलीं तीक्ष्ण हत्यारे त्यांच्यावर

चालवून त्यांना जर्जर करू लागला. 'ललितकलादर्श' मंडळीसंबंधी लिहिताना चांगल्या गोष्टींची नोंदसुद्धा विकृत स्वरूपात प्रसिद्ध करावयाची असे धोरण यानंतर काही नियतकालिकांनी ठरविले. परंतु पेंढारकर मात्र टीकास्त्रांच्या माऱ्याने जर्जर होण्याइतके लेचेपेचे नव्हते. अनेक अडचणींतून मार्ग काढण्याचे कसब त्यांच्यात होते. टीकाकार पक्षात कोणत्या नाटककारांविषयी सहानुभूती आहे हे ते जाणून होते, म्हणूनच खवळलेल्या जन-समुद्रात अप्पा टिपणीसांच्या 'शिक्का कट्यार' नाटकाचा 'नारळ' टाकून तो शांत करण्याचे प्रसंगावधान त्यांनी दाखविले.

■

ग्रहण सुटले!

'**शि**क्का कट्यार' हें अप्पा टिपणीसांचे नाटक 'ललितकले'ने रंगभूमीवर आणावयाचे ठरविले त्याच वेळी महाराष्ट्र नाटक मंडळीने शंकर परशुराम जोशी यांचे 'खडाष्टक' नाटक रंगभूमीवर आणण्याचे ठरविले. त्यांनी पेंढारकरांकडे माझ्या कलाविषयक मदतीची मागणी केली. म्हणून त्या नाटकाचे काम करण्यासाठी मी पुण्यास १४ मार्च १९२७ रोजी जाऊन पोहोचलो. तांब्यांच्या धर्मशाळेत कंपनीचा मुक्काम होता. पुण्याच्या दीड-पावणेदोन महिन्यांच्या मुक्कामात 'खडाष्टक' नाटकाचे देखावे, पुस्तकाचे मुखपृष्ठ वगैरे कामे मी आटोपली.

पुण्यास सर्वांनी जमण्याची आमची मध्यवर्ती जागा म्हणजे बाबूराव देवभक्तांची मठी होय. ६६४ शुक्रवार पेठ– ती लहानशी माडी! त्या जागेत कोण जमत नसत? नटसम्राट नारायणराव राजहंस, हार्मोनिअमपटू, नाटककार आणि मार्मिक लेखक गोविंदराव टेंबे, अभिनयकुशल गणपतराव बोडस आणि सुप्रसिद्ध कादंबरीकार विठ्ठल सीताराम गुर्जर, नाटककार-कवी स. अ. शुक्ल, अनंत सखाराम ऊर्फ अप्पासाहेब गोखले (मुद्रक व प्रकाशक), बापूराव पेंढारकर, वरेरकर, बाबूराव अत्रे, कमतनूरकर, वसंत शांताराम देसाई, एक ना दोन! कॅम्प एज्युकेशन सोसायटीतील बाबूरावांचे मास्तर स्नेही आणि शिष्य स्नेही कोण कशाकरिता येऊन जातील याचा नेम नसे!

आमच्या बाबूराव देवभक्तांचे शब्दचित्र 'सहस्त्रशिर्षा पुरुष: सहस्त्राक्ष: सहस्त्रपात।' असले पुराणपुरषासारखे प्रचंड रेखाटावयाचे नसले तरी अनेकविध परस्परविरोधी अशा त्यांच्या वैशिष्ट्यांची सुसूत्र जंत्री देणे कठीण आहे. त्यांचा कर्मयोगावर दांडगा विश्वास. शारीरिक सामर्थ्य मिळवायचे म्हटले की, सँडोच्या डंबेल्सपासून गामा-कल्लूच्या जोड्या करेल्यापर्यंत त्यांच्या मठीत सामग्री तयार. कडुलिंबाच्या पाल्याने आरोग्य वाढते असे पटण्याचा अवकाश की, त्यांच्या मठीत पाला, पाला आणि पालाच दिसावयाचा! द्राक्षासवाच्या शक्तिवर्धक गुणाबद्दल कुणीतरी प्रशंसा केलेली ऐकताच त्यांनी बाटली तोंडाला लावली ती रिकामी करूनच खाली ठेवली! एकदा तर युकॅलिप्ट्सची लहान बाटली त्यांनी सबंध घशात ओतली! पांढऱ्याचे काळे केस करणे हा धोपट मार्ग पुष्कळ वयस्क माणसे स्वीकारतात. पण तरुणपणी

काळे कुळकुळीत असलेले केस पांढरे किंवा तांबड्या रंगाचे कसे होतील, हाच ध्यास एकदा त्यांनी घेतला. आणि मग ते आम्हास कधी करड्या केसांचे, तर कधी तांबड्या केसांचे दिसू लागले!

असल्या विक्षिप्तपणाबरोबर, 'त्यांना फिड्ल वाजविण्याचा नाद होता' असे मी लिहिले तर पुष्कळांना खोटेही वाटेल. पण तो होता. अभ्यासाकरिता म्हणून जागरणापाठोपाठ जागरणे करतील आणि तीच पुस्तके उशाशी घेऊन झोपेचा उच्चांकही निर्माण करतील. नादी, नादिष्ट आणि अतिनादिष्ट ही विशेषणे मी त्यांना आदरपूर्वक बहाल करतो. उतारवयात पन्नाशीत मास्तराची मारकी छडी दूर भिरकावून त्यांनी डॉक्टराचा स्टेथास्कोप उराशी धरला! हे कठीण नाही, असे कोण म्हणेल? 'र करणी करे तो मास्तरका डॉक्टर हो जाय!' ही नवीन म्हण मनात घोळू लागते.

वयाच्या ५०व्या वर्षी ते डॉक्टर झाले आहेत. त्यांची कसलेली आणि ताठ शरीरयष्टी, भेदक आणि पाणीदार डोळे, थोड्याशा बसलेल्या गालांमुळे अधिकच तरतरीत दिसणारे नाक, बोलताना त्यांच्या कपाळावर उठणाऱ्या शिरा आणि सदा ताठ असलेले त्यांच्या डोक्यावरील केस अशी त्यांची मूर्ती त्यांच्या परिचितांच्या डोळ्यांपुढे कुठल्याही संदर्भांत 'देवभक्त' म्हणताच उभी राहते. त्यांची बोलण्याची लकब कानांशीं घुमू लागते. एखाद्या किरकोळ गोष्टीचेही त्यांनी केलेले रसभरित वर्णन आठवू लागते!

नाट्याची आवड, नकला करण्यात हातखंडा. त्यांच्या नकला सुरू झाल्या म्हणजे तासन्‌तास कसे मजेत निघून जात, हे आम्हास कळत नसे. त्यांच्या धाडसी वृत्तीने एकदा उचल घेतली होती. संध्याकाळची वेळ. सायकलवरून एक युरोपिअन सार्जंट सायकलला दिवा न लावताच सायकल दामटत चालला होता. बाबूरावांच्या ही गोष्ट लक्षात आली. त्यांनी एकदम त्याच्यापुढे जाऊन त्याला हटकले. आणि त्याला खाली उतरण्यास भाग पाडले. साहेबाचा अपमान झाला. तो गरम झाला आणि त्याने अद्वातद्वा बोलून बाबूरावांची नावनिशी उतरून घेतली. ड्यूटीवर असलेल्या ऑफिसरच्या कामात व्यत्यय आणल्याबद्दल त्या पोलीस सार्जंटने बाबूरावांवर फिर्याद केली. तो खटला ऑनररी मॅजिस्ट्रेटपुढे चालला होता. आपण एका नागरिकाचे हक्क बजावले असल्याबद्दलची आपली बाजू बाबूरावांनी बिनतोड अशी पुढे मांडली आणि बाबूराव निर्दोषी म्हणून सुटले! असे आमचे बाबूराव! शंकर कृष्ण देवभक्त!

बाबूरावांची लेखणी 'कलम गुफ्ता के मन् शाहे जहानम्' अशा बेदरकार वृत्तीची आहे. त्यांची टीकात्मक लेखनपद्धती प्रतिपक्षास चूप बसविणारी आहे. त्यांची शब्दचित्रे अत्यंत मार्मिक असतात. त्याचप्रमाणे इतर विनोदी स्फुट लेख आणि गोष्टीही 'लेखणीच्या लीला' या नावाने प्रसिद्ध झाल्या आहेत.

त्यांच्या मठीतील मौजा पुष्कळ लिहिता येतील. वसंत शांताराम देसायांची गंधर्व मंडळीत शिजणारी ‘डाळ’ याच मठीत निवडली गेली. आणि कमतनूरकरांच्या ‘श्री’ची जोपासनाही इथेच झाली. सुप्रसिद्ध ‘गोस्वामी मानवप्रकाशम्’चा जन्म याच मठीत झाला. (तोही एका लहानशा ‘चिमणी’वरून!) या मठीत त्या काळी सर्व ‘फकीर’ जमत!

डॉ.शंकर कृष्ण देशभक्त
डॉ. रामकृष्ण हरि भडकमकर

तत्कालीन नाटक कंपन्या, त्यांची नाटकं वगैरेंची चर्चा या मठीत व्हावयाची; आणि विशेष हे की, पेंढारकरांच्या काही नि:स्सीम स्नेह्यांपैकी बाबूराव देवभक्त हे एक असल्यामुळे ‘ललितकले’तील राजकारणाची चर्चा पेंढारकर याच मठीत करीत.

‘श्री’कार बन्याबापू कमतरुरकर यांचे वास्तव्यही ह्याच मठीत असे. केशवरावांच्या वेळेपासून, ‘ललितकले’शी त्यांचा संबंध असे. जाता जाता त्यांच्या विषयीही दोन शब्द लिहिण्याची सुसंधी मी साधून घेत आहे.

गडकऱ्यांच्या सांप्रदायात आणि त्यांच्या शिष्यशाखेत त्यांचे स्थान असलेले त्यांनी सक्रिय दाखवून दिलेले आहे. सांवळ्या रंगाची उंच शरीरयष्टी, बाकदार लांब नाक, घारे भेदक डोळे, लांब वाढलेल्या भुरक्या केसांची वलये भुवयांपर्यंत लोळत असलेली, असा त्यांचा नूर बघणाऱ्यास काहीसा सिंहासारखा दिसे! ‘रंगे गंदुम्’ म्हणजे गव्हासारखा त्यांचा रंग. मला वाटते, एकाच रंगाच्या कमीजास्त छटांच्या मिश्रणाने त्यांचे चित्र एखाद्या कुशल चित्रकारास चांगले रेखाटता येईल. त्यांचे बाह्यचित्र नुसत्या एका रंगाच्या छटेच्या साहाय्याने रंगविता आले तरी त्यांच्या अंतरंगाचे चित्र रंगविताना असली काटकसर करून भागणार नाही!

‘ललितकले’त किंवा बाबूरावांच्या मठीतील आमची मजलीस भरली म्हणजे बन्याबापूंच्या उपस्थितीमुळे संभाषणाला वेगळीच रंगत येई. थोडक्यात लिहायचे म्हणजे त्यांचे वाक्पटुत्व सभा जिंकण्याच्या पद्धतीस अतिशय योग्य असे. आपले मत प्रसंगविशेषी आरडाओरडा करूनही ते प्रस्थापीत. कोणत्या ना कोणत्या नाटकातील

कोणत्या तरी पात्राच्या तोंडची वाक्ये त्यांच्या तोडीं खेळत असावयाचीच. कवी, नाटककार, कथालेखक ही त्यांच्या लेखनकलेची विविध अंगे सर्वश्रुतच आहेत.

सारांश, पुण्यास बाबूरावांच्या त्या मठीत 'खडाष्टक' नाटकाच्या वेळी माझा काळ मोठ्या मजेत गेला. 'खडाष्टक' हे नाटक अत्यंत विनोदपूर्ण असल्यामुळे ते चांगले रंगत असे. त्यांतील सर्वच पात्रे आपापल्या भूमिका चांगल्या वठवीत. त्यातल्या त्यात केशवराव दाते यांनीं त्या नाटकातील कवीश्वराची जोडभूमिका बहारीची वठविल्यामुळे त्या नाटकातील ते एक वैशिष्ट्यच गणले गेले. सीतारामपंत जोशी यांचे कामही वाखाणण्यासारखे झाले.

सर्वांच्या जास्त लक्षात राहणारे नाटकातील विनोदी पात्र 'वक्रतुंड' होय. एकंदर नाटक विनोदी; परंतु त्यातल्या त्यात वक्रतुंडाकरवी नाटककाराने निर्माण केलेला विनोद प्रेक्षकांना भरपूर हसवीत असे. जोशी यांच्या 'विचित्र लीला' आणि 'मायेचा पूत' या आधीच्या दोन नाटकांनी मिळविलेले त्यांचे स्थान 'खडाष्टक' नाटकाने अढळ केले.

'ललितकलादर्श' मंडळीने जुन्या दोन नाटकांना उजाळा देऊन त्यांना नवीन नाटकांचे स्वरूप आणून दिल्यामुळे अप्पा टिपणीसांना त्यांच्या 'राज्यारोहण' नाटकास संगीत रूप देऊन रंगभूमीवर आणण्याची इच्छा होणे स्वाभाविकच होते. 'ललितकले'च्या स्नेही मंडळीत केशवरावांच्या निधनाने फाटाफूट झाली होती. अप्पा टिपणीस कंपनीत येईनासे झाले होते. पण लेले, नाना गुर्जर वगैरे नेहमी 'ललितकले'त येणारी मंडळी अप्पा टिपणीसांचा अभिमान बाळगणारी होती. तेव्हा ललितकलेच्या रंगभूमीवर पेंढारकरांनी अप्पाचे नाटक आणल्यास त्यांनाही आनंदच होणार होता. वरेरकरांच्या 'करग्रहण' नाटकाच्या अपयशाने निर्माण झालेली पोकळी भरून काढण्यासाठी अखेर अप्पांच्या 'राज्यारोहणा'ला संगीत रूप देऊन 'शिक्का कट्यार' या नावाने ते रंगभूमीवर आणण्याचे ठरले. आणि त्या नाटकाचा पहिला प्रयोग ता. ४ जून १९२७ रोजी झाला.

पेंढारकर कोणतेही नाटक मोठ्या हौसेने, परिश्रम आणि पैसा खर्च करून रंगभूमीवर आणीत. पौराणिक नाटक असेल तर त्या काळचे वातावरण निर्माण करून प्रेक्षकांच्या मनात आपण त्या काळात वावरत आहोत, असा भास निर्माण करीत. ऐतिहासिक सत्याला धरून निर्माण करण्याची खबरदारी ते शक्य तितकी घेत. प्रेक्षकांच्या मनावर याचा अत्यंत अनुकूल असा परिणाम होई.

'शिक्का कट्यार' नाटकाने ललितकलेच्या लौकिकात चांगली भर टाकली. पेंढारकर, बाबूराव फाटक यांची कामेतर चांगली होतच होती.

'मंगल ते प्रियधाम' हे जयजयवंती रागातील पद गानप्रेमी लोकांना पेंढारकरांनी प्रथमच ऐकविले आणि ते फार लोकप्रिय झाले. दुसरे त्यांचे पद 'तुझ्याविना भावना'

आणि तिसरे 'मधुप हा पिसा कसा' ही तीनही पदे पेंढारकर चांगली रंगून गात.

वरेरकरांविषयी पेंढारकरांना अतिशय आत्मीयता वाटे. ते त्यांचा अभिमान बाळगीत. वरेरकरांना नाटककार म्हणून लागोपाठ दोनदा अपयश आल्यामुळे पेंढारकरांना ती गोष्ट लागून राहिली होती. वरेरकरांविरुद्ध सर्वच वातावरण गढूळ झालेले पाहून त्यांचाही धीर खचला होता. आपण ज्या व्यक्तीबद्दल अभिमान बाळगून त्याच्या गुणांची तरफदारी करतो त्याची कलाकृती निष्प्रभ होऊन आपणास खाली मान घालण्याचा प्रसंग आलेला पाहून ते मनातून बरेच खजीलही झाले होते. परंतु त्यांना हमखास वाटत होते की, एक काळ असा येईल की, आपण वरेरकरांच्या विषयी बाळगलेला अभिमान अनाठायी नव्हता हें जनतेच्या निदर्शनास येईल. म्हणूनच त्यांनी पुन्हा एकदा वरेरकरांचे नाटक रंगभूमीवर आणण्याचे ठरविले.

एका बोलपटावरून पेंढारकरांना ते कथानक नाटकाला योग्य असल्याचे वाटले. म्हणून त्या कथानकाच्या आधारे वरेरकरांनीं नाटक लिहिण्यास घेतले. 'परक्यांसाठी' या नावाची जाहिरातही फडकली!

मी त्या नाटकाच्या देखाव्यांच्या तयारीस लागलो. त्याच वेळी महाराष्ट्र नाटक मंडळीचा मुक्काम मुंबईस होता; आणि त्यांचे खेळ एलफिन्स्टन थिएटरमध्ये चालू होते. खाडिलकरांचे 'सवतीमत्सर' नाटक त्यांच्या रंगभूमीवर येणार होते. कैकेयीच्या महालाचा एक फ्लॅट सीन करून देण्याचे काम मी पत्करले होते. ता. १९ नोव्हेंबर १९२७ रोजी ते नाटक रंगभूमीवर आले. 'ललितकलादर्श' मंडळीच्या 'परक्यासाठी' या नाटकाची जाहिरात इकडे चालूच होती; पण त्या नाटकाचा योग काही येईना.

गणपतराव बोडसांची 'संशयकल्लोळ' मधील फाल्गुनरावांची भूमिका गाजलेली. तेव्हा त्याच्या समवेत 'ललितकले'ने ऑगस्ट महिन्यात 'संशयकल्लोळ' नाटकाचा एक प्रयोग केला. त्यात कृत्तिकेची भूमिका रघुनाथ इनामदाराकडे होती. पण आयत्या वेळी तो आजारी पडल्यामुळे कृत्तिकेचे काम 'ललितकले'त नुकतेच येऊन दाखल झालेले गंगाधरपंत लोंढे यांनी केले. 'ललितकले'तील ते त्यांचे पहिले काम.

यानंतर 'सौभद्र' नाटकाचा प्रयोग जरा सुधारून करण्याचे ठरल्यामुळे त्यातील देखाव्यांवरून हात फिरविण्याचे माझे काम चालू झाले. 'सौभद्र'चा प्रयोग ६ ऑक्टोबर १९२७ रोजी झाला. त्यात सुभद्रेची भूमिका पेंढारकरांनी केली होती. रुक्मिणीच्या महालाची नवीन योजना केली होती.

पलंग आतील दालनात ठेवून त्यावर एक सरकपडदा लावण्यात आला होता. रुक्मिणीच्या करमणुकीसाठी एका लहानशा जलशाची योजनाही केली होती. अशा प्रकारे जुन्या नाट्यप्रयोगात नावीन्य आणणे चालू होते. त्या मुक्कामातील शेवटचा

'वधुपरीक्षा'
'सत्पात्र हा ललना कपोल'

भार्गव
गंगाधरपंत लोंढे

यमुना
कृष्णा आगरवाले

'पुण्यप्रभाव' हा खेळ ता. २ जानेवारी १९२८ रोजी करून 'ललितकले'ने मुंबईचा मुक्काम हलविला. आणि 'परक्यांसाठी' हें नाटक मागे पडले!

या नाटकाप्रीत्यर्थ मी देखावे तयार केले होते ते खरोखरीच परक्यासाठी ठरले! श्रीपाद कृष्ण कोल्हटकरांच्या 'वधूपरीक्षा' नाटकासाठी त्यांचा उपयोग करण्याचे ठरले.

श्रीपाद कृष्ण कोल्हटकर

'वधूपरीक्षा' हे आणखी एक नाटक 'ललितकले'ने ता. ११ ऑक्टोबर १९२८ रोजी संगीत स्वरूपात रंगभूमीवर आणून जुन्याचे नवे करून दाखविण्याच्या मालिकेत आणखी एक भर टाकली. 'वधूपरीक्षे'तील पदे कोल्हटकरांनीच केली होती. वि. स. खांडेकर त्या वेळी त्यांच्याबरोबर असत. अर्धांगवायूच्या झटक्यामुळे कोल्हटकरांच्या तोंडावर व डोळ्यांवरही थोडासा परिणाम झालेला होता; त्यामुळे वि. स. खांडेकरांची त्यांना मदत होत असे.

'वधूपरीक्षा' नाटकातील देखाव्यांची मांडणी सर्व नवीन होती. विशेषत: विहिरीचा देखावा प्रेक्षकांच्या लक्षात राहण्याजोगा होता. अगतिक झालेली त्रिवेणी जीव देण्यासाठी विहिरीत उडी घेते आणि तिच्या पाळतीवर असलेला धुरंधर तिला वाचविण्यासाठी तिच्या पाठोपाठ उडी घेतो. मध्यरात्रीच्या सौम्य प्रकाशात आणि घरातून बाहेर आलेल्या दिव्यांच्या प्रकाशात रंगभूमीवरच्या त्या विहिरीची भीषणता विशेषच दिसत होती.

त्रिवेणीने विहिरीत उडी घेताच पाण्याच्या आवाजाबरोबरच विहिरीतून पाणी वर उडण्याची योजना केली होती. त्यामुळे त्या देखाव्याला अधिकच परिणामकारक स्वरूप आले. त्रिवेणीच्या पाठोपाठ धुरंधरानेही उडी घेतली की पुन्हा एकदा पाण्याचा आवाज होई आणि विहिरीतून उडालेले पाणी दृष्टीस पडताच प्रेक्षकांना आश्चर्य वाटून पसंतीची टाळी पडे. शेवटी जेव्हा भिजलेला धुरंधर भिजलेल्या त्रिवेणीस घेऊन विहिरीच्या पायऱ्या चढून वर येतो, तेव्हा तर प्रेक्षकांकडून टाळ्यांचा गजर होत असे.

नाटकातील चाली अत्यंत आकर्षक, भारदस्त आणि परिणामकारक होत्या. धुरंधर : पेंढारकर, भार्गव : लोंढे, त्रिवेणी : माशेलकर, यमुना : कृष्णा आगरवाले, गंगू : नणंदीकर, प्रयागपंडित : साने, विश्वेश्वरशास्त्री : जोगळेकर, कोतवाल :

खंडोपंत शेट्ये आणि कऱ्हाडकर आणि पाटील या सर्वांनी आपल्या भूमिका सुंदर वठविल्या. लोढ्यांचे अभिनय आणि गानकौशल्य 'वधूपरीक्षा' नाटकात प्रथमतः विशेषत्वाने प्रकट झाले. 'ललितकले'चे अभिमानी आणि गायनप्रेमी बाटलीभाई यांचा तेव्हा असा नियम असे की, 'ललितकले'च्या नव्या नाटकाच्या पहिल्या प्रयोगास हजर राहावयाचेच. थिएटरवर आल्याबरोबर पेंढारकरांची भेट घेऊन त्यांना हार अर्पण करावयाचा. ते त्यांच्या गाण्यावर नेहमी खूश असत. 'वधूपरीक्षे'तील लोढ्यांचे गाणे ऐकूनही ते खूप खूश झाले होते. लोढ्यांच्या विशेषतः 'जिव बावरा' या पदानेतर मुंबईचा गानप्रेमी समाज भारून गेला. ते त्यांचे पद 'वन्स मोअर'चे ठरून गेले होते.

त्या नाटकातील पेंढारकरांची 'ब्राह्मण्य सारें', 'जननियंता', 'प्रेमा तिच्या' वगैरे पदेही 'वन्स मोअर' मिळवीत.

नाटकाचे अत्यंत शौकीन आणि बहुतेक पहिल्या प्रयोगासच तिकीट काढून हजर राहणारे 'ललितकले'चे दुसरे अभिमानी रसिक प्रेक्षक शिल्पकार रघुनाथ कृष्ण फडके हे होते. ते नाटक अत्यंत मार्मिकपणे बघावयाचे आणि त्यातील खाचाखोचा नीट बारकाईने लक्षात ठेवून प्रसंगविशेषी त्यांचा उपयोग आपल्या भाषणात किंवा लेखनात करावयाचे. त्यांची नाटकांवरील परीक्षणे अत्यंत मार्मिक आणि उद्बोधक. 'सवतीमत्सर' नाटकावर त्यांनी एक प्रदीर्घ टीका लिहून प्रसिद्ध केली. त्यानंतर 'वधूपरीक्षा' या नाटकाचा प्रयोग पाहिल्यानंतर त्या नाटकावरही अत्यंत मार्मिक अशी टीका प्रसिद्ध केली. ते दोन्ही वाङ्मयप्रेमी जनतेस आवडले होते.

'वधूपरीक्षा' दिवसेंदिवस अत्यंत लोकप्रिय होत गेले. त्या मुक्कामात पेंढारकरांनी साडेसहा हजारांची एक नवीन मोटार १३ डिसेंबर रोजी घेतली आणि १९२८ मधील आपला मुंबईचा मुक्काम संपवून ता. २ जानेवारी १९२९ रोजी कंपनी पुण्यास नेली.

■

चुकले कुठे?

१९२९ सालचा पुण्याचा तीन महिन्यांचा मुक्काम संपल्यानंतर कंपनीने वऱ्हाडचा दौरा करण्याचे ठरविले. पुण्यास जमखिंडीकरांच्या वाड्यात या खेपेस कंपनीचा मुक्काम होता. नाटके चांगली चालली होती. त्याचप्रमाणे कंपनीत गुणिजनांचा परामर्ष नेहमीप्रमाणे चालू होता. रामभाऊ कुंदगोळकर यांच्या गायनाचा कार्यक्रम एके दिवशी करण्यात आला. तीन महिन्यांच्या मुक्कामानंतर पुण्याहून सातारचा मुक्काम थोडे दिवसांकरिता घेऊन नाशिकच्या मे महिन्यातील भरभराटीच्या मोसमाचा फायदा घेण्यासाठी कंपनी नाशकास गेली. नाशिक, जळगाव, अकोला या तीन ठिकाणी महिना-पंधरा दिवसांचा उडता मुक्काम टाकीत तीन महिन्यांसाठी नागपूरचा मुक्काम घेण्यात आला. मुंबई सोडल्यापासून नागपूरपर्यंतचे सर्वच मुक्काम 'ललितकले'स एकाहून एक चांगले गेले. आणि नागपूरचे तीन महिनेही चिकार उत्पन्नाचे गेले. कंपनीने आणखी मुक्काम वाढवावा, अशी नागपूरकरांची फार इच्छा होती; पण कंपनीने उमरावतीचे थिएटर अगोदरच ठरवून ठेवल्यामुळे कंपनीस उमरावतीस जाणे भागच होते.

नागपूर येथील दर आठ-पंधरा दिवसांनी 'ललितकले'च्या चाहत्यांपैकी कुणाकडे तरी मेजवानीचा बेत असावयाचा आणि आम्हास जाणे भाग पडावयाचे. पुलगांव मिलचे मालक, मॅनेजरांनी पेंढारकरांचा जलसा ठरविला होता. त्यासाठी आम्ही पुलगांवला गेलो होतो. जलसा चांगला रंगला होता. सीताबर्डीतही त्यांचा एक जलसा झाला. त्या जलशास लोकांची गर्दी इतकी झाली की, कैक लोक रस्त्यावर उभे राहून पेंढारकरांचे गाणेऐकत होते. त्या तीन महिन्यांच्या मुक्कामात आम्ही रामटेक वगैरे प्रेक्षणीय स्थळे पाहून घेतली. नाटके नसली की रोज कुठे ना कुठे आम्ही फिरतच असू. एकदा तर आम्ही मोटारीने पुण्याचीही खेप करून आलो. हजार मैलांचा प्रवास स्वत: मोटर चालवून केल्यानंतरही ताबडतोब रंगभूमीवर जाण्याची पेंढारकरांची तयार असावयाची. हा त्यांचा काटकपणा पाहून धन्यता वाटावयाची. पुण्याचे आमचे स्नेही डॉक्टर रंगनाथ हरि सोमण यांच्याकरिता नागपूरला असतानाच एक मोटार पेंढारकरांनी खरेदी केली आणि ती घेऊन ता. ९ नोव्हेंबर १९२९ रोजी ते पुण्यास गेले. रंगभूमीच्या खालोखाल मोटार ड्रायव्हिंग हा त्यांच्या आवडीचा विषय होता.

पेंढारकर मोटार चालवीत असताना

नागपूरहून कंपनी उमरावतीस गेली आणि १९३० साल उजाडलेले आम्ही उमरावतीस पाहिले! नागपूरचा जोरात चाललेला मुक्काम उचलून कंपनीने तो उमरावतीस नेण्याची उगीच घाई केली असे वाटू लागले. कारण येथील उत्पन्नाचे आकडे निम्म्याने खाली उतरलेले दिसले. वरेरकर आणि मार्तंडराव प्रधान त्याच मुक्कामात मुंबईहून मुद्दाम आले होते. मार्तंडराव प्रधान हे एक पेंढारकरांचे चाहते आणि कंपनीस वेळोवेळी– सांपत्तिक अडचणींच्या वेळी– मदत करणारे गृहस्थ होते. नागपूरप्रमाणेच उमरावतीसही मेजवान्या झडतच होत्या. आणि आमचा पेंढारकरांबरोबर कुठे ना कुठे हिंडण्याचा कार्यक्रमही चालूच होता. उमरावतीचे रावबहादूर खरे, इन्शुअरन्स कंपनीचे एजंट कोळे वगैरे मंडळी कंपनीच्या हितचिंतकांपैकी होती. नवीन ओळख केसरीमाल्ल शेटजींची झाली. मुंबईहून पार्श्वनाथ आळतेकरही उमरावतीस आले होते.

१० जानेवारीला दोन मोटारीतून आम्ही काही मंडळी धारणी येथे असलेला किल्ला पाहावयास म्हणून बाहेर पडलो. पण तसे तेथे काहीच पाहण्यासारखे आढळले नाही. मात्र सृष्टिसौंदर्य विपुलतेने दृष्टीस पडत होते. घाटातील रस्त्यावरून निरनिराळ्या रंगांच्या पानाफुलांनी नटलेल्या निरनिराळ्या जातींच्या वृक्षराजी दुतर्फा डुलत होत्या. जणू काय आमच्या स्वागतासाठीच त्या सज्ज होत्या. त्या दाट झाडीच्या वस्तींत असलेले काही वन्यपशू बेदरकारपणे वावरताना आम्हास दिसले. प्रत्यक्ष किल्ल्यावर मात्र पाहण्यासारखे काहीच नव्हते.

परत येताना पेट्रोल संपल्यामुळे आम्हास एक मोटार मार्गातल्या एका गावी एका स्नेह्याकडे ठेवावी लागली; आणि सर्व मंडळीना पेंढारकरांच्या मोटारीत कोंबल्यासारखे बसावे लागले. रात्र बरीच झाली होती. दाट जंगलांतून, चढण आणि उतरण असलेल्या घाटांतून, पेंढारकर मोटार हाकीत होते. आणि मोटारच्या पाठीमागे असलेल्या तांबड्या दिव्याकडे दृष्टी ठेवून एक जनावर मोटारीचा सारखा पाठलाग करीत असलेले आमच्या लक्षात आले. आम्ही सर्व घाबरलो. मोटारीत कोंबलेले आम्ही दहा जण मुठीत जीव धरून बसलो होतो. पेंढारकरांना पाठीमागून येणाऱ्या श्वापदाची चाहूल ऐकू येत होती. समोरच्या आरशात त्याचे डोळे चमकत असलेले मधून मधून दिसत होते. पण त्यांनी मोटरीवरील आपला ताबा ढळू दिला नाही. रात्रीची वेळ, रस्ता अनोळखी, त्यातून वळणावळणाच्या जागा पुष्कळच असल्यामुळे गाडीचा वेग बेताचाच ठेवणे भाग होते. आणि मागे लागलेल्या श्वापदालाही मागे टाकणे आवश्यक होते. दोनएक मैल आमचा पाठलाग चालू होता. पुढे जंगलांतील रस्ता संपून सरळ रस्ता लागला, तेव्हा संकट टळल्याचा सुस्कारा टाकून आम्ही त्या श्वापदाला सहज पाठीमागे टाकले.

आमच्या बरोबर केसरीमल्ल शेटजींची बंदूक होती. ती बरोबर घेते वेळी रावबहादूर खरे त्यांना म्हणाले होते, 'शिदोरी बरोबर असावी. स्वतःला नाही तरी दुसऱ्याला तिचा उपयोग होईल!' तितकी वेळ आमचा पाठलाग करणाऱ्या त्या समंजस श्वापदाने येऊ दिली नाही म्हणून बरे. एरवी गेल्या दोन पिढ्या श्वापदांची शिकार करण्याची सवय नसलेल्या त्या बंदुकीस कुरवाळीत आयत्या वेळी शेटजींना लक्ष्मीघराच्या अभिनिवेशात 'गोळी गंजली आहे' असे म्हणण्याची पाळी आली असती!

कसेबसे आम्ही घरी पोहोचलो आणि पेंढारकरांना मात्र खाली उतरताच सडकून उलटी झाली. प्रवासात त्यांनी ती मळमळ निग्रहाने दाबून धरली होती. दुसरातिसरा लेचापेचा कुणी असता, तर त्याच्याकडून त्या प्रसंगी मोटार ड्रायव्हिंग तितके काळजीपूर्वक झाले असते की नाही कोण जाणे? मात्र येवढे खरे की, वाघ पाठीमागे लागल्याप्रमाणे त्यांनी बरोबर गाडी हाकली!

उमरावतीहून अकोला, अकोल्याहून अकोट आणि त्यानंतर कंपनीने खामगावचा मुक्काम घेतला. त्या वेळी हैदराबाद दक्षिण येथे जाण्याचा बेत चालला होता. पण तो बदलून इंदूरला मुक्काम नेण्याचे ठरले. शेवटीं नगर आणि नाशिक हें दोन मुक्काम घेऊन कंपनीने दोन आठवड्यांसाठी मुंबईचाच मुक्काम घेतला.

नागपूर सोडल्यानंतर फक्त मुंबईचा मुक्काम चांगला गेला. वऱ्हाडच्या दौऱ्यात नागपूरपर्यंतचे मुक्काम उत्पन्नाच्या दृष्टीने चढत्या भाजणीप्रमाणे चढत गेले. आणि परत येताना उतरत्या भाजणीचे स्वरूप दौऱ्याला आले. याप्रमाणे वऱ्हाडचा दौरा संपवून कंपनी मुंबई-पुणे या भागांत आली.

'श्री'नंतर 'ग' या नावाचे एखादे नाटक बन्याबापू कमतनूरकर लिहितील अशी अपेक्षा त्यांच्या आम्हा चेष्टेखोर मित्रांची असणे स्वाभाविक होते. पण अपेक्षाभंग हाही एक नाटककाराच्या कौशल्याचा भाग असतो असे म्हणतात, त्या म्हणण्याची सत्यता पटविण्यासाठी बन्याबापूंनीं 'सज्जन' नावाचे एक तीनतासी नाटक लिहिले आणि 'ललितकले'ने ते मुंबईच्या मुक्कामी ता. २ एप्रिल १९३१ रोजी रंगभूमीवर आणले. त्या दिवशी चंद्रग्रहण होते. रात्री साडेआठाचा मुहूर्त धरण्यात येऊन खेळ केला गेला. ते नाटक त्रुटित, तीन अंकी आणि तीन चार तासात संपणारे, नव्या पद्धतीचे होते. त्या नाटकासाठी देखावेही नावीन्यपूर्ण केले होते. विशेषत: तिसऱ्या अंकांतील लेण्यांचा देखावा प्रशस्त आणि प्रेक्षणीय असा होता. संगीताची बाजू चांगल्या आकर्षक आणि नवीन रागदारीच्या चालींनी नटविली होती आणि प्रत्येक पात्राने आपले काम परिश्रमपूर्वक बसविले होते.

पाश्चात्त्य देशाप्रमाणे त्रुटित नाटकांची आवश्यकता इकडेही भासू लागण्याचा काळ येत होता. म्हणून 'ललितकले'ने वरेरकरांची दोन त्रुटित नाटके बसविल्यानंतर तिसरे हे कमतनूरकरांचे 'सज्जन' बवविले.

या तिन्ही नाटकांचा अनुक्रम यशाच्या दृष्टीने लावावयाचा झाल्यास तिसरे 'सज्जन' नाटक पहिले, दुसरे 'करग्रहण' नाटक दुसरेच, आणि पहिले 'तुरुंगाच्या दारांत' तिसरे ठरेल. नाट्य, कला, रंगत या सर्व दृष्टींनी 'सज्जन' हे तिन्ही नाटकात श्रेष्ठ गणले जाईल. मात्र 'ललितकले'ने रंगभूमीवर आणलेले आणि तेही 'श्री'कार कमतनूरकर यांनी लिहिलेले नाटक या हिशेबाने प्रेक्षकांच्या अपेक्षांना ते उतरले नाही.

वरेरकर आणि कमतनूरकर यांसारख्या प्रथितयश नाटककारांकडून पेंढारकरांनी नाट्यतंत्रातल्या नवीन सुधारणेचा उपक्रम करून घेतला आणि स्वत: प्रयोगादाखल प्रयत्नांची शिकस्त केली. दुर्दैवाने त्या उपक्रमात काही दोष राहून गेले आणि मिळावे तितके यश निर्मात्याच्या आणि नाटककारांच्याही पदरी पडले नाही.

'तुरुंगाच्या दारांत' प्रचारात्मक होते. पतितोद्धार हा त्याचा विषय होता. पण

हुंडा आणि शुद्धीकरण या अशाच दोन विषयांवरील 'बाप' आणि 'संसार' ही दोन नाटकेही प्रचारात्मकच असूनही कथानकांतील हृदयस्पर्शी नाट्य-प्रसंग, परिणामकारक संवाद, वास्तव विनोद, आकर्षक चालींनी नटविलेले संगीत इत्यादी गुणांनी ती यशस्वी झाली ही गोष्ट लक्षात ठेवली पाहिजे. म्हणजेच नाटके प्रचारात्मक असोत वा नसोत, त्यांत भरपूर करमणूक करणारा सर्व प्रकारचा मसाला नसेल, तर ती नाटके फिकीच पडणार!

'करग्रहण' नाटकात करमणुकीचा, नावीन्याचा भाग होता. परंतु संगीताच्या दृष्टीने 'ललितकले'चा त्या वेळेपर्यंतचा लौकिक त्या नाटकातल्या गझल–कवाल्यांनी राखला नाही. आणि नाटकात अपेक्षित मनोरंजनाची थोडीफार उणीव दिसून आल्यामुळे ते नाटकही लोकाभिरुचीस उतरले नाही.

तिसरे त्रुटित नाटक 'सज्जन'. या नाटकातही करमणूक नव्हती असे नाही. संगीताच्या दृष्टीने चाली आकर्षक आणि गायकी पद्धतीच्या होत्या. देखाव्यांची उणीवही नव्हती आणि नटांचे कौशल्य अपुरे पडले असेही कुणाला म्हणता आले नसते. तर मग चुकले कुठे, हा मोठा प्रश्न 'ललितकले'च्या मालकास पडला. मनुष्यासारखा मनुष्य; हात आहेत, पाय आहेत, सर्व इंद्रिये यथायोग्य आहेत– इतकेच नव्हे तर डोकेही आहेच. हे सिद्ध झाले. परंतु त्यात जीव नव्हता!

■

भार्गवराव, गंगाधरपंत लोंढे, बापूराव पेंढारकर, गोंविद माशेलकर (सज्जन नाटकातील देखावा)

''सज्जन'' मधील एक दिवाणखाना

होईल ते ते पाहावे!

ललितकलेत काम नसले म्हणजे इतर कोणतेही काम कुठेही जाऊन करण्याची मला मुभा असे. पेंढारकरांनीं ती सवलत मला दिली हाती, आणि म्हणूनच, समर्थ, नूतन संगीत विद्यालय, सुलोचना संगीत मंडळी, युनायटेड पिक्चर सिंडिकेट वगैरे संस्थांची कामे माझ्याकडून झाली. 'होईल ते ते पाहावे' म्हणून आपल्या हाती नसलेल्या गोष्टींना आयुष्यात जर जोड द्यावे लागते तर आपल्या हाती असलेल्या गोष्टींबाबत 'होईल ते ते करावे' असे म्हणून सिद्ध होण्यास कोणती हरकत आहे?

'सज्जन' नाटक रंगभूमीवर आल्यानंतर 'समर्थ' नाटक मंडळीचे थोडेसे काम माझ्याकडे आले होते. विष्णुपंत औंधकर, शाळिग्राम वगैरे मंडळींनी ती कंपनी काढली होती. ते काम संपताच मला हैदराबाद दक्षिण येथे भरणाऱ्या साहित्य संमेलनास हजर राहण्याचा योग आला. मीही हैदराबादेतील एक रहिवासी असल्यामुळे तेथील माझ्या अनेक मित्रांकडून संमेलनास हजर राहण्याविषयी आग्रहाचे निमंत्रण आले होते. संमेलन 'विवेकवर्धिनी' थिएटरात भरणार होते, आणि ते थिएटर शृंगारण्याच्या बाबतीत माझ्याकडून होणारी मदत देण्यासाठी मी तेथे गेलो होतो.

संमेलनाचे अध्यक्ष श्रीधर व्यंकटेश केतकर हे होते. ता. ७ मे १९३१ रोजी संमेलनास सुरुवात झाली. संमेलनाचे स्वागताध्यक्ष राजा धुंडिराज बहादूर हे होते. त्यांनी आपल्या भाषणात मराठवाड्याचे, तेथील मराठी वाङ्मयाचे तेथील साधुसंतांनी केलेल्या बहुमोल कामगिरीचे यथातथ्य चित्र रंगविले.

संमेलनातील कार्यक्रम, भाषणे, ठराव, कविता-गायन, नकला, कीर्तने असा विविध प्रकारचा आखला होता आणि तो मजेत पार पडला. एका कवीचे काव्यगायन तितके आकर्षक नव्हते. तो कार्यक्रम कंटाळवाणा होत चालला होता. पण योगायोगाने त्याही कार्यक्रमाने लोकांची भरपूर करमणूक केली. तो कवी आपली कविता आपल्या भसाड्या (परंतु त्याच्या मते गोड) आवाजात गाऊन त्यातील रसास्वाद श्रोत्यांनी घ्यावाच म्हणून जो जो अट्टाहासाने प्रयत्न करीत होता तो तो त्याचा प्रयत्न अधिकाधिक हास्यास्पद होत होता. लोक वारंवार त्याचा उपहास करून नापसंतीच्या टाळ्या पिटीत होते, आणि त्याला एक प्रकारचा चेव येत होता. शेवटीं तो भलताच चेकाळला. अध्यक्षांच्या घंटीलाही तो दाद देईना. तेव्हा

प्रो. सत्यबोध बाळकृष्ण हुदलीकर यांना राहवेनाच. ते खुर्चीवरून उठले आणि त्या कवीला, एखाद्या हट्टी आणि रडक्या मुलास उचलावे तसे उचलून त्यांनी बाहेर नेऊन सोडले. अशा रीतीने का होईना, त्याने गायिलेल्या कवितांपेक्षा त्याच्या प्रत्यक्ष वर्तनाने जे काव्य निर्माण झाले ते त्याच्या बाबतीत शोकपर्यवसायी असले तरी प्रेक्षकांना मात्र ते आनंदपर्यवसायी होऊन त्यांची भरपूर करमणूक झाली.

हैदराबादचा उन्हाळा नेहमीप्रमाणे कडकच होता. पण पाहुणे मंडळीची व्यवस्था चोख होती. आज काय श्रीमंत वामन नाईक यांच्यांकडील मेजवानी, तर उद्या श्रीमान धनराजगिरजी यांच्याकडील 'ॲट होम' पार्टीचे आमंत्रण आणि परवा राजे रायरायन बहादूर यांच्याकडील मेजवानीचे निमंत्रण! मेजवान्यांचा थाट पंचपक्वान्नांचा असे. पुण्याकडील पाहुण्यांनी पेशवाईतील मेजवान्यांची वर्णने पुस्तकांतून वाचली असतील; परंतु तो खरोखरीचा पेशवेकालीन थाट पाहून ते गहिंवरले असतील यात शंका नाही.

हैदराबादेहून पुण्यास आलो. पुण्यास असलो म्हणजे बाबूराव देवभक्त, वसंतराव देसाई यांच्या समवेत नेहमीच बैठकी होत. पुण्यास असताना कधी लागोपाठ दोन दिवस बाबूरावांकडे जाण्याचे चुकले नाही. त्यांच्याकडे गेलो तेव्हा आमचे मित्र वसंतराव देसाई यांची सबजज्ज म्हणून जळगावला नेमणूक झाल्याचे आनंददायी वृत्त कळले. ललितकलेच्या अभिमान्यांपैकी आणि पेंढारकरांच्या निकटवर्ती स्नेह्यांपैकी वसंतराव होते. त्यांचे शब्दचित्र रेखाटणे जरा कठीणच आहे. चित्रकाराच्या पुढे एखादा म्हातारा आणि त्यातून दाढीवाला उभा केला म्हणजे त्याचे चित्र रेखाटणे त्यास सोपे जाते; कारण त्यांच्यात ढोबळ अशा पुष्कळच गोष्टी असतात. तो आपल्या कुंचल्याच्या फटकाऱ्याने त्या सहज रेखाटू शकतो. आणि त्या रेखाटणाचे साम्य चट्कन डोळ्यांना दिसू लागते. पण त्या म्हाताऱ्याऐवजी एखाद्या सुस्वरूप व्यक्तीस चित्रकारापुढे नेऊन बसविले तर मात्र त्या चित्रकारास त्या व्यक्तीचे साम्य आणण्यास जास्त मेहनतच घ्यावी लागते. नाजूक छटा, नाजूक भावप्रदर्शन यथातथ्य रेखाटण्याची कला जातिवंत कलावंतच दाखवू शकतो.

आपल्या स्नेह्यांसोबत्यांत ते अत्यंत प्रिय. जातील तिथे आपली छाप पाडून त्या त्या व्यक्तीचा स्नेह संपादून घेण्याची कला अवगत. त्यामुळे स्नेही परिवारही फार मोठा असे. गौरवर्ण, भव्य कपाळ, तरतरीत नाक, डोळे आणि चेहरा सुंदर, शरीरयष्टीही रुबाबदार. त्यातून भाषणशैली विनोदप्रचुर. यामुळे त्यांची छाप कुणावरही ताबडतोब पडे. नाट्यकलेचा त्यांना नाद. वृत्ती अभ्यासू. त्यात लेखनाची गोडी. 'ललितकले'त शिरकाव झाल्यापासून कॉलेजव्यतिरिक्त त्यांचा बहुतेक सर्व वेळ आम्हा मंडळीतच जाई. असे असूनही त्यांनी बी.ए. आणि एलएल.बी.च्या परीक्षेत वरच्या श्रेणीतील गुण मिळविले हे विशेष. त्यांच्या लेखनात आणि भाषणांत

पूर्वीपासूनच मार्मिकता दिसून येते. थोडासा मिस्कील, खोडकर स्वभावही प्रतीत होतो. त्यांच्या लेखनात त्यांची मार्मिकता आणि व्यासंग हे गुण प्रामुख्येकरून दृष्टोत्पत्तीस येतात. जबाबदारीचे काम चालवून उरलेल्या वेळात त्यांनी केलेले लेखनकार्य जरी अल्पसे असले तरी गुणांच्या मानाने श्रेष्ठ प्रतीचे आहे. त्यांच्याकडे केव्हाही जा, नट, नाटककार, लेखक, वकील यांपैकीं कुणीतरी आलेले असायचेच. आणि तेही त्यांच्याकडून 'काहीतरी' घेऊन जाण्याच्या इच्छेने! हे 'काहीतरी' म्हणजे मार्गदर्शन- सल्ला. वसंतरावांकडे हे केव्हाही आणि कुणासही भरपूर मिळते, असा लौकिक आहे.

त्यांचे अभीष्ट चिंतून मी पुण्याहून मुंबईला जाण्यास निघालो. आमचे गुरुवर्य पंडित श्रीपाद दामोदर सातवळेकर यांची गाडीत आकस्मिक भेट झाली. दोन-तीन तास निरनिराळ्या विषयांवरील संभाषणात गेले. हैदराबादेत १९०४ साली त्यांनी व आर. डब्ल्यू. देऊसकर यांनी काढलेल्या स्टुडिओत मी त्यांच्याकडे शिकावयास जात असे. 'नाट्यसृष्टीत चित्रकारांना कितपत वाव आहे?' या त्यांच्या प्रश्नास 'चांगल्या चित्रकारांना रंगभूमीचे क्षेत्रही व्यापक आहे' असे मी उत्तर दिले. आम्ही मुंबईस पोहोचलो आणि त्याच दिवशी ठरल्याप्रमाणे मी त्यांच्या भेटीस हळदणकरांकडे गेलो. आणि त्यांना घेऊन एलफिन्स्टन थिएटरमध्ये आलो. त्यांना 'सज्जन' नाटकातील लेण्यांचा देखावा व मी रंगविलेले इतर दोन-तीन पडदे दाखविले. माझ्या प्रगतीबद्दल त्यांनी आनंद व्यक्त केला.

'ललितकले'च्या कामास मी सुरुवात केली होती. १६ जूनला कामावर जाण्यास निघणार तोच 'संदेश'कार अच्युत कोल्हटकर यांना आदल्या रात्री देवाज्ञा झाल्याचे वृत्त कळले. त्यांची अंत्ययात्रा निघाली होती. तीतून अनेक महाराष्ट्रीयांच्या पाठोपाठ मीही गेलो. त्यांच्या अनेक स्मृती डोळ्यांपुढे येत होत्या. 'ललितकलादर्श' मंडळीच्या कोणत्याही समारंभास ते– 'साहेब'– हजर असत.

५ ऑगस्ट १९३१ रोजी 'नेकजात मराठा' या अप्पा टिपणीसांच्या नाटकाची रंगीत तालीम झाली आणि ता. ६ ऑगस्ट गुरुवार रोजी त्याचा पहिला प्रयोग झाला. पुन्हा एकवार 'चंद्रग्रहण' हे जुनेच गद्य नाटक अशा प्रकारे 'ललितकले'च्या रंगभूमीवर नव्या संगीत स्वरूपात 'नेकजात मराठा' म्हणून आले. जुनी नाटके फक्त नावे बदलून रंगभूमीवर आणल्याबद्दल बरीच टीका पुन्हा एकवार झाली, परंतु ऐतिहासिक नाटक, तेही चटकदार असल्यामुळे चांगले रंगले.

परंतु 'ललितकले'तील अंतर्गत वातावरण दिवसेंदिवस चिघळत चालले होते. 'तुरुंगाच्या दारांत' नाटकाचे नाव बदलून 'पतितपावन' या नावाने ते पुन्हा एकदा रंगभूमीवर टाकून जनतेची फसवणूक करण्याचा मनुसबा चालला होता. पुस्तकेही छापण्यापर्यंत मजल गेली होती. या परिस्थितीत मूळ 'तुरुंगाच्या दारांत'ची पुस्तके

''सज्जन'' मधील लेण्यांचा देखावा

उंदीर आणि वाळवी यांपासून कष्टपूर्वक बचावून ठेवण्यात जी आलीं होती, त्यांची कुणी दादच घेईना! या पुस्तकाचे पेंढारकर आणि चाफेकर हे अर्थात नावापुरते प्रकाशक होते. ती बाब आर्थिकदृष्ट्या माझी वैयक्तिक होती. तरीही संस्थेच्या हिताहितासंबंधी चाललेल्या योजनांबाबत 'जे जे होईल ते ते पाहावे' हे धोरण मी ठेवले.

'ललिकले'संबंधीं विरोधी अपप्रचार बाहेर चालूच होता. कंपनीच्या एकंदर परिस्थितीबद्दल वाईट वाटे. गंगाधरपंत लोढ्यांनी ऑक्टोबर १९३१ पासून 'ललितकलेचा संबंध सोडला. आणि त्यांनी गंधर्व मंडळीत प्रवेश केला. 'ललितकले'तील दिवसेंदिवस बिघडत चाललेल्या वातावरणाची झळ त्यांनाही लागली होती. त्यांनी थोड्याशा त्रस्त मन:स्थितीतच कंपनी सोडली. माझ्या पुण्या- मुंबईच्या खेपा चालू होत्या. पुण्याहून मी ता. २९ ऑगस्ट १९३१ रोजी पेंढारकरांना एक पत्र लिहून एकंदर बिघडलेल्या परिस्थितीची जाणीव करून दिली. कंपनीचे काम करण्यास मनाचा उत्साह लागतो, तो अशा परिस्थितीत नसल्याचे कळविले. पण ता. २७ सप्टेंबर रोजी मी मुंबईस गेलो तेव्हा पेंढारकरांनी निरनिराळ्या गोष्टी सांगून मला पुन्हा कामास प्रवृत्त केले. त्यांच्या शब्दाबाहेर जाण्याचे सामर्थ्य निदान माझ्यात तरी नव्हते. लोढ्यांसारखा एक लोकप्रिय गायक नट कंपनीतील काही क्षुद्र प्रवृत्ती आणि कारवायांमुळे कंपनी सोडून जातो, या गंभीर घटनेबाबतसुद्धा कंपनीच्या मालकास 'होईल ते ते पाहावे' असली लाचारी पत्करण्याची पाळी यावी, हा कशाचा बरे प्रभाव?

■

एक नवा नाद!

वरेरकरांचे नवे नाटक कंपनीने बसविण्याचे ठरविले आणि 'सोन्याचा कळस' हे नावही जाहीर झाले. मी देखाव्यांच्या तयारीस लागलो. पेंढारकर आणि वरेरकरांना बरोबर घेऊन परळ विभागातील, नाटकास उपयुक्त अशा देखाव्यांचे फोटो मी घेतले आणि कामास लागलो. कोणत्याही महाराष्ट्रीय नाटक कंपनीने नाटकाच्या प्रयोगासाठी रॉयल ऑपेरा हाउस हे थिएटर तोपर्यंत मिळविले नव्हते. ते पेंढारकरांनी मिळविले. आणि नाटकाच्या प्रयोगासाठी योग्य त्या सुधारणा परळ येथील दामोदर हॉलमध्ये करवून घेतल्या. या कामी अण्णासाहेब तलगेरी इंजिनिअर यांची खूपच मदत झाली.

हिज मास्टर्स व्हॉइसचे इव्हॅन्स साहेब हे मुंबईतील 'बॉम्बे ॲमॅच्युअर्स' या युरोपिअन क्लबचे सभासद होते. पेंढारकरांचा आणि त्यांचा स्नेहसंबंध. त्यामुळे 'ललितकलादर्श' मंडळीच्या नाटकासही ते कधीकधी येत. 'कॅप्टन्स केबिन' या नावाचे नाटक त्यांच्या क्लबने बसविले होते. त्यातली केबिन रंगविण्याचे काम माझ्याकडे आले. त्याखेरीज त्याच सुमारास समर्थ नाटक मंडळी वासुदेवराव भोळे यांचे 'सरलादेवी' हे नाटक बसवीत होती. त्या नाटकाचे देखावे रंगविण्याचे कामही मी करीत होतो. पुणे आणि मुंबई येथील माझी कामे अशा प्रकारे चालू होती.

पुण्यास ग. कृ. बोडस, माधवराव टिपणीस, बाळ राजे आर्टिस्ट वगैरे मंडळींनी 'नूतन महाराष्ट्र' या नावाची कंपनी स्थापन केली होती. त्या मंडळीच्या 'स्वातंत्र्ययज्ञ' या नाटकाचा प्रयोग ता. १६ नोव्हेंबर १९३१ रोजी न. चिं. केळकर यांच्या अध्यक्षतेखाली झाला. 'खरा प्रेमसंन्यास' हे नाटक ती मंडळी करीत असे. महाराष्ट्र नाटक मंडळी त्या वेळी 'वार्ताविहार' (प्रिं. के. जी. पंडित यांनी भाषांतरित केलेले) हे नाटक करीत असे.

ता. ३१ डिसेंबर १९३१ रोजी समर्थ नाटक मंडळीने 'सरलादेवी' या नाटकाचा प्रयोग सादर केला. त्या प्रयोगास बाबूराव अत्रे, बाबूराव देवभक्त, अप्पासाहेब गोखले ही आमच्या परिचयाची मंडळी हजर होती. नाटकाचा प्रयोग चांगला वठला. विषय कुमारी मातेचा होता. सामाजिक सुधारणेचा होता. पण

पुण्यासारख्या ठिकाणी त्या विषयाची मांडणी पुष्कळ वर्षं अगोदरची वाटणे साहजिकच होते.

समर्थ नाटक मंडळीचे काम संपवून मी मुंबईची कामे हाती घेतलीं. श्रीपतराव उपरे, कॉन्ट्रॅक्टर, यांचेही थोडेसे काम होते, आणि मुख्य म्हणजे 'सोन्याचा कळस' या नाटकाचे काम पुरे करणे आवश्यक होते. 'सोन्याचा कळस'ची तारीख जाहीर झाली होती आणि त्याप्रमाणे ता. २४ जानेवारी १९३२ रोजी रॉयल ऑपेरा हाउसमध्ये त्याचा पहिला प्रयोग झाला. त्या दिवशी दुपारी दोनपर्यंत माझे रंगकाम चालूच होते.

'सोन्याचा कळस' गिरणीमालक आणि मजूर यांच्या लढ्यावर आधारलेले म्हणजे एका नवीन विषयावरील नाटक होते. नाटकाचा प्रयोग चांगला रंगत असे. विठू कृष्णाची भूमिका पेंढारकर आणि बिजलीची भूमिका मास्टर भार्गवराम आचरेकर हे फार चांगली वठवीत. बाबा शिगवण, कामगारांचा पुढारी, याची भूमिका फाटकांनी सांभाळली होती. गिरणी कामगारांच्या आवडत्या विषयावरील ते नाटक असल्यामुळे तो वर्ग त्या नाटकावर खूश असे. 'सोन्याचा कळस' या नाटकाचे प्रयोग यामुळेच, ऑपेरा हाउसप्रमाणे दामोदर हॉलमध्येही होत

विठू कृष्णा-पेंढारकर बिजली-भार्गवराम आचरेकर

राहिले. भार्गवरामच्या धाटणीच्या कामावर परळचा कामगारवर्ग बेहद्द खूश असे. ‘सत्तेचे गुलाम’ या नाटकाप्रमाणे खालच्या थरापासून वरच्या थरापर्यंत हें नाटक गाजले नाही, तरी पण कंपनीची आर्थिक परिस्थिती सुधारण्यास त्याने मदत झाली, ही गोष्ट निर्विवाद होय.

माझे मुंबईचे काम संपलेच होते. आणि पुण्यास ‘समर्थ’ मंडळीने बसविलेल्या ‘गंभीर घटना’ या नाटकाचा प्रयोग ता. २८ रोजी होणार होता. तेव्हा मी पुण्यास गेलो. गोविंदराव टेंबे यांनी ते नाटक ऑस्कर वाइल्डच्या 'The Importance of Being Ernest' या नाटकाच्या आधारे लिहिले होते. बसविले होतेही चांगले. त्यामुळे रंगत असे.

'Captain's Cabin' नंतर मुंबईच्या युरोपिअन क्लबने 'Isle of Dreams' हे नाटक बसविले. त्या नाटकाकरिता लंडन हॉटेल आणि समुद्रकिनाऱ्यावरील झोपड्यांची वसाहत, हे दोन देखावे तयार करण्याचे काम माझ्याकडे आले व ते मी फोर्टमधील तेव्हाच्या डॉकयार्ड भागात करावयास घेतले. ऑपेरा हाउस मध्ये ता. २६ मार्च १९३२ रोजी वरील नाटकाचा पहिला प्रयोग झाला. दोन्ही देखावे फार मोठ्या प्रमाणात तयार केले होते. समुद्राच्या देखाव्यावर एका वेळी तीस तीस नट-नट्यांचा नाच चाले. दोन्ही देखावे कंपनीच्या चालकांना आवडले होते. आणि त्याबद्दल त्यांनी भरपूर मोबदलाही दिला.

शारदा फिल्म कंपनीचे मालक मयाशंकर ठक्कर ‘ललितकले’च्या नाटकांना अलीकडे येऊ लागले होते. त्यांना ‘ललितकले’ची नाटके आवडत. नाटक कंपनीची परिस्थिती सुधारण्यास सिनेमा धंद्याची जोड देऊन बघण्याचे त्या वेळी पेंढारकरांच्या मनात बरेच घोळत होते. पेंढारकरांचे व्यक्तिमत्त्व, त्यांचे गाणे, अभिनय वगैरे गुणांची छाप मयाशंकर यांच्यावर फार पडली होती. नाव आणि पैसा मिळवून देणारे सिनेमा धंद्याचे विस्तीर्ण क्षेत्र, मयाशंकर ठक्कर यांच्यासारखा त्या धंद्यांतील तज्ज्ञ आणि वरेरकरांसारखा प्रतिथयश नाटककार या सर्व गोष्टी अनुकूल दिसल्यामुळे पेंढारकरांनी मयाशंकरशेटशी वाटाघाटी करून एक बोलपट काढण्याचे ठरविले. आणि मला ता. २८ मे रोजी तार करून पुण्याहून बोलावून घेतले. कला विभागावर माझी योजना झाली होती. त्याप्रमाणे ताडदेव येथे असलेल्या शारदा फिल्म कंपनीच्या स्टुडिओत मी जाऊ लागलो.

खेतवाडी मेनरोडवर १९२२ साली ज्या बिल्डिंगमध्ये ललितकलेचा मुक्काम होता, त्याच बिल्डिंगमध्ये १९३२ सालीही मुक्काम होता. फक्त त्या खेपेस कंपनीने वरचा मजला गाठला होता. परिस्थिती समाधानकारक नव्हतीच; कारण हिंदू- मुसलमानांचे दंगे त्या वेळी जोरात चालू होते. सॅन्डहर्स्ट रोडवरील

दिवसाढवळ्या होणारे सुरीहल्ले आम्हास आमच्या गॅलरीतूनच पाहावयास मिळत. त्यामुळे रस्त्यातून पायी हिंडणे धोक्याचे वाटू लागले होते. थिएटरे बहुतेक मवाली वस्तीत. थिएटरला जाण्याचे रस्ते गल्ल्यांतून आणि त्याही गल्ल्या सुरीहल्ल्यांच्या बाबतीत मशहूर! अशा भीतिग्रस्त परिस्थितीत आम्ही दररोज ताडदेवला जात असू. ता. ३ जून १९३२ रोजी मी सेटिंग्जच्या कामास सुरुवात केली. पेंढारकर आणि मयाशंकर यांच्या बोलपटाचे नाव 'नादब्रह्म' असे होते. त्याचा ता. ५ रोजी दुपारी साडेतीन वाजता मुहूर्त करून शूटिंगला सुरुवात झाली. दुसरे दिवशी सकाळी आम्ही सर्व पेंढारकर, वरेरकर, मयाशंकरशेट व इतर आवश्यक मंडळीसह नाशकास पाहोचलो आणि साडेतीनला 'आनंदवल्ली' हे ठिकाण पाहून आलो. त्याच ठिकाणी आम्हास आउटडोअर सीन्स घ्यावयाचे होते. ता. ७ जून रोजी आम्ही सकाळी सातपासून दुपारी दोनपर्यंत शूटिंग केले. त्याचप्रमाणे दुसऱ्या दिवशीही पोहण्याचे देखावे वगैरे घेऊन काम संपविण्यात आले.

'ललिकलादर्श'चा मुक्काम त्या वेळी नगरला होता. तेथील खेळ संपताच पेंढारकर मोटारीने मुंबईस येत आणि मुंबईची कामे आटोपून परत खेळासाठी नगरला जात, असा क्रम चालू होता. 'नादब्रह्म'मध्ये 'ललितकले'तच असलेला अनंत दामले (म्हणजे हल्लीचे नूतन पेंढारकर) या मुलाला एक भूमिका दिली होती. शिवाय 'ललितकले'तील आणखीही नटांची योजना केली गेली होती. नेत्रा बांदेकर आणि दामले या दोघांचे आणि पेंढारकरांचे पोहण्याचे थोडेसे शॉट्स घेण्यात आले.

शारदा फिल्म कंपनीने या वेळीच स्वत:चा 'रासविलास' नावाचा वेगळा बोलपट काढण्याचे ठरवून त्यात दामले यास कृष्णाची भूमिका दिली. आणि गोहर कर्नाटकी नुकतीच मुंबईस या क्षेत्रात आली होती, तिला राधेचे काम देण्यात आले. पेंढारकर नगरहून आले की दामलेची पदे बसवून घेत आणि मग थोड्या वेळाने वरेरकर आणि ते मिळून एखाद्या सिनेमास जात. असा प्रकार काही आठवडे चालू होता.

'रासविलास'च्या जोडीलाच 'तुकाराम' हा बोलपट काढावयाचे शारदा फिल्म कंपनीने ठरविले आणि त्याचेही शूटिंग स्टुडिओत सुरू झाले. तुकारामाची भूमिका राजापूरकर मंडळीतले नावाजलेले नट 'शुक्ल' यांनीं करण्याचे कबूल केले होते. दोन्ही बोलपटांची सेटिंग्ज मांडण्याची कामगिरी माझ्याकडे आली.

सिनेमा स्टुडिओतील कामाचा खाक्या काहीं निराळाच असे. सकाळी ९ पासून सायंकाळी ६ पर्यंत अविश्रांत काम केल्यानंतर एखाद्या दिवशी अशी ऑर्डर यावयाची की, रात्रीच्या रात्री दुसऱ्या दिवसासाठी नवीन सेट उभा करणे अवश्य आहे. मग मला

रात्रीचे जागून काम करावे लागे. या अशा रात्रीच्या पाळ्या आठवड्यातून एक-दोन वेळा यावयाच्याच. या अनियमितपणास मी कंटाळून गेलो. कंपनीचे मॅनेजर आठवले म्हणाले, ''सिनेमा कंपनीचे काम हे चोवीस तास असेच चालावयाचे!'' शेवटीं मयाशंकरशेटशी थोडीशी चर्चा करून मी ही मायानगरी सोडण्याचे ठरविले. आणि सर्वांचा निरोप घेऊन पुण्यास गेलो. ज्याच्या जोरावर पेंढारकरांना ब्रह्मपद मिळवावयाचे होते त्या 'नादब्रह्म' बोलपटाचे पुढे काय झाले, ते समजले नाही. ब्रह्मपद बाजूला राहिले आणि बोलपटांचा एक नवा नाद पेंढारकरांना लागला एवढे खरे!

■

मनाचा गोंधळ

ज्या ईर्षेने, ज्या उत्साहाने आणि ज्या आशेने पेंढारकरांनी सिनेमा धंद्यात पाऊल टाकले, त्या त्यांच्या आशा-आकांक्षांना सुरुवातीसच अपशकून घडला. आणि मग त्यांना परत कंपनीच्या नेहमीच्या कार्यक्रमांकडे वळावे लागले. काय करावे, कसे करावे, या विवंचनेतच त्यांचा दौरा चालू असे. नगरहून कंपनी पुण्यास आली आणि पुण्याचा मुक्काम जोरात चालू होता. तांब्यांच्या धर्मशाळेत कंपनीचा मुक्काम होता.

कंपनीत मला त्या वेळी काहीच काम नव्हते. म्हणून मी मुंबईस हिराबाई बडोदेकरांच्या कंपनीत गेलो होतो. नूतन संगीत विद्यालय ही नाट्यसंस्था हिराबाईंनी आणि त्यांच्या दोघी बहिणी व बंधू सुरेशबाबू यांनी चालविली होती. माझे स्नेही बन्याबापू कमतनूरकर यांनी लिहिलेले 'स्त्रीपुरुष' हे नाटक त्या संस्थेने बसविण्याचे ठरविल्यामुळे साहजिकच देखाव्यांचे काम माझ्याकडे आले. त्याच सुमारास पुण्याच्या महाराष्ट्र चित्रकार मंडळाने समर्थ रामदासांच्या जीवनातील एखाद्या प्रसंगावरील तैलचित्र–चढाओढ जाहीर केली होती. शिवाय जलरंगांतील सरस्वतीच्या चित्रांचीही स्पर्धा जाहीर केली होती. मी मुंबईस ती दोन्ही चित्रे तयार करून प्रदर्शनासाठी पुण्यास पाठविली होती. परीक्षक मंडळाने माझ्या तैलचित्रास पहिले पारितोषिक जाहीर केले. त्याचा बक्षीस समारंभ ता. २४ डिसेंबर १९३२ रोजी होणार होता, म्हणून मी पुण्यास आलो होतो. पुणे म्युनिसिपालिटीचे अध्यक्ष रावबहादूर हणमंतराम रामनाथ त्यांच्या हस्ते मला बक्षीस देण्यात आले.

त्या वेळी वर लिहिल्याप्रमाणे पुण्याचा मुक्काम– ललितकलेचा– चांगला चालला होता. पण पेंढारकरांची मन:स्थिती काही चांगली नव्हती. त्यातच ता. ३१ डिसेंबर रोजी 'ललितकले'त एक अत्यंत दु:खकारक घटना घडून आली. कंपनीचे एक हितचिंतक विनायकराव सामंत यांचे प्राणोत्क्रमण एकाएकी कंपनीच्या बिऱ्हाडीच घडून आले. दुपारी तीन-चारच्या सुमारास आम्ही त्यांना मांडी घालून बसलेले पाहिले, त्या वेळी त्यांच्या अंगातून एकसारख्या घामाच्या धारा वाहत होत्या. ते बोलत नव्हते. नुसत्या खुणा चालल्या होत्या. डॉक्टरांना बोलावण्यात आले. पण

काही उपयोग झाला नाही. सायंकाळी साडेपाचच्या सुमारास त्यांचे प्राणोत्क्रमण झाले. दुसऱ्या दिवशी सकाळी त्यांची अंत्ययात्रा कंपनीच्या बिऱ्हाडातून निघून थोडा वेळ सेवासदनाजवळ थांबविण्यात आली. सेवासदन संस्थेतील कार्यकर्त्यांनी सामंतांच्या पार्थिवास हार अर्पण केल्यानंतर पुढे ओंकारेश्वरी ती नेण्यात आली.

ओंकारेश्वरावर भारत समाजसेवक गोपाळ कृष्ण देवधरांनी सामंतांच्या पार्थिवास अग्नी देण्यापूर्वी त्यांच्या समाजकार्याबद्दल गौरवपूर्वक भाषण करून त्यांच्या आकस्मिक निधनाबद्दल खेद व्यक्त केला.

विनायकराव सामंत हे खरे समाजसेवक होते. गाजावाजा न करता त्यांनी आपले समाजकार्य अविरत चालू ठेवले होते. कुणीही कसल्याही अडचणीत सापडो, सामंतांनी त्याला धीर देऊन त्याचे काम तडीस नेण्याची खटपट केली नाही, असे कधीच होत नसे. कामाचा व्याप त्यांच्या पाठीशी नेहमीच असावयाचा; पण त्यामुळे ते कधी त्रस्त झालेले दिसत नसत. त्यांच्याकडे कामासाठी गेलेल्या मनुष्यास त्यांचा चेहरा नेहमी प्रसन्न आणि हंसत असलेला दिसावयाचा आणि त्याचे स्वागतही त्यांच्या कडून ममत्वानेच व्हावयाचे! त्यांच्या स्वभावात हा मोठा, तो क्षुद्र, असा भेदभाव नव्हता. संकटग्रस्त व्यक्ती, मग ती श्रीमंत असो वा गरीब, स्त्री असो वा पुरुष, त्यांनी आपला हात त्याच्या मदतीसाठी सदैव राखून ठेवला होता. त्यांच्या निधनाने त्यांना ओळखणारे सर्वच हळहळले असल्यास नवल नाही!

'ललितकले'त त्यांचे येणे-जाणे नेहमींच होत असे, आणि कैक वेळा आमच्या बरोबर पेंढारकरांच्या मोटारीतून त्यांना प्रवास घडला होता. पेंढारकरांना त्यांच्या

मार्तंडराव प्रधान, पेंढारकर, सोळस्कर, विनायकराव सामंत

निधनाने मोठाच धक्का बसला आणि त्यांची गोधळलेली मन:स्थिति अधिकच गोधळली. 'गोष्टी सांगेन युक्तिच्या चार' एवढाच सामंतांचा आधार त्यांना होता असे नव्हे, तर कंपनीला सामंतांची नेहमीं सक्रिय सहानुभूती असे.

'नूतन संगीत विद्यालय' या संस्थेची नाटके मुंबईस चांगली चालली होती. प्रो. ना. सी. फडके यांचे 'युगांतर' नाटक संगीताच्या दृष्टीने गानप्रिय रसिकांस खूप आवडले होते. १९३२ च्या डिसेंबर महिन्यांत 'मानापमान' नाटकाचा प्रयोग 'संगीत विद्यालया'ने केला. त्यात भामिनीची भूमिका हिराबाईंनीं केली होती. गणपतराव बोडसांनी ते काम त्यांच्याकडून बसवून घेतले होते. 'स्त्री-पुरुष' नाटकही त्यांच्याच तालमीत बसविले जात होते.

'स्त्री-पुरुष'चा पहिला प्रयोग ता. २ फेब्रुवारी १९३३ रोजी एलफिन्स्टन थिएटरात झाला. रात्री साडेनवाला खेळास सुरुवात होऊन एक वाजून पंधरा मिनिटांनी प्रयोग संपला. पेंढारकर व माशेलकर प्रयोग पाहण्यासाठी मुद्दाम सोलापुराहून आले होते. हे त्रुटित नाटक 'नारदाची नारदी' या पौराणिक कथानकावर बन्याबापूंनी लिहिले होते. हिराबाई, त्यांच्या दोघी बहिणी, सुरेशबाबू यांची कामे त्यात होती. नारदाची भूमिका दिनकर ढेरे ऊर्फ कामण्णाने केली असल्यामुळे नाटकाची रंगत सुरुवातीपासून शेवटपर्यंत चांगली असे. मैत्रेय भटजींचे काम बळवंतराव परचुरे यांनी केले होते. संगीत विभाग बऱ्यापैकी होता. मात्र जनमनाची पकड त्या नाटकास घेता आली नाही.

माझे येथील काम संपलेच होते, तेव्हा मी परत पुण्यास आलो. बालमोहन संगीत मंडळीने बाबूराव अत्रे यांचे 'साष्टांग नमस्कार' नाटक बसविण्यास घेतले होते. तेव्हा दामुअण्णा जोशी त्या नाटकाच्या देखाव्यांसाठी माझ्याकडे आले. आमचे मित्र सदाशिवराव शुक्ल यांनी मी पुण्यासच असल्याबद्दल त्यांना सांगितले होते. त्यांचे काम पत्करून मी ३ एप्रिल १९३३ पासून कामास सुरुवात केली. त्या नाटकाच्या पुस्तकासाठी लागणारे फोटोही मीच घेतले होते. नाटकाचा पहिला प्रयोग ता. १० मे १९३३ रोजी झाला. नाटक संपूर्ण विनोदी असल्यामुळे ते बेफाम रंगले. बाबूरावांचे ते पहिलेच नाटक असे लोकप्रिय झाल्यामुळे एकाहून एक सरस नाटके लिहिण्यास त्यांना उत्तेजन मिळाले.

पुणे-मुंबई येथील माझी कामे मी संपविल्यानंतर श्रमपरिहारासाठी विश्रांती घेण्याचा विचार मी करीत होतो. पण स्वस्थ बसून राहण्याची सवय मूळ स्वभावात नव्हती. आमच्या घरची मंडळी शाळा-कॉलेजांना सुटी असल्यामुळे ता. ८ मे १९३३ रोजी निरनिराळ्या ठिकाणी गेली होती. मी एकटाच पुण्यास होतो. त्या दिवशी रात्री आमचे मित्र भाऊसाहेब ठेंगडी-धुंडीराजपंत ठेंगडी यांचे वडील चिरंजीव–यांच्याकडे गेलो असता सहज घरासंबंधी बोलणे निघून आपले एक स्वत:चे

लहानसे घर असावे, अशाविषयीचे वारे वाहू लागले. आणि योग असा की 'शुभस्य शीघ्रम्'या उक्तीप्रमाणे आम्ही डेक्कन जिमखान्यावरील हाउसिंग सोसायटीने पाडलेले फ्लॅट्स त्याच चांदण्या रात्री पाहूनही आलो. आणि मनी ध्यानी नसलेली 'घर बांधून पाहणे' ही योगायोगाची गोष्ट आम्हा उभयतांच्या आयुष्यात घडून आली.

'घर बांधून पाहावं' 'लग्न करून पाहावं' अशा काही म्हणी आपल्या भाषेत रूढ झाल्या आहेत. याचे कारण हेच की, वरील गोष्टी पार पाडताना जे परिश्रम पडतात ते पराकाष्ठेचे असतात. आम्हाला तो अनुभव आला. आम्ही त्या दिव्यातून अनेक अडचणींना तोड देत देत एकदाचे बाहेर पडलो. म्हणूनच मी आमच्या बंगल्याचे नाव 'श्रमसाफल्य' हे ठेवले.

यानंतर अशी इकडे तिकडे माझी कामे चालली होती, ती 'ललितकलादर्श' मंडळी मुंबई-पुण्याबाहेर असल्यामुळेच. त्यापैकी एक 'सुलोचना संगीत मंडळी'चे काम होते. पंडितराव नगरकर आणि सुलोचना पालकर या दोघांनी मिळून बेळगाव मुक्कामी कंपनीची स्थापना केली होती. पंडितराव नगरकर 'जाके मथुरा' या त्यांच्या रेकॉर्डवरून प्रसिद्धीस आले होते. त्यांचा आवाज अतिशय गोड आणि सुलोचनाबाई बालगंधर्वांच्या बोलण्या-चालण्याच्या लोकप्रिय लकबींची हुबेहूब नक्कल करण्यात यशस्वी म्हणून पुढे आल्या होत्या. नाट्यप्रेमी रसिकवर्ग वरील दोन्ही कलावंतांबद्दल अभिमान बाळगणारा होता. तेव्हा सुलोचना संगीत मंडळीची स्थापना ही एक आनंदाची आणि कौतुकाची बाब मानली जाणे साहजिकच होते. प्रो. ना. सी. फडके यांनीं मुद्दाम या कंपनीसाठी 'संजीवन' नाटक लिहिले आणि त्याचा पहिला प्रयोग २८ मे १९३४ गुरुवार रोजी कोल्हापूर येथील पॅलेस थिएटरात झाला. दिवाणसाहेब सुर्वे यांच्या अध्यक्षतेखाली त्या नाटकाचे उद्‌घाटन करण्यात आले.

त्यानंतर 'ललितकलादर्श' मंडळीचा मुक्काम मुंबईस आला. पुन्हा एकवार मी ता. ८ जुलै १९३४ रोजी खेतवाडी बॅकरोडवर, 'श्रॉफ हाउस'च्या जरा पुढे असलेल्या कंपनीच्या बिऱ्हाडी जाऊन दाखल झालो. वरेरकरांच्या 'स्वयंसेवक' नाटकाच्या तालमी चालू झाल्या होत्या. 'सोन्याचा कळस' नाटकाचे देखावे सर्वांनाच आवडले होते. परंतु ते करण्यापूर्वी सुरुवातीस मी नापसंती दाखविली होती, त्यामुळे ते देखावे मी मनापासून केलेच नाहीत, असा वरेरकरांचा गैरसमज झाला होता. पेंढारकरांचाही तसाच समज करून देण्यात आला होता. म्हणूनच 'स्वयंसेवक'चे काम माझ्याकडे येऊ नये, अशी माझी मनापासून इच्छा होती. त्याप्रमाणे मी बोलूनही दाखविले होते. पण याही खेपेस पेंढारकरांच्या मनाविरुद्ध मला जाता येईना. मी त्या कामास सुरुवात केली.

वास्तविक कोणत्याही कंपनीचे काम वाईट करण्याने माझाच दुर्लौकिक होणार होता. त्यातून 'ललिकलादर्श' मंडळीची मी आजपर्यंत काही कलाविषयक कामगिरी

बजावली होती. त्या बाबतच्या माझ्या लौकिकाला माझा मीच बाध आणणे शक्य नव्हते. शिवाय एखाद्या नाटकातील देखावे वाईट असल्यामुळे त्या नाटकाच्या चांगलेपणात आणि लोकप्रियतेत कमतरता आल्याचे माझ्या ऐकिवात नाही. किंवा एखाद्या नाटकातील देखावे उत्तम झाले म्हणून ते नाटकही उत्तम, असेही म्हटलेले कुठे ऐकले नाही. देखावे, पोशाख व रंगभूमीची इतर सजावट मूळच्या चांगल्या नाटकात अधिक सौंदर्याची भर घालू शकेल यात शंका नाही; आणि याचसाठी नाटक कंपन्यांचे मालक नेपथ्याच्या बाबतीत दक्षता ठेवीत. विशेषत: केशवराव आणि पेंढारकरांसारखे मालक त्या बाबतीत विशेष लक्ष घालीत. पेंढारकरांच्या म्हणण्याबाहेर मला जाताच येईना; आणि मी 'स्वयंसेवक' नाटकाचे देखावे इतर सर्व नाटकांप्रमाणे हौसेने रंगविले.

ता. ९ जुलै १९३४ रोजी पेंढारकरांबरोबर आम्ही गोविंददास शेटजींच्या बंगल्यावर गेलो. त्यांचे निवासस्थान वाळकेश्वरी असे. त्यांना ज्योतिषशास्त्राचा नाद असे. नवीन नाटक रंगभूमीवर आणण्यास ५ ऑगस्ट हा दिवस बरा असल्याचे त्यांनी सांगितले. रविवारी ५ ऑगस्टला सकाळी 'विभावरी शिरूरकर' या त्या काळी गाजलेल्या आणि खळबळजनक विषयावर बाबूराव अत्र्यांचे व्याख्यान प्रो. आळतेकर यांच्या अध्यक्षतेखाली ऑपेरा हाउसमध्ये झाले. विभावरी शिरूरकर हे एखाद्या व्यक्तीचे खरे नाव आहे, टोपणनाव की खोटेच आहे; ती व्यक्ती स्त्री आहे की पुरुष आहे; अस्सल आहे कीं नक्कल आहे, एक ना दोन, नाना तऱ्हेने त्या विषयाची चर्चा केली जात होती. बडोद्याचे चिं. वि. जोशी यांनी विभावरी शिरूरकर या नावातील अक्षरे जमवून भा. वि. वरेरकर हेच विभावरी शिरूरकर, असे सुचविणारी एक कविता तेव्हा प्रसिद्ध केली होती! ती चर्चा एकंदरीत मजेदार रीतीने पार पडली.

त्याच दिवशी रात्री 'स्वयंसेवक' नाटकाचा पहिला प्रयोग रॉयल ऑपेरा हाउसमध्ये पार पडला. खेळ चांगला रंगला. बाबूराव अत्रे खेळास उपस्थित होते. खेळ संपल्यानंतर त्या रात्री ते माझ्याच जागेत निजले. तेव्हा मी थिएटरमध्येच स्टेजच्या वरच्या बाजूस असलेल्या एका खोलीत राहत असे. अर्धी रात्र आम्ही नाट्यविषयक आणि नाटक कंपन्यांच्या गोष्टी बोलून जागली होती.

बाबूराव अत्रे यांचे एखादे नाटक 'ललितकले'च्या रंगभूमीवर यावे, अशी पुष्कळांची तेव्हा इच्छा होती. पण तो योग नव्हता.

'स्वयंसेवक' नाटक मला आवडले होते. 'सोन्याचा कळस'पेक्षा याचा दर्जा वरचा होता. पण तत्कालीन वृत्तपत्रांच्या संपादकांनी एकमताने हे नाटक टाकाऊ ठरविले. वृत्तपत्रांची– त्यांच्या मतांची शक्ती किती प्रचंड असते, हे दाखविण्यासाठी योजनापूर्वक हे करण्यात आल्यासारखे दिसत होते. वृत्तपत्रकार आपली बरीवाईट

बुद्धी खर्च करून एखादे टाकाऊ नाटक क्षणकाल का होईना टिकाऊ असल्याचे दाखवू शकतो; तसेच एखाद्या चांगल्या कृतीचाही बोजवारा उडवून ती नेस्तनाबूद करू शकतो, हे कटू सत्य 'स्वयंसेवक' नाटकाच्या वेळी पुन्हा अनुभवण्यास मिळाले.

'स्वयंसेवक' नावावरून काहीतरी देशविषयक विषयावर हे नाटक असावे, अशी समजूत होते; पण ते एक ग्रामीण आणि जुन्या जमान्यातले कथानक असलेले नाटक असल्याचे आढळून आल्यामुळे 'स्वयंसेवक' हे नाव जाहीर करून कंपनीने जनतेची दिशाभूल केली, असा एक आक्षेप घेण्यात आला होता. सारांश, 'स्वयंसेवक' ही एक चांगली नाट्यकृती असूनही ती लोकादरास पात्र न होता लोकक्षोभास बळी पडली!

पेंढारकरांशीं बोलताना 'लोक काय बोलतात' याविषयी आम्ही चर्चा करीत असू. ते म्हणत, 'लोकांना काय हवे आहे तेच कळेनासे झाले आहे. आम्ही आमच्या जिवाचे रान करून, अनेक अडचणींना तोड देऊन एक चांगली संस्था जगविण्याचा प्रयत्न करीत आहोत, हे लोकांना केव्हा कळणार कोण जाणे!'

त्यांच्या मनाची चलबिचल चालूच होती.

■

अखेरचे आमंत्रण!

'**स्व**यंसेवक' नाटकाचा अशा तऱ्हेने शेवट झालेला पाहून पेंढारकरांनीं लगेच श्रीपाद कृष्ण कोल्हटकरांचे 'प्रेमशोधन' नाटक बसविले. ऑपेरा हाउसची त्यांची मुदत संपत आली होती. ता. २७ डिसेंबर रोजी 'प्रेमशोधन' नाटकाची रंगीत तालीम झाली आणि ३० डिसेंबर १९३४ रोजी पहिला प्रयोगही झाला. 'प्रेमशोधन' नाटकाचा तिसरा प्रयोग ता. १ जानेवारी १९३५ रोजी झाला, तोच ऑपेरा हाउसमधील 'ललितकले'चा शेवटचा.

'नादब्रह्म' बोलपटाचा शेवट सुरुवातीच्या पहिल्या शॉटबरोबरच झाला होता. तरीही पेंढारकरांना बोलपटाविषयीची तेव्हापासूनच ओढ लागली होती. १९३४च्या डिसेंबरमध्ये पुन्हा एकदा त्या विषयास चालना मिळाली. त्यांनी 'फिरून यत्न करून पहा' या शालेय धड्याच्या आधारावर म्हणा किंवा प्रयत्नवाद त्यांच्या रोमरोमींच खिळला होता म्हणून म्हणा, त्या उद्योगास लागण्याचे ठरविले. काय वाटेल ते करून कंपनीची सांपत्तिक स्थिती सुधारावी, हाच पेंढारकरांचा या काळात मुख्य उद्देश होता.

सिनेमा धंद्यात फायद्याचे कलम फार मोठ्या प्रमाणावर असल्याचे सर्वांना तेव्हा दिसत होते. तेव्हा हा धंदा किफायतशीर होताही. परंतु त्यात यश मिळविण्यासाठी त्यातील सर्व अंगे चांगल्या तऱ्हेने हाताळली जाणे आवश्यक असते. बोलपटाचा मुख्य आत्मा कथानकाच्या आकर्षकतेवरच पोसला जातो. कथानकाची मांडणी प्रेक्षकांची मने खेचून घेण्याइतकी परिणामकारक असावी लागते. दुसरी बाब ही की, लेखकाने ज्या भावनेने कथानक रंगविले असेल ते दिग्दर्शकाने तितक्याच कलापूर्ण दृष्टीने दिग्दर्शित केले पाहिजे. आकर्षक कथानक, कलावंत नट-नटींचे सहकार्य, सुंदर चित्रदर्शन आणि कलापूर्ण दिग्दर्शन या सर्व गोष्टींचा एकसमयावच्छेदेकरून जेव्हा मिलाफ होतो, तेव्हा ती कलाकृती जनतेच्या पसंतीस उतरते. तशा कलाकृतीपासूनच आर्थिक लाभाची अपेक्षा करणे युक्त असते. पण 'बुडत्याचा पाय खोलात' या म्हणीप्रमाणे पेंढारकरांना त्यांच्या दुर्दैवाने अनुकूल अशा फारच थोड्या गोष्टी मिळाल्या. तीन-चार महिन्यांत आपण बोलपटाचे काम उरकून टाकू, या उमेदीने त्यांनी या धंद्यात फिरून एकवार हात अडकविला आणि नवीन बोलपटाचे काम पुरे

हंसा वाडकर, नलिनी नागपुरकर, केसर वाडकर, पेंढारकर
'विजयाचीं लग्नें'

होण्यास पुरे तेरा महिने लागले. या बोलपटाचे नाव 'विजयाची लग्ने'. मूळ अंदाजापेक्षा चौपट काळ लागल्याने खर्चही चौपट होऊन बसला आणि चित्रपट तयार झाला तो अगदीच सामान्य; त्यामुळे दांडगे अपयश पदरी पडले. हा अपयशाचा प्रचंड आघात सहन करण्याचे सामर्थ्य पेंढारकरांत उरले नव्हते.

पुण्याहून कंपनीने आपला मुक्काम १९३५ च्या जूनमध्ये कल्याणला नेला. मुंबईहून निघताना बिघडलेली स्थिती सावरण्यासाठी म्हणून मुंबईतील नाटक कंपन्यांचे कॉन्ट्रॅक्टर श्रीपतराव उपरे आणि गोविंदराव लांजेकर यांनी कंपनीच्या खेळांचे कॉन्ट्रॅक्ट घेण्याचे ठरविले व पुढील काही महिन्यांचे कॉन्ट्रॅक्ट सशर्त देण्यातही आले. कंपनीच्या अंतर्गत व्यवस्थेत त्यांनी ढवळाढवळ करावयाची नाही; बाकी कंपनीचे मुक्काम त्यांनीच ठरवायचे, असा करार होता.

अहोरात्र होणाऱ्या परिश्रमांनी आणि चिंतांनी दिवसेंदिवस पेंढारकरांच्या प्रकृतीवर हळूहळू परिणाम होत चालला होता. शारीरिक विश्रांतीला क्षणाचीही फुरसत नसे आणि मानसिक शांतता लाभण्यासारखी परिस्थितीच नव्हती. कंपनीच्या खेळांपासून होणारे उत्पन्नच मुळी जेमतेम कंपनीच्या चालू खर्चापुरते व्हावयाचे; त्यात पदरची भर टाकण्याची वेळ नेहमी यावयाची. अशा परिस्थितीत कर्जदारांच्या बाक्या कशा फिटाव्यात? सावकारांची तोंडे कशी मिटावीत, हेच प्रश्न सदोदित पेंढारकरांपुढे

'आ' वासून उभे असत. त्यामुळेच त्यांची प्रकृती खंगत चालली. एकदा नवा सावकार गाठावयाचा आणि जुन्या सावकाराचे कर्ज फेडावयाचे, हा क्रम तरी किती दिवस चालणार?

बोलपटाची योजना भावी सुबत्तेच्या, सुखाच्या अपेक्षांवर उभारली होती आणि पदरी आले जास्त कर्ज आणि दुःख. दिवसेंदिवस या बिकट परिस्थितीशी तोंड देण्याच्या शारीरिक आणि मानसिक त्रासाने पेंढारकरांना रक्तदाबाची व्याधी जडली. १९३५च्या डिसेंबर महिन्यात एके दिवशी अशाच एका मयासुरी सावकाराच्या तावडीत ते सापडले होते आणि बोलपटाच्या ऐन शूटिंगच्या वेळी, त्या मयासुराच्या धास्तीने त्यांचा रक्तदाब प्रमाणाबाहेर वाढून बेशुद्ध होण्यापर्यंत पाळी आली. त्याच वेळेपासून ही व्याधी त्यांच्या मागे लागली.

१९३६ च्या जानेवारी आणि फेब्रुवारी महिन्यांत कंपनीचा मुक्काम नाशिकला होता. सिन्नरला मधून मधून खेळ होत असत. तेथून जळगावचा मुक्काम घेतला. एप्रिल ते मे हे दोन महिने तेथे बरे गेले. जळगावच्या थिएटरमध्ये त्या वेळी कंपनीने बरेचसे सामान ठेवून थोड्याशा सामानानिशी पुढचा अंमळनेरचा मुक्काम घेतला. अंमळनेरचे उभारलेले थिएटर कच्चे होते. एक दिवस जोराची वावटळ आली व थिएटरची नासधूस झाली. त्याच मुक्कामात श्रीपतराव कॉन्ट्रॅक्टर मुंबईस पैसे आणण्याच्या निमित्ताने गेले ते परत आले नाहीत. त्यांचे सहकारी मित्र लांजेकर यांचे एकाएकी प्राणोत्क्रमण झाल्याने श्रीपतरावांनीं 'ललितकले'चे कॉन्ट्रॅक्ट सोडले.

पेंढारकरांचा कॉन्ट्रॅक्टच्या या व्यवस्थेने फायदा होण्याएवेजी ते जास्तच खड्ड्यात आले. कॉन्ट्रॅक्टरवर फिर्याद करण्याचा त्यांना कांहीनी सल्ला दिला, पण त्यांनी तो मार्ग स्वीकारला नाही. पावसाळ्यात इंदूरला जाण्याचे पेंढारकरांनीं ठरविले. इंदूरचा मुक्काम सुरुवातीस चांगला गेला; पण मध्येच जमखिंडी येथे नवीन थिएटरच्या उद्‌घाटन समारंभास जमखिंडीकरांचे बोलावणे आल्यामुळे पेंढारकरांना ऑगस्ट १९३६मध्ये कंपनी घेऊन जमखिंडीस जावे लागले. तेथील राजवाड्यातील खेळ वगैरे आटोपून कंपनी सांगलीस आली, तेथून परत इंदूरला गेली. त्या खेपेस मात्र इंदूरला उत्पन्न न झाल्याने कर्ज काढण्याचा नवा प्रसंग आला.

जयाजीराव महाराज शिंदे यांच्या राज्यारोहणाप्रीत्यर्थ तेथील लोकप्रिय नागरिक वाय. सदाशिव यांनी पुढाकार घेऊन, पेंढारकरांना ग्वाल्हेरला येण्याबद्दल पत्र लिहिले. इंदूरचा मुक्काम हालविण्यास आर्थिक साहाय्याची गरज होती; म्हणून कंपनीस ग्वाल्हेरला जाता आले. १९३६च्या ऑक्टोबरमध्ये कंपनी ग्लाल्हेरला आली. तेथील राज्यारोहण समारंभप्रसंगी झालेल्या खेळाचे पैसे येताच पेंढारकरांनी वाय. सदाशिव यांचे पैसे देऊन टाकले. परंतु त्यांच्या प्रकृतीने एकदा कच खाल्ली ती दिवसेंदिवस अधिकाधिक बिघडतच चालली. शरीर खंगत चालले होते आणि

रक्तदाबाने पूर्णपणे घेरले होते. 'शिक्का कट्यार' आणि 'सोन्याचा कळस' हे दोन खेळ सरकारी प्रयोगांसाठी ठरले होते. 'शिक्का कट्यार'मध्ये पेंढारकरांनी मोठ्या मिनतवारीने काम केले. 'सोन्याचा कळस' नाटकात सरकारस्वारी मध्येच उठून गेल्याने पेंढारकरांनीही आपले काम अर्धवटच सोडले. 'सोन्याचा कळस'चा तो प्रयोग हाच पेंढारकरांनी भूमिका केलेला शेवटचा प्रयोग. त्या दिवशी त्यांनी आपल्या तोडाचा रंग पुसला तो पुन्हा लावण्याची पाळी त्यांना आली नाही. कारण त्यांची पाउले काळाच्या खोल दरीकडे पडत चालली होती.

■

सिंहावलोकन

पेंढारकरांचे वडील बळवंतराव हे मुंबईस आठल्येशास्त्री यांच्या छापखान्यात नोकरीस होते. नंतर त्यांना श्रीमंत अप्पासाहेब जमखिंडीकरानी आपल्या संस्थानांतील छापखान्याच्या कामासाठी जमखिंडीस बोलावून घेतले. आपल्या वयाच्या ४० व्या वर्षीच त्यांना मृत्यू आल्यामुळे त्यांच्या पत्नी यमुनाबाई आपल्या धाकट्या दोन मुलांना घेऊन पुण्यास आपल्या मामेसासऱ्याकडे- मोघे यांच्याकडे- येऊन राहिल्या. बापूराव त्या वेळी तीन-चार वर्षांचे होते.

पेंढारकरांच्या आत्याबाई कृष्णाबाई पुरोहित या खडकीस असत. त्यांचे गुरू श्रीमत सच्चितानंद महाराज यांनी पेंढारकरांना पाहिले तेव्हा त्यांनी त्यांना आपल्या जवळ ठेवून घेण्याची इच्छा दर्शविली. त्यांच्या मातोश्रीने त्याप्रमाणे बापूरावांना त्यांच्या स्वाधीन केले. त्या वेळी ते सात-आठ वर्षांचे असावेत. वयाच्या नवव्या वर्षी महाराजांनी त्यांची मुंज करून त्यांना ब्रह्मचारी केले. त्यांच्याच वयाची आणखी काही मुले महाराजांच्या सन्निध असत. पण त्या सर्वांत महाराजांचा लोभ पेंढारकरांवर विशेष असे. पेंढारकर हे प्रमुख ब्रह्मचारी म्हणून गणले जात. पहाटे चार वाजता सर्वांना उठविण्यात येई. आणि तेव्हापासून त्यांच्या नित्यनैमित्तिक धार्मिक क्रमास प्रारंभ होई. स्नान, संध्या, प्राणायाम, योगाभ्यास, स्तोत्रे, अष्टके वगैरेचे पाठ आणि सूर्योदयसमयी सूर्यबिंबाकडे टक लावून पाहणे हा त्यांचा परिपाठ असे. त्याबरोबरच त्यांचे इतर शिक्षणही चालू असे.

पेंढारकरांना महाराजांनी कीर्तन करण्यास शिकविले होते. त्यांचा भर आख्यानापेक्षा निरूपणावर विशेष असे; त्या पद्धतीस अनुसरून आपल्या शिष्यास त्यांनी तयार केले. पेंढारकरांना गाण्याचे अंग लहानपणापासूनच असल्यामुळे कीर्तनास आवश्यक असलेली संगीतकला पेंढारकरांनी ताबडतोब उचलली आणि बालकीर्तनकारांच्या यादीत त्यांचे नाव झळकू लागले.

महाराजांची शिस्त कडक असे. एक वर्षपर्यंत साध्या दुधावर पेंढारकरांना ठेवण्यात आले होते. आणि पुढेसुद्धा साखर, गूळ, मीठ, मसाले हे पदार्थ वर्ज्यच होते. फक्त दूध आणि गव्हाचे पदार्थ हा त्यांचा आहार. दोन-चार मुले बरोबर घेऊन गांवात हिंडून भिक्षा मिळवून आणण्याचे काम त्यांच्याकडे असे. महाराजांनीं शिकविलेली पदे गात

गात प्रत्येकाच्या घरासमोर थोडा वेळ थांबावयाचे, भिक्षा कुणी घातली तर ती घ्यावयाची, नाहीतर पुढे जावयाचे. रस्त्याने जाताना, कुठेही इकडे तिकडे बघावयाचे नाही; ठरावीक घरे भिक्षा मागून परत फिरावयाचे, असा महाराजांचा दंडक असे.

सच्चिदानंद महाराजांच्या बरोबर बापूराव, भडोच, बडोदे, डाकूर, दोहद, इंदूर, धार, देवास, उज्जयिनी वगैरे भागांत हिंडून आले. ठिकठिकाणीं कीर्तने करीत ते मुंबई-पुण्यास येऊन दाखल झाले. मुंबईस त्यांची कीर्तने पुष्कळच झाली.

पेंढारकरांना तीन मामा होते. चिंतामण गोविंद देव, विष्णू गोविंद देव व कृष्णाजी गोविंद देव. विष्णू देव हे फॉरेस्ट खात्यात रेंजर होते. त्यांचा मुक्काम त्या वेळी पुण्यास होता. त्यांच्या भेटीसाठी पेंढारकर आपल्या मातोश्रींबरोबर गेले असता मामांकडील मंडळींनी त्यांना परत महाराजांकडे पाठविले नाही. योगायोगामुळे महाराजांची प्रकृतीही एकाएकी बिघडली आणि त्यातच त्यांचा अंत झाला. प्रयाणापूर्वी थोडा वेळ पेंढारकरांची आणि त्यांची भेट झाली होती. पेंढारकरांना पाहून महाराजांना समाधान वाटले. पण पेंढारकरांना मात्र आपण आपल्या गुरुजींची संमती न घेता पुण्यास राहिल्याबद्दल शेवटपर्यंत वाईट वाटत असे.

पुढे पेंढारकरांना 'ललितकलादर्श' मंडळीची मालकी मिळाल्यानंतर त्यांनी शंभरएक रुपये खर्च करून खडकीस महाराजांची समाधी बांधली. पुणे-मुंबईच्या त्यांच्या दौऱ्यात समाधीच्या दर्शनास जाण्याचा त्यांचा प्रघात असे.

पुण्यास सुरुवातीचे मराठीतील तीन-चार इयत्तेपर्यंत शिक्षण झाल्यानंतर पेंढारकरांना सच्चिदानंद महाराजांच्या सान्निध्यात तीन-साडेतीन वर्षं हें असे धार्मिक शिक्षण लाभले आणि त्यानंतर नगर येथे इंग्रजी पाच इयत्तांपर्यंत शिक्षण झाल्यानंतर जमखिंडीस त्यांच्या मातोश्रीने बिऱ्हाड केले. पेंढारकरांचे गाणे व इतर हुशारी पाहून श्रीमंत अप्पासाहेबांनी त्यांची सोय आपल्या रामतीर्थ येथील राजवाड्यावर केली. नाटकाचा शौक श्रीमंतांना अतिशय होता. गावात एक थिएटर होतेच. पण श्रीमंतांनी रामतीर्थ टेकडीवरही एक नमुनेदार थिएटर बांधून हौसेखातर नाटके करवून घेण्याचा परिपाठ ठेवला होता. त्यात पेंढारकरांचा समावेश केला गेला. त्यांनी काढलेल्या कंपनीचे खेळ आजूबाजूच्या गावांतूनही होत असत. अशाच सफरीवर त्यांची कंपनी असता सांगली मुक्कामी केशवराव भोसल्यांची नजर पेंढारकरांवर प्रथम गेली. पेंढारकरांचे शिस्तवार काम आणि पद्धतशीर गायन या त्यांच्या गुणांवर खूश होऊन केशवरावांनी त्यांना त्या वेळच्या पद्धतीप्रमाणे कंपनीत सामील करून घेतले. जमखिंडीस त्यांचे शिक्षण इंग्रजी सात इयत्तांपर्यंत झाले होते. शिवाय त्यांना यंत्रांचा नाद असल्यामुळे मोअर एजन्सीची माहिती होती आणि मोटर ड्रायव्हिंगही त्यांना उत्तम प्रकारे येत असे.

पेंढारकर काही दैवी योजननेच नाट्यकलेच्या प्रपंचात पडले आणि त्यात

त्यांनी नाव कमाविले. यंत्रांचा त्यांचा नाद आणि त्यातील प्रगती पाहून श्रीमंत सर परशुरामभाऊंनी त्याच विषयाच्या उच्च शिक्षणासाठी त्यांना परदेशी पाठविण्याचा मनसुबा केला होता. परंतु पेंढारकरांच्या मनाची ठेवण आणि घडण मूळच आध्यात्मिक वळणाचीच अधिक होती. स्वामी विवेकानंद, रामकृष्ण परमहंस यांच्या चारित्र्याचा आदर्श त्यांच्या डोळ्यांपुढे होता. ध्यानधारणा, समाधी या गोष्टींवर त्यांची निष्ठा होती. पण योगायोग असा होता की, त्याच्या अगदी उलट असा व्यवसाय त्यांना जन्मभर करावा लागला. स्नानानंतर आपल्या खोलीचे दार बंद करून निदान पाच मिनिटे तरी परमेश्वराचे ध्यान डोळ्यांपुढे आणून त्याचे चिंतन करण्याचा त्यांचा परिपाठ त्यांनी आमरण पाळला. त्याचप्रमाणे बाहेर जाताना 'चाललो हं वहिनी' असे म्हणून आपल्या मातोश्रींचा निरोप घेतल्याखेरीज ते बाहेर पडत नसत. कोणताही विषय असो, त्यावरील त्यांचे विचार एखाद्या अभ्यासू विद्यार्थ्याप्रमाणे तयार असत. एखाद्या विषयावरील चर्चा चालू असता व्यक्त होणारी त्यांची मते पुष्कळ वेळा त्या विषयाचा त्यांचा व्यासंग असल्याचे निदर्शनास आणीत. त्यांच्या मित्रमंडळीत पदवीधर, विद्याव्यासंगी अशांचाच भरणा अधिक असे. नाट्य, काव्य, गायन, अभिनय हे तर त्यांचेच क्षेत्र होते. त्या त्या कलेवरील त्यांचे मनन आणि चिंतन अभ्यासू वृत्तीने झाले असल्यास नवल नाही.

प्राप्तकर्तव्य- म्हणजे नाट्यकलेची उन्नती- सर्व बाजूंनीं कसाशीने करावयाचा निदिध्यास त्यांनी घेतला होता. रंगभूमीचे सौंदर्य अगदी नव्या पद्धतीने सजविण्याच्या गोष्टी एकदा चालल्या असता त्यांनी जगात आतापर्यंत किती प्रकारचे दर्शन पडदे रंगभूमीवर आले याची माहिती दिली. तेव्हा त्यांची अभ्यासू, चौकस आणि संशोधक वृत्ती मला प्रथम समजून आली.

त्यांना क्रिकेटचा नाद होता. परंतु प्रत्यक्ष क्रिकेट खेळण्याचा प्रसंग जमखिंडी सोडल्यापासून कधी तरी क्वचितच आला असेल. रंगभूमीवरचे आठवड्यातले तीन खेळ यशस्वी करून दाखविण्यासाठी त्यांचे दिवसाचे चोवीस तास व्यतीत होत, त्यामुळे इतर खेळ खेळावयास संधीच नसे. कॅरमच्या ऐन अमदानीत त्या खेळाचे प्राबल्य 'ललितकले'च्या बिऱ्हाडी काही दिवस होते. आणि त्यात पेंढारकर भाग घेत असत. मात्र वसंतराव देसाई, मी, बाबूराव देवभक्त, सोळस्कर, शुक्ल, पांडुरंगराव तलगेरी वगैरेपैकी कोणी मंडळी असली तरच ते खेळत. आमच्या बऱ्याबापूंना मात्र त्या खेळाची कटकट वाटे. वरेरकर नुसते प्रेक्षकाचे काम करीत. पेंढारकरांच्या खेळाकडे कौतुकाने बघत, त्यांची तारीफ करीत ते आपला वेळ घालवीत.

लौकिकदृष्ट्या बदलौकिक मिळविलेल्या व्यसनांपैकी पेंढारकरांना कसलेच व्यसन नव्हते. ते पूर्ण निर्व्यसनी होते. निर्व्यसनीपणाची कमाल मर्यादा वर्णन करताना 'सुपारीच्या खांडाचेसुद्धा व्यसन नाही' असा निर्वाळा देण्याचा प्रघात आहे.

हाच निर्वाळा अक्षरश: पेंढारकरांना लागू पडत असे. कधी सणावारी विडा खाताना ते दृष्टीस पडत. मात्र त्यांचा विडा सुपारीविरहित असे.

परंतु खरोखर पेंढारकरांना व्यसने नव्हतीच का? नव्हती तरी कसे म्हणता येईल? कारण मुंबई, मोटार, मामा आणि सिनेमा ही चार व्यसनेच नव्हती का? ज्याच्या योगाने शारीरिक आणि सांपत्तिक हानी होऊ शकते त्या गोष्टी व्यसनातच गणल्या जातात, असे नव्हे का? सद्गुणांचा अतिरेकसुद्धा दुर्गुणातच गणला जात असतो. मर्यादेबाहेर गेलेली कोणतीही चांगली गोष्ट व्यसनच ठरते आणि वाइटास कारणीभूत होते.

मुंबई ही पेंढारकरांची अतिशय आवडती भूमी होती, कारण कर्तबगारीस तेथे भरपूर वाव होता. गुणग्राहक प्रेक्षकांची आणि रसिकांची तेथे उणीव नव्हती. आणि म्हणून कलावंतांच्या कलेचे चीज तेथे भरपूर होत असे. गुणी कलावंतांची ती कर्मभूमी आणि विलासनगरी होती. म्हणून कोणत्याही कलेची अभिवृद्धी करू पाहणाऱ्या कलावंतांना मुंबई ही नगरी अत्यंत प्रिय असणे स्वाभाविकच होते. पेंढारकरांनी आपल्या अमदानीत नवी आणि जुनी मिळून चौदा नाटके रंगभूमीवर आणली, ती सर्व मुंबईच्या मुक्कामातच. आणि एवढ्याचकरिता की, नवीन नाटकाची तांत्रिक सामग्री मुंबईस भरपूर मिळे आणि नवीन नाटक मोठ्या उत्साहाने पाहणारा रसिक प्रेक्षकसमुदायही तितक्याच मोठ्या प्रमाणात मुंबईस मिळे. नवीन नाटक रंगभूमीवर आणल्यानंतर कलावंतांच्या गुणांचे कौतुक करणारा गुणग्राहक प्रेक्षकवर्ग नसेल, तर त्या कलाकृतीचे व्हावे तसे चीज होत नाही. मुंबईसारख्या ठिकाणी एखादे नाटक लोकप्रिय झाले की त्याचा बोलबाला सर्वत्र होऊन इतर ठिकाणीं त्याचा फायदा कंपनीस मिळत असे. आणि म्हणून पेंढारकर आपली नाटके मुंबईस रंगभूमीवर आणीत. ही धंदेवाईक दृष्टीही त्यांच्या 'मुंबई'च्या व्यसनामागे होती हे नमूद करणे आवश्यक आहे. पण...

लंकेत सोन्याच्या विटा मिळाल्या तरी प्रत्येक बाबतीत सोन्याच्याच विटा खर्च करण्याची पाळी आली म्हणजे डोळे पांढरे झाल्याशिवाय कसे राहतील? मुंबईच्या मुक्कामात उत्पन्न आणि खर्च या दोहोंची तोंडमिळवणी होत असे. पण नवीन नाटक रंगभूमीवर आणण्यात दिरंगाई झाली की निष्कारण खर्चाचा बोजा वाढायचा आणि नवीन नाटकाने तो बोजा कमीही व्हायचा नाही. शिवाय नवीन नाटकाच्या उत्पन्नावर कितीतरी गोष्टी अवलंबून असत. मुंबईच्या वाढलेल्या मुक्कामाचा खर्च, नवीन नाटकाच्या तयारीचा खर्च आणि जुन्या कर्जांची फेड या खर्चाच्या बाबी असतच. हेही, नवीन नाटक हमखास यशस्वी झाले तरच जमत असे.

परंतु 'ललितकले'चे असे होत नसे. पहिले दोन-तीन महिने जुन्या नाटकांवरच पैसे मिळविण्याइतकी त्यांची पुण्याई असे. पण त्याचा जास्त फायदा घेऊन नवीन नाटक

बसविण्यात विलंब झाला की, मुंबईचा मुक्काम अंगलट येई. नवीन नाटक सुदैवाने यशस्वी झाले तर नवीन नाटकाप्रीत्यर्थ झालेला खर्च आणि मुंबईच्या लांबलेल्या मुक्कामाचा खर्च भागे. पण पूर्वीच्या कर्जाची फेड व्हायचीच नाही. सर्व खर्चाच्या बाबींना पुरून उरेल अशी दणकून उत्पन्न देणारी नवी नाटके फक्त 'सत्तेचे गुलाम,' 'श्री' आणि जुन्यांपैकीं 'पुण्यप्रभाव' हीच 'ललितकले'च्या रंगभूमीवर आणण्यात 'ललितकले'स उशीर लागावयाचाच. त्यामुळे सुरुवातीचा लांबलेला आणि नंतरही लांबविलेला मुक्काम तोट्यात जाई. नवीन नाटकाने होणाऱ्या उत्पन्नाचा फायदा कंपनीस घेता येत नसे. मुंबईस जास्त मुक्काम करणारी कंपनी उच्च दर्जाची आणि बाकीच्या कंपन्या पेण-फुणगुस येथे खेळ करणाऱ्या 'थर्ड रेस्ट' असे एखाद्या तोंडपूजकाने म्हणावे, इतकेच श्रेय पेंढारकरांच्या या मुंबईच्या व्यसनामुळे पदरात पडे!

पेंढारकरांचे दुसरे व्यसन म्हणजे मोटार. या व्यसनाने त्यांचे नुकसान मात्र केले नाही. त्यांना मोटारीचा नाद पराकाष्ठेचा होता. ती त्यांची करमणूक तर होतीच. शिवाय फायद्याचीही बाब होती. धंद्याच्या निमित्ताने चार ठिकाणी त्यांना हिंडावे लागे. आणि भाड्याच्या टॅक्सीतून हिंडणे अतिशय महाग पडे. त्याशिवाय हक्काचे वाहन हाताशी असल्यामुळे शेकडो मैलांवरची कामे त्यांना सुलभ रीतीने पार पाडता येत. व्यसनाच्या नावाखाली मोटारीचा उल्लेख मी करीत आहे तो मोटारीचा नाद त्यांना पराकाष्ठेचा होता एवढ्यापुरताच.

चांगल्या गोष्टीकडे लोक जोपर्यंत चांगल्या दृष्टीने पाहतात, तोपर्यंत तिचा चांगुलपणा टिकून असतो. पण जर का लोकांची दृष्टी फिरली आणि चांगल्यातले वाईट शोधून काढण्याच्या मार्गास लागली, तर त्या चांगल्या गोष्टीची भंबेरी उडाल्याखेरीज राहत नाही!

एकदा निझामच्या बैठकीत पाकनिष्पत्तीवर गोष्टी चालल्या होत्या. एकंदर भाज्यांच्या चांगुलपणात वरचा दर्जा कोणत्या भाजीस दिला जाईल, हा विषय चर्चिला जात होता. निझामच्या आवडीची भाजी कोणती, हे एका उमरावास माहीत होते. त्याने हुजूरांना खूश करण्याची संधी साधून घेतली. त्याने 'बैंगन की तरकारी आलादर्जे की होती हैं हुजूर!' असे सूचित केले. मग काय विचारता? ज्याने-त्याने वांग्याची तारीफ करण्यास सुरुवात केली. एकाने त्याच्या भज्यांची, दुसऱ्याने डाळवांग्याची, तर तिसऱ्याने वांग्याच्या भरिताची तारीफ केली. एकाने तर वांग्याची तारीफ करताना, 'सरकार, बैंगन यह सब तरकारियोंका बादशहा है!' असे म्हणून वांग्यास उच्चपदास चढविले. आणि शेवटीं 'जभी तो अल्लामियाने उसके सिरपर ताज रखा है!' असे म्हणून त्यावर 'मुगुटाचा' कळस चढविला.

प्रत्येक ठिकाणी दोन पक्ष हे असावयाचेच. एका पक्षाचा वरचढपणा दुसऱ्यास

पाहवत नसतो. दुसऱ्या पक्षाने हळूच एक फुसकुली सोडली, 'मगर हुजूर, बैंगन में अयब भी क्या कम है?'

हुजूर म्हणाले, 'बेशक! अयब तो जरूर है!' झाले. एकदम वातावरण बदलले. ज्या वांग्याच्या पदार्थांची एकजात स्तुती होत होती, त्या पदार्थांची रेवडी उडविण्यात येऊ लागली. आणि 'सरकार, बैंगन से बादी भी होती है!' असे एकाने म्हणताच ज्या उमरावाने वांग्यास बादशहा ठरविले होते, त्याच्याकडे सर्व जण पाहू लागले. आणि त्याच्याच भाषेत त्याला गारद करण्याची सुसंधी दुसऱ्या पक्षातील म्होरक्याने साधून घेतली, तभी 'तो अल्लामियाने नीचे से मेख मार दी है!' हशाचा जल्लोश उडाला आणि बैठक संपली.

या गोष्टीची आठवण होण्याचे कारण असे की, पेंढारकरांचे तिसरे व्यसन 'मामा', 'म्हटले तर होय आणि म्हटले तर नाही,' अशा प्रकारचे होते. पेंढारकरांची वरेरकर मामांवर निस्सीम भक्ती असे. ती त्यांची भक्ती त्यांच्या उक्तीत आणि कृतीत पदोपदी स्पष्ट दिसून येई. मामांची पेंढारकरांवरील भक्ती त्यांच्या वाणीतून सतत वाहणाऱ्या गुणगौरव गंगेने ओतप्रोत भरलेली दिसे. मामांसारख्या उत्तम नाटककाराचे पाठबळ हा पेंढारकरांना मोठा आधार वाटे. आणि तो आधार मजबूत राहावा म्हणून त्या मूठभर ब्राह्मणाची (वरेरकर पेंढारकरांना कौतुकाने 'मूठभर ब्राह्मण' म्हणत) अष्टौप्रहर तारीफ करणे हा मामांचा नित्याचा व्यवसाय असे. आणि म्हणून मामांची स्तुतिस्तोत्रे पुष्कळांना खुशामतीच्या स्वरूपाची वाटत. वास्तविक मामांसारख्या पटाईत नाटककराला मूठभरच काय पण चार हात उंच ब्राह्मणांचीसुद्धा स्तुतिस्तात्रे गाण्याची मुळात काय आवश्यकता होती? त्यांचे स्थान स्वयंसिद्धच होते. याचे कारण पेंढारकर हे अत्यंत निग्रही होते. दुराग्रहीही होते. आणि म्हणूनच 'मामा' हे त्यांचे व्यसन असल्याचे ठासून सांगताना एखाद्यास कोणत्याही प्रकारची दिक्कत वाटत नसे.

सिनेमा हे पेंढारकरांचे चौथे व्यसन. मामा वरेरकरांनासुद्धा सिनेमाचा तितकाच नाद. कुणीही आणि केव्हाही वरेरकर ऐन झोपेत असतानाही सिनेमाचे नाव काढताच वरेरकर ताड्‌कन उठून बसत; इतके त्यांना सिनेमाचे वेड. पेंढारकरांचे मोटारीच्या व्यसनाने नुकसान झाले नाही, तसे सिनेमा पाहण्यानेही काही नुकसान झाले नाही. पण 'ललितकलादर्श' मंडळीची सांपत्तिक स्थिती सुधारण्यास सिनेमा धंद्याखेरीज दुसरा मार्ग नाही, असा ध्यास त्यांना लागला इथे बिघडले. दुर्दैवाने त्यांनी त्या धंद्यात उडी घेताना जवळ केलेली सर्वच मंडळी स्वार्थी होती, आणि म्हणून असे म्हणणे भागच होते की, पेंढारकरांचे हे चौथे व्यसन त्यांच्या सर्वनाशास कारणीभूत झाले.

■

यशाचे वाटेकरी

केशवराव भोसल्यांच्या वेळेस 'ललितकलादर्श' मंडळीत केशवराव शितूत व्यवस्थापक होते. केशवराव त्यांच्या कामगिरीवर खूश असत. शितूतांच्याच तालमीत तयार झालेले गोविंदराव सोळस्कर हे पेंढारकरांच्या अमदानीत मुख्य व्यवस्थापक झाले. शितूतांनी 'जाबे जा, बिजापूर कीं ख्बर ले आजा!' असे म्हणताच आपली लांब लांब पावले टाकीत छत्री काखेत मारून स्वारी बाहेर पडावयाची. मूळचे शिक्षण बेताचेच आणि तेही मराठी. तेव्हा मुख्य व्यवस्थापकाच्या हाताखाली जो अनुभव मिळविला त्याच्याच जोरावर त्यांनी पेंढारकरांच्या अमदानीत खुद्द मुख्य व्यवस्थापकाची जागा मिळविली. सरळ अंगयष्टीप्रमाणे सरळ स्वभाव. मन का राजा–दिल का दोस्त! मन मोठें, आय–व्ययाची फिकीर न करणारे, स्नेहीसोबत्यांच्या अडचणीत स्वत:चे धोतर सोडून देण्याइतके उदार, स्वभाव अत्यंत मोकळा. आत-बाहेर काही नसलेला. रुबाबात राहण्याची हौस, असे त्यांचे थोडक्यात वर्णन देता येईल. नाटक कंपनीत राहूनही, चार गावचे पाणी प्यालेल्या नाटक्याप्रमाणे त्यांची वृत्ती नव्हती. आपण कोणी सरदार आहोत, अशा भावनेने ते वावरत. पैशाच्या सदा अडचणीत असत. कारण खर्चाची फिकीर करावयाची सवय नाही. पैशाची अडचण कंपनीचीही असावयाची. अशा वेळी कंपनीसाठी कुठून तरी पैसे काढण्याच्या कामी पेंढारकरांना त्यांचा उपयोग होई. कंपनीची सर्व व्यवस्था तशी स्वत: पेंढारकर पाहत. पण इतरांकडून कामे करवून घेणे, त्यांच्यावर दरारा आणि वचक बसविणे, प्रसंगी आरडाओरड करून, धाकदपटशा दाखवून, वेळ भागवून घेणे वगैरे कामगिऱ्या सोळस्करांमार्फत केल्या जात. पेंढारकरांच्या देण्या-घेण्यासंबंधीचे व्यवहार सांभाळण्याची आणि सर्व खात्यांवर वचक ठेवून कामे करवून घेण्याची सोळस्करांची पद्धती जरा जुन्या पद्धतीची, दंडेलशाहीची असली तरी पेंढारकरांच्या कुशल हाताळणीमुळे ती सुव्यवस्थित दिसत असे. त्यांच्या चुकीचे माप कुणी त्यांच्या पदरात टाकले, तर ताबडतोब ते प्रांजलपणे कबूल करून मोठ्याने हसत आणि 'सॉरी' म्हणून दिलगिरी व्यक्त करीत.

त्यांच्या हाताखाली रघुनाथ जयराम कदम, पंढरीनाथ घरत, बोरकर, घैसास, लोणकर, काटदरे वगैरे तरुण मंडळी असत. त्रिंबक गोकटे या नावाचा तरुण

बाजारमास्तर असे. हिशेबनीस आणि चालू खर्चापुरती रोख रक्कम बाळगणारे वयोवृद्ध गृहस्थ अष्टेकर म्हणून होते. त्यांना सर्व जण 'दिवाणजी' म्हणत. आजारी माणसांची शुश्रूषा, त्यांना औषधपाणी आणून देणे, त्यांना डॉक्टरांकडे नेणे किंवा फारच कुणी आजारी पडला तर डॉक्टरांना घेऊन येण`वगैरे कामावर विष्णोपंत देशमुख नावाचे गृहस्थ नेमले होते. आजारी माणसांची विचारपूस आणि शुश्रूषा आणि खेळाच्या वेळी दरवाजावर उभे राहून स्त्रियांची व्यवस्था करणे ही दोनच कामे विष्णोपंत बघत. पंढरीनाथ घरत यांच्याकडे बहुश: रेल्वेची कामे असावयाची आणि तिकीट विक्रीवर घैसास आणि बोरकर यांची नेमणूक असे. अष्टेकरांच्या नंतर देवधर नावाचे गृहस्थ हिशेब वगैरे पाहत.

रघुनाथ कदम हा थोडासा शिकलेला तरुण होता. स्वभावाने गरीब आणि कष्टाळू. कंपनीत आणि नाटकास येणाऱ्या शिष्ट आणि सन्माननीय पाहुण्यांची व्यवस्था तो चांगली करीत असे. बाळकृष्णपंत जोशी आणि दत्तोपंत सोहनी, मेस्त्री हे स्टेजकडील व्यवस्था बघत असत. शंकर इंदापूरकर, बाळा लाड वगैरे मंडळी रंगभूमीवर कुणास दिसत नसत, पण रंगभूमीमागे त्यांचा फार कार्यभाग असे. अशा अनेक व्यक्ती 'ललितकले'च्या यशाच्या वाटेकरी होत्या.

'ललितकलादर्श' मंडळीच्या नाटककारांत, विशेषत: पेंढारकरांच्या कारकिर्दीत वरेरकरांचे नाव प्रामुख्याने गाजले. त्यांच्यात गुणही होते, यात शंका नाही. 'ललितकले'च्या यशात त्यांचा वाटा मोठ्या प्रमाणात आहेच. मात्र श्री. के. नारायण काळे यांनी एका लेखात या संबंधात एक विधान केले आहे ते अतिशयोक्त आहे. महाराष्ट्र रंगभूमीच्या शतसांवत्सरिक उत्सवाप्रीत्यर्थ निघालेल्या 'सह्याद्रि' मासिकाच्या नोव्हेंबर १९४३ च्या अंकात मराठी रंगभूमीसंबंधी एक लेख त्यांनी विचारपूर्वक लिहिला होता. त्यात त्यांनी पृष्ठ ७५४ वर 'श्री. वरेरकर व श्री. अत्रे हे मराठी रंगभूमीवरील सिद्धहस्त प्रयोग– लेखक आहेत. म्हणूनच 'ललितकलादर्श' आणि 'बालमोहन' या दोन संस्थांचे अस्तित्व त्यांच्या लेखणीवर राहून टिकू शकले,' असे म्हटले आहे. श्री. काळे यांचे विधान बालमोहन नाटक मंडळीसंबंधी पूर्णांशाने खरे असेलही. कारण एकापाठोपाठ नाटके लिहून काही वर्षं तरी अत्रे यांनीं बालमोहन मंडळीचा गाडा सुरळीत चालू ठेवला. पण 'ललितकले'च्या बाबतीत मात्र काळे यांचे विधान ऐतिहासिक सत्याला धरून नाही, हे इतरत्र दिलेल्या तपशील–तक्त्यावरून सहज समजून येईल. वरेरकर सिद्धहस्त लेखक, प्रथितयश नाटककार आहेत, ही गोष्ट सत्य; परंतु 'ललितकलादर्श' मंडळीचे अस्तित्व वरेरकरांच्या लेखणीवर टिकू शकले, असे मात्र नाही. किर्लोस्कर, देवल, खाडिलकर, कोल्हटकर, केळकर, वीर वामनराव जोशी, गडकरी, टिपणीस, कमतनूरकर या नाटककारांची नाटके 'ललितकले'च्या रंगभूमीवर सुरुवातीपासून अखेरपर्यंत होतच

कै. गोविंद बल्लाळ देवल

कैत्र अण्णासाहेब किर्लोस्कर

कै. रा.ग. गडकरी

कै. न.चि. केळकर

होती. त्यातल्या त्यात हमखास उत्पन्न देणारी अशी 'पुण्यप्रभाव,' 'वधूपरीक्षा,' 'श्री' 'राक्षसी महत्त्वाकांक्षा,' 'कृष्णार्जुन युद्ध,' 'शिक्का कट्यार,' 'मानापमान' ही नाटके वरेरकरांची नव्हती. वरेरकरांचे १९२२ साली रंगभूमीवर आलेले 'सत्तेचे गुलाम' नाटक यशस्वी झाल्यानंतर १९३२ साली म्हणजे तब्बल दहा वर्षांनंतर 'सोन्याचा कळस' हें नाटक व्यवसायदृष्ट्या यशस्वी ठरले; सबब 'ललितकले'च्या अस्तित्वाचे श्रेय सर्वस्वी वरेरकरांच्या सिद्धहस्त लेखणीकडे जाऊ शकत नाही.

उलटपक्षी असे म्हणता येईल की, वरेरकरांची नाटके 'ललितकलादर्श' मंडळीनेच यशस्वी करून दाखविली. नाट्यकलाप्रवर्तक मंडळीस दिलेले 'नवा खेळ' नाटक, समर्थ मंडळीस दिलेले 'करीन ती पूर्व' नाटक, ही दोन्हीही गाजली नाहीत. हिराबाई बडोदेकर यांच्या संगीत विद्यालय या नाट्यसंस्थेस दिलेली 'जागती ज्योत' तर मुळीच तेवली नाही! त्याशिवाय श्री. पार्श्वनाथ आळतेकर व इतर काहीनी रंगभूमीवर आणलेली त्यांची कित्येक नाटके फक्त संख्येची भर टाकणारीच ठरली, हा इतिहास आहे.

यांवरून वरेरकरांच्या नाटकांची निर्मिती योग्य प्रकारे करण्याचे श्रेय 'ललितकले'कडे जाते.

'ललितकलादर्श' मंडळीतील नटवर्ग समजूतदार हाता. गोपाळ गोविंद फाटक, यशवंत विठ्ठल पिंगळे, श्रीधर महादेव देशमुख, गोपाळ वासुदेव गुत्तीकर, रघुनाथ गोविंद शितूत, रघुनाथ अण्णाजी इनामदार, दत्तात्रय नारायण कुळकर्णी, खंडेराव शेट्ये, पांडुरंग आत्माराम साने, या मंडळीकडे त्यांच्या कामाच्या नकला दिल्या की, जो तो आपली नक्कल पाठ करून तयार असे. पेंढारकर फक्त सुरुवातीस त्या त्या नटास त्याची त्याची भूमिका समजावून देत आणि मग प्रत्येक नट आपल्या स्वतंत्र बुद्धीने आपापली भूमिका रंगभूमीवर वठवी. पांडुरंगपंत साने हे नाटकाच्या तालमी घेत. पात्रांच्या नकला पाठ आहेत किंवा नाहीत एवढेच ते बघत. 'ललितकलादर्श' मंडळीत– विशेषत: पेंढारकरांच्या कारकिर्दीत – नाटकाच्या तालमीचे विशेष बंड नसे. आणि तालीम मास्तरांची स्वतंत्र शिक्षणपद्धतीही नव्हती. नाटकापूर्वी होणाऱ्या चार-पाच तालमी स्टेजवरच होत; आणि त्या वेळी पेंढारकर काय लक्ष देतील तेवढेच. यामुळे एक गोष्ट 'ललितकलादर्श'च्या रंगभूमीवर प्रामुख्येकरून दिसे ती ही की , प्रत्येक पात्राचे 'बेअरिंग', त्याच्या हालचाली, बोलण्याची ढब यात त्या त्या नटाचे वैशिष्ट्य दिसून येई. नाहीतर पुष्कळ ठिकाणी तालीम मास्तर असेल तो शिकवील, तसे सर्वांचे उच्चार आणि तेच स्वरांचे हेलकावे, असे प्रत्येक नटाने केवळ अनुकरण केलेले दिसे. त्यामुळे सर्वांची कामे एका वळणाची वाटत.

'ललिकलादर्श' मंडळीत होतकरू संगीत नटांचा कार्यक्रम ठरलेला असे. कंपनीतील खोल्यांत एखाद्या कोपऱ्याकडे तोड करून तंबोरा घेऊन त्यांची गायनाची

मेहनत चालावयाची. अशा मेहनतीतून तयार झालेल्यांपैकीं शंकर नारायण जोशी, भार्गवराम आचरेकर, अनंत दामले, यशवंत लोलेकर, पाटील वगैरे मुले पुढे चांगली पुढे आली. शंकर जोशी याचा स्त्रीपार्ट चांगला वठे आणि त्याच्या आवाजातही गोडवा होता. त्याची गाण्याची तयारी चांगली झालेली पाहून त्यास 'शारदे'चे काम देण्यात आले. आणि त्याने ते कलेही चांगले. आपली पदे त्याने चांगली रंगविली. पुढे 'मानापमान' नाटकात त्याला अक्कासाहेबांचे काम देण्यात आले. तेही त्याने मोठ्या ठसक्यात करून दाखविले. 'गुणी दिसे धन भारें' या पदास तो हटकून 'वन्स मोअर' घेई.

संगीत नटांची सकाळी उठताच गाण्याची मेहनत त्याप्रमाणे गद्य नटांचीही आवाज खणखणीत आणि उच्चार स्पष्ट होण्यासाठी मेहनत चालावयाची. विशेषत: यशवंतराव पिंगळे हे रोजचे वर्तमानपत्र अगदी खड्या आवाजात वाचीत असलेले नेहमी दृष्टीस पडत. 'नाट्यकलाप्रवर्तक' मधून आलेले माधव हरि जोगळेकर, फाटकांनी कंपनी सोडल्यानंतर आलेले भीमराव काळे आणि येऊन जाऊन किंवा थोड्या दिवसांकरिता कंपनीत येऊन आपल्या कामाची चुणूक दाखविणारी मंडळीही याशिवाय असत. त्यातल्या त्यात विनोदी नट कऱ्हाडकर व बापट यांच्या कामात वैशिष्ट्य दिसून येई. 'ललितकलादर्श'च्या यशात वरील सर्वांचा भाग आहेच.

■

१९०९ ते १९१८ ललीतकलादर्श मंडळांतील चित्रकार

बाबूराव पेंटर आनंदराव मेस्त्री विष्णूपंत दामले

रंग आणि रंगभूमी

ललितकलादर्श मंडळीच्या यशात रंगभूमीवरील वास्तवता हाही एक भाग प्रामुख्याने होता. केशवराव भोसल्यांच्या आनंदराव मेस्त्री यांनी हा भाग कौशल्याने करून दाखविला. मी रंगभूमीच्या सजावटीचे काम पत्करले तेव्हा माझेही विचार चालू होते. आनंदराव मेस्त्री आणि बाबूराव यांची कामे डोळ्यांपुढे होतीच. त्यांच्या कामावरून मी माझा मार्ग ठरविला. केशवरावांच्या वेळच्या १९२१ मधील 'ललितकले'च्या नाटकांतील माझ्या देखाव्यांच्या कामाचा बोलबाला झाला, तरी त्यात उत्स्फूर्त आणि माझे असे वेगळे काहीच नव्हते. मी केवळ परंपरा चालवीत होतो. तत्कालीन रंगभूमीवरील नेपथ्यरचनेत दोष दिसत; ते सुधारण्याची संधी मला त्या काळात लाभली नाही. ती पेंढारकरांच्या अमदानीत लाभली.

'सत्तेचे गुलाम' नाटकाचे देखावे नवीन करण्यात आले. नव्या तंत्राने, नवी दृष्टी ठेवून करण्यात आले. पहिलाच हॉलचा देखावा. यात मधोमधची कमान, दोन बाजूंची दोन दारे, समोरील मोठा दरवाजा आणि खिडक्या व्हेन्टिलेटर्ससह उभारल्या होत्या. मधली कमान बारा फूट उंचीची आाि तिच्या जाडीसह रंगभूमीवर दाखविण्याची योजना मी मांडली तेव्हा 'ह असले अवाढव्य सामान प्रवासात बाळगावयाचे कसे?' असा प्रश्न पुढे आला. तेव्हा माझी योजना मी पेंढारकरांना समजावून दिली. लोखंडी पातळ फ्रेम्सचा कमानीचा सांगाडा-मध्यंतरी दोन ठिकाणीं घडी करता येण्याजोगा- मी करवून घेतला. आणि त्या फ्रेम्सना रिंग्ज लावून भोवताली कापड ताणून घेतले. त्याच्या पायथ्याशी व वरच्या मथळ्याशी जाड कार्निसे लावून ते अधिक सुशोभित आणि वास्तव केले. आतून पोकळच; परंतु प्रेक्षकांना ते जाडजूड दिसत. हे सर्व सामान प्रवासातही व्यवस्थितपणे नेता-आणता येईल, अशी योजना केली होती. नंतर केरोपंत वकिलाच्या ऑफिसचा देखावा. हा माडतांना स्प्रिंगचा एक अर्धदरवाजा हवा होता, त्यासाठी स्प्रिंगची योजना आयत्या वेळी जमेना. तेव्हा त्यासाठी काय करता येईल, हा विचार असता एकदम डोक्यात एक कल्पना आली. ती यशस्वीही झाली. ती बिनखर्चाची होती. मोटारट्यूबच्या रबराचे तुकडे स्प्रिंगच्या जागी दोन्ही बाजूंनी त्या अर्धदरवाज्यास

लावून ते दार मधल्या पार्टिशनला लावून दिले. त्यामुळे दार उघडते वेळी त्याला लावलेले रबर ताणले जाई आणि दरवाजावरील हात सोडताच ते दार मूळच्या जागेवर स्थिर होई. ही योजना यशस्वी झाल्यामुळे मनाला समाधान वाटले. ऑफिससाठी पुस्तकांनी भरलेली कपाटे हवी होती. तेव्हा त्या आकाराची कापडी कपाटे रंगवून ती मांडली. पुस्तकांच्या कव्हर्सचे आणि फ्लॅप्सचे चित्रीकरण इतके हुबेहूब केले होते की, पाहणारास कपाटाजवळ जाऊन पुस्तकांना हात लावीपर्यंत खऱ्या-खोट्याचा उमज पडू नये.

रंगभूमीवरील आजूबाजूचा आणि वरचा भाग झाकण्यासाठी ज्या विंगा आणि झालरीची योजना असे, त्यात एक दोष आढळून आल्यामुळे विंगा-झालरीचा सेट मी सुधारून बनविला. बहुतेक कंपन्यांच्या जंगल आणि बगिच्यांच्या विगांवर आकाशाचा भाग तीन-चार फूट उंचीवरच रंगविलेला असे. त्यामुळे दोन विंगांमधून येणारी पात्रे आकाशातून उतरल्याप्रमाणे दिसावयाची. किंवा पुढच्या विंगेवर आकाश आणि मागच्या विंगेवर झाडे रंगविलेली असल्यास ती झाडे आकाशात उगवल्यासारखी दिसायची. त्याचप्रमाणे आकाशाच्या झालरी म्हणजे नुसते आकाश रंगवून फाडून काडलेल्या कापडाच्या पट्ट्या असल्यामुळे आकाश फाटल्यासारखे दिसे! आणि त्यातून पुढच्या झालरीवर नुसते आकाश रंगविलेले आणि मधल्या झालरीवर पाने-फुले रंगविलेली असली तर ते दृश्य आकाशातील झाडे वाढीस लागून चांगली फळाफुलास आल्यासारखे वाटावयाचे! कारण मागच्या पडद्यावर वरच्या बाजूस बहुधा आकाशच असावयाचे. मागच्या पडद्यावरील झाडे उंच रंगविलेली असतील आणि त्यांच्या पुढे आकाशाची झालर असेल, तर ती झाडे खास 'गगनचुंबी' दिसावयाची! अर्थात, या बारीकसारीक गोष्टींकडे अजून कुणीच लक्ष दिले नाही. आणि आमच्या प्रेक्षकवर्गाचे त्यामुळे फारसे अडून राहिले आहे असे मुळीच नाही. पण काही पाश्चात्त्य नाटक कंपन्यांची नाटके जी माझ्या पाहण्यात आली त्यातून मात्र असल्या बारीकसारीक गोष्टींकडेसुद्धा लक्ष पुरवीत असत हे दिसून आले.

मी जंगलाचा नवीन सेट रंगविला तेव्हा त्यावरील आकाशाचा भाग सात फुटांच्या वर रंगविला. आणि ज्या विंगेवर ज्या जातीची झाडे रंगविली त्याच जातीची झाडे झालरीवर रंगवून एक सलग दृश्य दिसण्याची खबरदारी घेतली. त्यामुळे नैसर्गिक सौंदर्य अधिक खुलून दिसू लागले. झाड म्हटले की हिरव्या रंगाचे आणि त्यांची पाने म्हटली की, ब्रशाच्या फटकाऱ्यांतून निर्माण होतील त्या आकाराची असावयाची, हा संकेत ठरलेला असे. कित्येक कंपन्यांच्या जंगल- बगिचाच्या विंगांची कार्निसे महालाच्या विंगेसारखी उलट-सुलट, एकसारखी तयार केलेली असावयाची. डाव्या विंगेवरील झाडाचा बुंधा व पाने ज्या आकाराची व ज्या रंगाची रेखाटली असतील

त्याच्या उलट आणि त्याच आकाराची उजव्या विंगेवर रेखाटलेली दिसत असत. त्यामुळे एक प्रकारचा रुक्ष आखीवपणा डोळ्यांना खुपत असे. शिवाय फुलझाडांच्या कुंड्या एकसारख्या असू शकल्या तरी त्यातील फुलझाडेही एकाच साच्याची रंगवलेली दृष्टीस पडताच जाणत्या प्रेक्षकांना ते हास्यास्पद वाटे. ही तऱ्हा पारशी आणि गुजराती रंगभूमीवर तेव्हा सर्रास दृष्टीस पडत असल्यामुळे मराठी रंगभूमीवर हेच नावीन्य ठरे.

हें सर्व माझ्या डोळ्यांपुढे असल्यामुळे हे टाळून निसर्गाची शक्य तितकी नक्कल करण्याची जबाबदारी मी घेतली आणि ती मार्मिक प्रेक्षकांना पटली.

पारशी कंपन्यांच्या कामात सफाई असे. भडक रंगांची रेलचेल असे. पण वस्तूंतील पारदर्शकता पातळ रंगाच्या हळुवार थरानी साधली जाते, तिचा पूर्ण अभाव असे. प्रत्येक रंगात पांढरा रंग मिसळण्याच्या त्यांच्या पद्धतीने निसर्गातील विशुद्ध रंगाची टवटवी त्या कामात दिसून येत नसे. शिवाय दुरून निसर्गदृश्यात दिसणारी गोड अंधूकताही पारदर्शक पातळ रंगाने दाखविल्याने एक प्रकारचे धुंद वातावरण निर्माण होण्याची शक्यता असते, तीही त्यांच्या देखाव्यांत नसे. परंतु हाच गोडवा आनंदराव व बाबूराव यांच्या कामांत मात्र दिसून येत असे. चित्रकलेची महती आणि तंत्र याविषयीचा विस्तृत ऊहापोह करण्याचे हे स्थळ नव्हे. पण 'ललितकलादर्श' मंडळीने रंगभूमीच्या नेपथ्याबाबत विशेष आस्था दाखविली म्हणूनच रंगभूमीच्या या अंगात पुष्कळ सुधारणा झाली, ही गोष्ट खरी.

आनंदराव मेस्त्री यांच्यानंतर 'संन्याशाचा संसार' नाटकाचे देखावे पांडुरंगपंत हळदणकर यांनी केले होते. त्यांचे काम पारशी पद्धतीचे असे, पण नाटकाला कुठली पार्श्वभूमी आवश्यक आहे, तिकडे बहुतेक काणाडोळाच केला जात असे. आनंदरावांच्या सान्निध्यात राहिलेले विश्वनाथ हरि पळणिटकर यांनी त्यांची पद्धत उचलली होती. आणि त्यांनी यशवंत आणि बलवंत संगीत मंडळीचे काम करून त्यांची रंगभूमी सजविली होती. विश्वनाथराव पळणिटकरांनी आपले धाकटे बंधू माधवराव पळणिटकर आणि बाळ राजे यांना हाताशी धरून रंगभमीवरील चित्रकलेचे शिक्षण दिले. त्या दोघा तरुण चित्रकारांनी पुढे महाराष्ट्र, समर्थ वगैरे कंपन्यांची कामे केली. गंधर्व मंडळीत लक्ष्मणराव थिटे या नावाचे चित्रकार होते. त्यांनी गंधर्व मंडळीचा रंगमंच बरीच वर्षं सजविला.

किर्लोस्कर थिएटरात त्या काळात एका कंपनीचा पडदा रंगविलेला माझ्या पाहण्यात आला होता. तो रस्त्याचा होता. त्यावर एक कमान रंगविलेली होती. आणि त्या कमानीत एका ब्रॅकेटवर कंदील दाखविण्यात आला होता.

तो इतका खाली दाखविला होता की, येणाऱ्या-जाणाऱ्याच्या सहज डोक्याला लागावा. त्याप्रमाणेच दुसऱ्या एका पडद्यावर भाजीची टोपली रंगविलेली होती. तिच्यातील एक मुळा जमिनीवर पडलेला दाखविला होता. तो चार-पाच फूट लांबीचा दिसत होता. सारांश त्या काळात वास्तवतेकडे विशेष लक्ष दिले जात नसे. कंपनीच्या मालकांची आणि व्यवस्थापकांची कलाविषयक दृष्टी मार्मिक नसली आणि प्रेक्षकांनाही याचे महत्त्व वाटत नसले म्हणजे हे असेच चालावयाचे. केशवराव भोसले आणि पेंढारकर यांनी रंगभूमीवरील चित्रकलेकडे बारकाईने लक्ष देऊन तिचा भरपूर उपयोग करून घेतला.

■

कलादिग्दर्शक -व्हि.एच. फळणीकर

श्री. शेख फत्तेलाल

श्री. पु.श्री. काळे

श्री. अनंतराव राजाध्यक्ष -१९२१ पासून छायाचित्रकार

केशवराव भोसले व बापूराव पेंढारकर

‘अरे, पेंढारकर हा केशवराव भोसले यांचा मोटार ड्रायव्हर होता!’ हे उद्‌गार ललितकलादर्श मंडळीच्या हजारो प्रेक्षकांपैकी एका रसिक प्रेक्षकाच्या तोडून ऐकताच मी मनातल्या मनात खूपच हसलो. आणि हे ऐकलेले उद्‌गार पेंढारकर, चाफेकर, वरेरकर, बन्याबापू वगैरेंना केव्हा जाऊन सांगेन असे मला झाले.

‘सत्तेचे गुलाम’ या नाटकाने ललितकलादर्श मंडळीच्या लौकिकात भर पडली होती. लागोपाठ साठाच्या वर त्या नाटकाचे प्रयोग बॉम्बे थिएटरात सहस्रावधी प्रेक्षकांनी पाहिले होते. आणि त्या नाटकामुळे वरेरकर, पेंढारकर आणि चाफेकर यांची नावे सर्वतोमुखी झाली होती.

त्याच जोशात ‘तुरुंगाच्या दारांत’ हे नाटक भव्य अशा नॉव्हेल्टी थिएटरात नावीन्यपूर्ण सजावटीच्या भपक्यात आणि नावाजलेल्या नटांच्या संचात ललितकलादर्श मंडळीने मोठ्या हौसेने रंगभूमीवर आणले.

त्याच दिवशीची गोष्ट- नाटकाचा पहिला अंक संपला होता. मध्यंतराच्या वेळी चहा-कॉफी, सोडा-लेमन वगैरे पेये पिण्यासाठी, थिएटरच्या आवारात प्रेक्षकवर्ग गोळा झाला होता. आणि निरनिराळ्या लहान-मोठ्या जमावात निरनिराळी चर्चा चालू होती. कोणत्याही नाटकाविषयी बरे-वाईट मत असल्या घोळक्यात हटकून ऐकावयास मिळते. आणि प्रेक्षकांचे निरनिराळे विचार ऐकून मनाची भरपूर करमणूक होते. मी नेहमी असल्या प्रकारच्या करमणुकीची संधी अवश्य साधीत असे.

‘तुरुंगाच्या दारांत’ या नाटकाच्या लोकमताविषयीची चर्चा या प्रकरणात करण्याचे कारण नाही. पेंढारकरांविषयी अत्यंत अभिमान बाळगणाऱ्या आणि त्यांच्या नाट्यनैपुण्यावर खूश असलेल्या चार-पाच जणांच्या एका लहानशा मेळाव्यात जी चर्चा चालू होती, त्याच चर्चेतून मी सुरुवातीस दिलेल्या एका रसिकाचे उद्‌गार बाहेर पडले. आणि ते ऐकताच मी तेथून अमेरिकेचा शोध लावणाऱ्या कोलंबसाच्या धावेने धावत गेलो आणि या कुतूहलपूर्ण बातमीने जो आनंद मला झाला होता, त्या आंनदाचा वाटेकरी जो भेटेल त्याला ती बातमी सांगून करीत होतो.

‘मजुराचा मालक कसा झाला?’ या किर्लोस्करी थाटाचा तो उद्‌गार होता.

आणि अर्थातच पेंढारकरांनीं मिळविलेल्या कीर्तीचा द्योतक होता. त्या उद्‌गारात सत्यांश होता. उगीच बनवाबनवी नव्हती. पेंढारकर मोटारसायकल चालवीत असताना केशवरावांना साइड कारमध्ये बसलेले कित्येक प्रेक्षकांनी पाहिले असेल. आणि म्हणूनच त्यांच्यापैकी एकाने ती माहिती सांगून आपल्या स्नेह्यास थक्क करून सोडले.

केशवराव भोसले यांची खरोखरीच अशी इच्छा होती की, ललितकलादर्श मंडळीची गाडी पेंढारकरांनी चालवावी आणि आपण त्यात स्वस्थ बसून राहावे. कधीतरी एखादे वेळी गमतीखातर एखाद्या मुक्कामात एखाद्या खेळात काम करावे आणि एरव्ही कधीतरी गाण्याचे जलसे वगैरे करीत राहावे, अशी त्यांची मनीषा होती. आणि म्हणून 'यापुढे केशवराव रंगभूमीवर दिसणार नाहीत,' अशी जाहीर घोषणा त्यांनी चालविली होती.

पण त्यांच्या हयातीतील ती इच्छा सफल झाली नाही. आपल्या पश्चात आपली कंपनी जर कुणी तितक्याच जोराने चालवू शकेल तर ती व्यक्ती ऐंढारकरच होय, अशी त्यांची खात्री असल्यामुळे निर्वाणीच्या वेळी त्यांनी तशी योजना केली.

केशवराव आणि पेंढारकर यांच्यातील साम्यस्थळे शोधून तुलना करावयाची झाल्यास बऱ्याच गोष्टींत एकमेकांचे साधर्म्य आढळून येईल. कर्तबगारीत दोघेही सारखेच, किंबहुना पेंढारकरांना अनेक प्रतिकूल गोष्टी असतानाही केवळ बुद्धिमत्तेच्या जोरावर केशवरावांची जागा त्यांनी भरून काढली. यावरून कर्तबगारीच्या तागडीत पेंढारकरांचे पारडे थोडे तरी जास्त भरल्याखेरीज राहणार नाही, असे म्हणता येईल.

गायक नट या दृष्टीने केशवरावांची योग्यता फारच मोठी होती. त्यांनी आपल्या मेहनतीने कमावलेली गायनकला श्रेष्ठ प्रतीची होती. गायनाच्या तंद्रीत त्यांचा कमावलेला आवाज एकदा का घुमू लागला की, त्याचा परिणाम श्रोत्यांची मने खेचून घेतल्याखेरीज राहत नसे. तानांची फिरत भिंगरीसारखी फिरू लागली की, श्रोत्यांची चित्तवृत्ती भारली जाई. एक, दोन, तीन आवर्तने होत आहेत तरी त्यांची तान त्यांच्या प्रचंड दमछाटीने संपतच नसे. टाळ्यांचा गजर प्रेक्षकांकडून होतच असावयाचा आणि त्यांची तानही तितक्याच भरारीने फिरत राहावयाची, असे कैक प्रसंग प्रेक्षकांनी अनुभवलेले आहेत. शास्त्रोक्त गायन गाणारा आणि रंगभूमीवर हमखास परिमाणकारी गायनाची ध्वजा प्रकर्षाने फडकविणारा गायक नट महाराष्ट्र रंगभूमीवर दुसरा कुणी झाला नाही, याबद्दल 'There cannot ne two opinions about it' असे खास म्हणता येईल.

आवाजाच्या माधुरीची देणगी काही नटांना लाभून आणि गायनकलेतही नाव मिळवून महाराष्ट्र रंगभूमीच्या मंदिरात त्यांनी आपली हजेरी लावली, ही गोष्टही सत्य

असली तरी केशवरावांच्या बाबतीत 'झाले बहु, होतिल बहु, आहेतही बहु (?), परंतु यासम हा!' असे म्हटल्यास अतिशयोक्ती होणार नाही.

वयाच्या सतरा-अठराव्या वर्षीच गायनाचार्य अलादियाखाँनी म्हटलेली चीज एकदा ऐकून त्यांच्याच समोर तशीच म्हणून दाखवून आपली पाठ थोपटून घेण्याचा पराक्रम ज्यांनी करून दाखविला त्यांच्या गायनाचा विकास आणि विलास त्यांच्या ऐन अमदानीत किती उत्कर्षाप्रत पोहोचला असेल याची कल्पनाच केलेली बरी. कोल्हापूरच्या मुक्कामात 'राक्षसी महत्त्वाकांक्षा' या नाटकातील 'प्रमगानी सतत रमली ही बालिका' हे पद केशवराव गात होते. प्रेक्षकसमूहात समोरच अलादियाखाँ साहेब बसलेले दिसताच त्यांना हुरूप येणे साहजिकच होते. आणि मग त्यांनी ते पद पाऊण तास गाऊन आपल्या गायनकलेची कमाल केली. त्यांचे गायन संपताच खाँसाहेब उठून आत गेले आणि केशवरावांना कडकडून भेटले. त्यांचे डोळे आनंदाश्रूंनी भरले होते. आणि त्या भरात ते म्हणाले, 'बेटा, जिंदा रहो!'

१९२१ मध्ये झालेल्या ललितकला आणि गंधर्व मंडळीच्या संयुक्त 'मानापमान' नाटकातील धैर्यधराच्या भूमिकेने त्यांनी कीर्तीचे उच्च शिखर गाठले होते. पण त्यापूर्वीच १९१८ साली लोकमान्यांनी स्वराज्यासाठी व्याख्याने देण्यासाठी काढलेल्या दौऱ्यात काकासाहेब खाडिलकरांना ललितकलादर्श मंडळीचे 'मानापमान' नाटक धुळे मुक्कामी पाहण्याचा योग आला. लोकमान्य टिळक, चांदोरकर हेही त्या वेळी नाटक पाहण्यास आले होते. त्या वेळी काकासाहेब खाडिलकरांनी केशवरावांची भूमिका पाहून 'आज मला खरा धैर्यधर पाहावयास मिळाला!' असे उद्‌गार काढून केशवरावांची खूप वाखाणणी केली. काकासाहेबांच्या या प्रशस्तिपत्रापुढे इतर कोणत्याहि प्रशस्तिपत्राची श्रेष्ठता असू शकणार नाही!

अशा अतुलनीय गायक नटाची जागा भरून काढण्याची जबाबदारी पेंढारकरांवर पडली होती. पेंढारकरांच्या स्वतंत्र गायकीचा इतिहास 'सत्तेचे गुलाम' या नाटकापासून झाला असला तरी प्रथमत: केशवरावांच्या गायकीची सही सही नक्कल केशवरावांनीं गायिलेल्या पद्धतीप्रमाणेच करून त्यांनी आपली छाप प्रेक्षकांवर हळूहळू बसविली. केशवरावांच्या सहवासात त्यांची पाच-सहा वर्षे गेली होती. त्यांच्या गायनाची साथ तर त्यांनी अनेक वेळा केली होती. संयुक्त प्रयोगाच्या वेळी केशवरावांनी साथीसाठी पेंढारकरांनाच बरोबर नेले होते. कारण केशवरावांचे गाणे पेंढारकरांइतके आत्मसात कुणीच केले नव्हते. केशवरावांच्या गाण्यातील बारीकसारीक खुब्यासुद्धा त्यांच्या माहितीच्या झाल्या होत्या. आणि म्हणून पेंढारकरांना केशवरावांच्या पश्चात श्रोत्यांच्या मनाची पकड ताबडतोब घेता आली. पेंढारकरांच्या आवाजात गोडवा कमी होता. पण जोरकसपणा केशवरावांच्या इतकाच होता. केशवराव जितक्या उच्च सुरांत आपली पदे

म्हणत तितक्याच उच्च सुरांत पेंढारकरही ती पदे म्हणत. आणि जे काही थोडेबहुत गायन केशवरावांच्या पद्धतीचे अनुकरण करून त्यांनी कमाविले होते, तेवढ्याच जोरावर त्यांनी केशवरावांचे नाव राखून आपले नाव कमविले!

केशवरावांची विद्युल्लतेप्रमाणे फिरणारी तानांची फिरत तितक्याच प्रभावाने गाऊन दाखविणे पेंढारकरांना शक्य नव्हते, पण ती उणीव ते आपल्या विलंपत गायकीने भरून काढण्याचा प्रयत्न करीत. केशवराव आणि पेंढारकर यांच्या तुलनेत गायनाची अशी एकच बाब होती की, तिच्या तुलनेत केशवरावांची बरोबरी पेंढारकरच काय, पण तत्कालीन गायक नटवर्गात कुणीच करू शकत नव्हता. सवाई गंधर्व, रामभाऊ कुंदगोळकर यांची गायनकला वाखाणण्यासारखीच होती. शास्त्रोक्त गायनात त्यांचाही नंबर वरचाच होता. पण हमखास परिणामकारी रंगभूमीवरील गायकी आणि सदा सेवेस तत्पर असलेली आवाजाची कमाई त्यांच्यात नव्हती. अगदी अलीकडे गायक नटात नाव मिळविलेले मास्टर दीनानाथ मंगेशकर यांनीही धैर्यधराची भूमिका करून आपली छाप पाडली होती. त्यांचाही आवाज गोड आणि गाणेही जोरकस होते. पण केशवरावांच्या गाण्याची शिस्तीची बैठक आणि उठाव त्यांना साधला नाही.

केशवराव 'मानापमान' नाटकातील 'माता दिसली' 'दे हाता' वगैरे पदे तर चांगलीच म्हणत. पण विशेषकरून अगदी मनापासून आणि गायकी तंत्र सांभाळून 'भालीं चंद्र असे धरिला' हे पद फारच चांगले म्हणत. एकदा पंडित विष्णु दिगंबर पलुस्करांनी, याच पदास वन्स मोअर मिळविलात तर खरे गायक असे आम्ही म्हणू, असे म्हटले तेव्हा त्यांनी ते पद असे बहारीचे रंगविले की, प्रेक्षकांच्या उल्लसित वृत्तीना पूर येऊन टाळ्यांच्या प्रचंड कडकडाटात त्यांनी वन्स मोअर मिळविला. त्यांचे वैशिष्ट्य हेच होते की, हमखास एखाद्या पदास वन्स मोअर मिळवावयाचा असे ठरल्यानंतर त्यांनी तो मिळविला नाही, असे कधी झाले नाही. शेवटच्या कोल्हापूरच्या मुक्कामात त्यांचे गुरुबंधू विश्वनाथबुवा जाधव यांनीही असेच आव्हान दिले होते. 'मृच्छकटिक' हा खेळ त्या दिवशी होता. ते म्हणाले, 'लोकप्रिय चालीवरच्या पदांना कुणीही वन्स मोअर घेईल, पण तुम्ही साध्यासुध्या दिंडीस वन्समोअर घेऊन दाखवा.' त्या दिवशी केशवरावांनीं 'सौख्य मानुनि बहु वससि मम शरीरी' ही दिंडी अशी गाऊन दाखविली की, सुरुवातीपासूनच टाळ्यांना सुरुवात होऊन वन्स मोअरच्या टाळ्यांनी थिएटर दणाणून सोडले.

बहुजन समाजास आवडणारी तानांच्या करामतीची 'रणगगन' 'धिःकार मन साहिना' वगैरे पदे केशवराव मोठ्या तडफेने जशी गाऊन दाखवीत, तशीच गायनमित्र रसिकांसाठी 'प्रेमभावे' 'प्रेमसेवा' वगैरे पदे बहारीने गाऊन त्यांना खूश करीत.

पेंढारकरांच्या संबंधी वर लिहिलेच आहे की, केशवरावांच्या गायनपद्धतीची शिस्त अमलात आणून तेही आपली पदे प्रेक्षकांवर छाप पाडण्यासारखी रंगवीत. 'भालीं चंद्र असे धरिला' हे पद तर अगदी केशवरावांच्या इतकेच बहारीने ते म्हणत असत. पेंढारकरांचे कौशल्य एवढेच की त्यांना गायनाच्या बाबतीत केशवरावांची बरोबरी जरी करता आली नाही तरी ललितकलेच्या नायकाची योग्यता त्यांनी काही कमी होऊ दिली नाही हे खास!

बांधेसूद शरीर नाही, रूपसंपन्नता नाही, आवाजाची माधुरी नाही, पण या सगळ्या नकारांना एका बुद्धिमत्तेचाच होकार एवढा प्रभावी होता की, त्यामुळे त्यांना केशवरावांची बरोबरी करण्याच्या प्रयत्नात पुष्कळसे यश आले. बैठकीच्या गाण्यातही सुरुवातीसच अशी दणक्याची सुरुवात ते करीत की, ताबडतोब प्रेक्षकांवर त्यांची छाप पडे. एकदा काँग्रेस हाउसमध्ये (२३ मार्च १९२५) रोजी त्यांचे गायन ठरले होते. त्यासाठी मुद्दाम ते आले होते. पेंढारकरांचे गायन ऐकण्यासाठी चिक्कार गर्दी जमली होती. त्या गर्दीतून वाट काढीत आम्ही कसेबसे मुद्दाम मांडलेल्या आसनावर जाऊन बसलो. थोड्याच वेळात तंबोरे आणि तबल्यांची एकसूरता जमल्यावर पेंढारकरांनीं दुर्गा रागातील 'मानो मानो मानो मानो' ही चीज एकदम उच्च सुरांत सुरुवात करून श्रोतृवर्गावर चांगली छाप पाडली. नंतर चंद्रिका, तोरी मैना, दे हाता, भाली चंद्र वगैरे पदे त्यांनी खूप मजेदार म्हटली. त्या दिवशी त्यांचे गायन तीन-चार तास झाले. सारांश, केशवरावांच्या गायकीतील खुब्यांचे अनुकरण करून त्यांनी आपल्याही गाण्याचा एक विशिष्ट सांप्रदाय निर्माण केला.

गायनाव्यतिरिक्त इतर गोष्टींची तुलना करावयाची झाल्यास करारीपणा आणि निग्रही स्वभाव हा दोघांचा सारख्याच वजनाचा होता. शरीरप्रकृती दोघांचीही काटक आणि निरोगी होती.

कंपनीतील लोकांशी केशवराव जितके मिसळत असत तितके पेंढारकर मिसळत नसत. याला कारण पेंढारकर जात्याच अबोल वृत्तीचे होते. कामापुरता संबंध ते ज्याच्या त्याच्याशी ठेवीत. दिलदारपणा आणि उदार वृत्ती दोघातही जवळजवळ सारखीच होती. मात्र व्यावहारिक कोटेकोरपणा केशवरावात अधिक होता. भावनेला बळी पडून कंपनीच्या अहिताची गोष्ट ते करीत नसत. पेंढारकरांना तितका कोटेकोरपणा साधला नाही. कारण जात्याच त्यांची वृत्ती भावनाप्रधान होती. केशवरावांच्या वेळेस कंपनीतील नटवर्ग व इतर कामगार यांच्या पाहुण्यांची व्यवस्था तीन दिवसांपर्यंत कंपनीतर्फे होण्याची शिस्त असे. त्यानंतर राहिलेल्या पाहुण्यांचा खर्च ज्यांचे पाहुणे असतील त्यांच्यातर्फे घेतला जाई. पेंढारकरांनी आपल्या अमदानीत या नियमास फाटा दिला. त्यामुळे कंपनीत कुणाचेही पाहुणे मोकळ्या मनाने राहत. आणि कंपनीच्या सौजन्याचा गैरफायदा न घेता कंपनीतून

जाताना धन्यवाद देऊन जात. नोकरवर्ग आजारी पडल्यास त्याच्या औषधपाण्याचा खर्च कंपनीतर्फे होण्याचा प्रघात कायम होता. मात्र स्वत:च्या बदफैलीपणाने ओढवून घेतलेले आजार ज्याचे त्यानेच डॉक्टरांची बिले भरून निस्तरावेत, असा नियम करण्यात आला. कुटुंबवत्सल नोकरवर्गाचा पगार वेळचे वेळी देण्याची ते काळजी घेत. आणि ज्यांना केवळ विड्या, सिगारेट, पान-तंबाखूसाठीच पैसे लागत, अशांच्या मागण्या ते दिरंगाईवर टाकीत. तरीसुद्धा आगाऊ रकमा तर कित्येकांना दिल्या जात.

यशवंत लोलेकर या मुलास त्याच्या घरगुती अडचणी पाहून 'व्हाउचर'वर सहीही न घेता दोनशे रुपये जेव्हा ताबडतोब देण्यात आले, तेव्हा दिवाणजी अष्टेकर एकीकडे (नाटकातील पद्धतीस अनुसरून) म्हणाले, "काय म्हणावे आमच्या साहेबांना? पगार तर दहा रुपये आणि हा एवढी रक्कम कशी फेडणार?" कंपनीच्या अगदी हलाखीच्या स्थितीतसुद्धा त्यांनी कुणास 'नाही' असे कधी म्हटले नाही. पंचविसाच्या ठिकाणी पाच रुपये तरी देऊन ते त्याची गरज भागवीत. अशी कैक उदाहरणे देता येतील.

केशवरावांच्या न्यायदरबारात तडकाफडकी निकाल लागावयाचा, पण पेंढारकरांच्या दरबारात विकारापेक्षा विचाराकडे जास्त लक्ष पुरविले जाई. एखाद्या कामगाराच्या किंवा नटाच्या खासगी जीवनाविषयी कुणी कितीही कागाळ्या केल्या तरी ते तिकडे लक्ष देत नसत. ते म्हणत, 'जोपर्यंत कंपनीचे काम ती व्यक्ती चोख बजावीत आहे, तोपर्यंत मला तिच्या वर्तनाकडे पाहण्याची जरूरी नाही.

केशवरावांनी एकदा एका प्रमुख नटास एक महिन्याचा पगार जादा देऊन कंपनीतून तडकाफडकी घालवून दिले होते; पेंढारकरांनीही १९२४ साली अमरावतीच्या मुक्कामात एका प्रमुख नटाच्या बदफैली वर्तनाने चिडून जाऊन तडकाफडकी त्याला असेच घालवून दिले. त्याचा पगार चुकता तर केलाच शिवाय त्याचे जेवणही थिएटरवर पाठवून देऊन त्याची बोळवण केली. त्यांना दुर्वर्तनी आणि व्यसनी माणसांची चीड असे. कंपनीच्या लौकिकास बाध येत आहे, असे दिसताच त्यांच्या रागाचा पारा चढत असे. एका बालनटाच्या वर्तनाने चिडून जाऊन त्यास यथेच्छ झोडपून काढताना मी त्यांना पाहिले आहे. त्या कामात त्यांच्या उजव्या हातापेक्षा डावा हातच जास्त उजवा म्हणजे उपयुक्त असलेला मला त्या दिवशी आढळून आला.

एकदा एक गडी काही तक्रार घेऊन त्यांच्याकडे अगदी सकाळीच आला होता. आणि आपण आताच्या आता कंपनी सोडून जात असल्याचे त्याने त्यांना सांगितले. त्याचे सर्व म्हणणे पेंढारकरांनीं शांतपणे ऐकून घेतले आणि त्यास फक्त 'संध्याकाळी पाच वाजता येऊन भेट' असे सांगितले. त्यांनी पाहिले होते, की हा त्या वेळी काही

ऐकून घेण्याच्या मन:स्थितीत नाही. त्याच्या रागाचा पारा दोन-चार तासांनी उतरल्यावर तो आपोआपच शुद्धीवर येईल आणि झालेही तसेच. तो संध्याकाळी तर पेंढारकरांना भेटावयास आला नाहीच, पण कंपनीही सोडून गेला नाही.

न बोलता सर्व कामे यंत्राप्रमाणे करवून घेण्याची त्यांची पद्धत असे. त्याचप्रमाणे समोर पण थोडीशी जमिनीकडे दृष्टी ठेवून तडक इकडे तिकडे न पाहता चालण्याची त्यांच्या धार्मिक गुरूंनी दिलेली शिकवण त्यांच्या अंगवळणी पडली होती. पण कंपनीच्या बिऱ्हाडी म्हणा किंवा कुठेही इकडून तिकडे जाताना म्हणा, आजूबाजूस चाललेले प्रकार त्यांच्या तीक्ष्ण नजरेतून कधी सुटत नसत. माणसाची पारख त्यांना दांडगी असे. आपणाकडे कोण कशासाठी आला आहे, कोण आपल्या भेटीसाठी खोळंबला आहे वगैरे गोष्टी ध्यानात धरून चारचौघात बसले असतानासुद्धा आलेल्या मनुष्याची भेट चट्‌कन उठून घेऊन येतील, किंवा तो मनुष्य तेथेच बसला असल्यास त्याच्याशी हळूच एक-दोन शब्द बोलून त्याची बोळवण करतील.

त्यांच्या अबोल वृत्तीमुळे आणि कामापुरतेच बोलण्याच्या वृत्तीमुळे त्यांच्या विषयी गैरसमजही पुष्कळांचा होत असे. कंपनीतील नटांविषयी बेफिकिरी, त्यांच्या आजारीपणात त्यांची चौकशीसुद्धा न करणे वगैरे गैरसमज त्यांच्या विषयी प्रसृत झालेले दिसतात. पण त्यांच्या सान्निध्यात राहून त्यांची वृत्त अजमावून पाहिल्यानंतर ओबडधोबड दिसणाऱ्या खडकातून सुंदर पाण्याचा झरा पाझरत असलेला जसा दिसतो, तसा त्यांच्या स्वभावातील कोमल भावनांचा ओलावा दिसल्याखेरीज राहत नसे. त्यांच्या सान्निध्यात राहून त्यांच्या विषयीची खरी परीक्षा करून न घेणाऱ्यांना त्यांच्या बाह्य देखाव्याचे चित्र थोडेसे विकृत दिसणे स्वाभाविक आहे. कारण त्यांची कार्यपद्धती गाजावाजा न करता गुपचूपपणे कार्य पार पाडणारी अशी होती. म्हणून मला त्यांच्या स्वभावाचे विचित्र चित्र कुणी रेखाटलेले पाहिले म्हणजे एका यवन कवीच्या काव्यपंक्तीची आठवण होते. तो म्हणतो, 'उन आँखोसे क्या तमाशा न देखा? हकिकत में जो देखना था– न देखा!'

पेंढारकरांविषयी मी असे म्हणेन की, तो एक सरळ, एकमार्गी, दुसऱ्या तिसऱ्या भानगडीत न पडणारा, चौफेर नजरेचा, चतुरस्र, अष्टावधानी, अनेक अडचणींना न जुमानता त्यातून मार्ग काढणारा, ध्येयवादी, खंबीर वृत्तीचा गडी आणि शापभ्रष्ट कर्मयोगी होता!

आणि केशवराव– आता त्यांच्या विषयीचे विशेष लिहावयाचे काय राहिले आहे? पण स्वत:च्या मेहनतीने गायनकलेत आणि नाट्यकलेत आपले नाव नाट्यकलेच्या इतिहासात सुवर्णाक्षरांनी लिहून ठेवण्यास बजावणारा एक करारी गायक नट, 'ललितकलादर्श' या नावास सर्वतोपरी साजेल अशा नाटक कंपनीचा प्रस्थापक आणि मालक, संपत्तीचा उपभोग स्वत:पुरताच नव्हे, तर अनेक इष्टमित्र,

गोरगरीब, सार्वजनिक संस्था वगैरेंसाठी उदारपणाने करणारा तो एक राजयोगी होता!

केशवराव आणि पेंढारकर दोघेही कर्तबगार होते, पण पेंढारकरांच्या दैवगतीने त्यांच्यातील भिडस्तपणा आणि भावनाप्रधान वृत्ती व्यवहारात त्यांना पदोपदी नडली. केवळ दैवगतीचे पाठबळ त्यांना न मिळाल्यामुळे त्यांच्या कर्तबारीचे दृश्य फळ त्यांना मिळाले नाही. पण त्यांची नि:सीम कर्तव्यनिष्ठा आणि अविश्रांत परिश्रमांची तत्परता या दोन गुणांनी त्यांनी ललितकलेचे नाव राखण्यासाठी प्रतिकूल परिस्थितीशी निकराने, मरेपर्यंत लढण्याचे कार्य केले, यात शंका नाही.

केशवरावांनी पहिल्या बाजीरावाची कामगिरी ललितकलेच्या प्रतिष्ठापनेने केली, असे म्हणावयाचे झाल्यास पेंढारकरांनीं अटकेपार जरीपटक्याचे निशाण फडकावणाऱ्या राघो भरारीची भूमिका– ललितकलेची ध्वजा महाराष्ट्र नाट्यमंदिरावर फडकावण्याची– पार पाडली, असे मी बिनदिक्कत म्हणेन!

■

दैवदुर्विलास!

संकटे एकेक येत नसतात! आर्थिक परिस्थितीमुळे मानसिक स्वास्थ्य बिघडले आणि मानसिक स्वास्थ्य नसल्यामुळे शारीरिक स्वास्थ्य बिघडले. शारीरिक स्वास्थ्य बिघडल्यामुळे अंगीकृत कार्यात वारंवार व्यत्यय येऊ लागला, आणि त्यामुळे कंपनीचे उत्पन्न दिवसेंदिवस अधिकच घटू लागले. उत्पन्नाच्या अभावी कंपनीच्या लोकांचे हाल होऊ लागले आणि कंपनी सोडून जाण्याच्या विचारास एकेक जुनीजुनी मंडळी लागली. इंदूरहून उजैन येथे पाच-सहा खेळांसाठी कंपनी गेली असता त्या मुक्कामात गोविंद माशेलकरने कंपनी सोडली. त्याच्या बरोबर गोपाळराव गुत्तीकर, डोगरे आणि पेडणेकर हार्मोनियम मास्तर यांनीही कंपनी सोडली.

माशेलकराची समजूत पेंढारकरांनी अनेक प्रकारे घालण्याचा प्रयत्न केला, पण त्याचा उपयोग झाला नाही. भार्गवराम आचरेकर हा एक तयार नट हरकामी होता. त्याने आणि माशेलकरने कंपनी चालवावी, कर्जाचा बोजा स्वत:च्या शिरावर घेऊन कंपनीचे मागदर्शन करीत राहण्याचा आपला संकल्प आहे, हें सर्वांना समजावून सांगण्याचा प्रयत्न पेंढारकरांनी शरपंजरी पडल्या पडल्या केला. पण ती वेळच अशी होती की, कोणतीही विधायक घटना घडवून आणण्याची खटपट अयशस्वीच ठरावयाची. दादा बाबा करूनसुद्धा माशेलकराने कंपनी सोडून जाण्याचाच निश्चय पक्का केला, तेव्हा मग त्यास 'एक महिन्याची नोटीस दिल्याखेरीज तुला जाताच येणार नाही,' असे सांगणे भाग पडले. पण त्यामुळे माशेलकर फारच चिडला आणि मुदत संपताच तो आपल्या साथीदारांसह चालता झाला.

अशा स्थितीत भार्गवराम, नणंदीकर, दामले, रघुनाथ शितूत वगैरे मंडळींनी कंपनीचे खेळ चालू ठेवले. पेंढारकरांचे चाहते मित्र अनेक होते. त्यांनी पेंढारकरांना त्यांच्या संकटकाळी परोपरीने मदत केली. नाट्यव्यवसायात दिवसेंदिवस फायद्याचे प्रमाण कमी होत चाललेले पाहून पेंढारकरांनी सिनेमाधंद्यात उडी घातली तेव्हा दामोदर हॉल, परळ येथील समाजसेवक गौतम गोविंद फासे यांनी त्यांना मोठी मदत केली. पेंढारकरांनी दुसऱ्या खेपेस बोलपट काढण्याचे ठरविले त्या वेळी मी त्यांना त्या मार्गातील अडचणींची कल्पना दिली होती. मी म्हणालो त्यापैकी

बहुतेक अडचणी त्यांना अनुभवण्यास मिळाल्या. शिवाय फासे यांची आणि माझी गाठ पडली तेव्हा ते म्हणाले, ''अहो, या नट्यांनी तर बेजार करून सोडले. आज एकीची एक अडचण, तर उद्या दुसरी कशासाठी तरी अडून बसलेली!''

बाहेरगावांहून खेळ आटोपून शूटिंगसाठी मुंबईस यावयाचे आणि मुंबईस तर अशा नव्या अडचणी. नट्या, कथालेखक वगैरेंसाठी स्वतःची मोटार पाठवून पेंढारकरांना कित्येक वेळी ट्रॅम किंवा बसमधून जावे लागे. इतके करूनही ती मंडळी वेळेवर यावयाची नाहीत आणि या ना त्या कारणाने शूटिंग व्हावयाचे नाही. त्याप्रमाणे नट-नट्या, कथालेखक यांच्या लहरीना तोड देता देता पेंढारकरांना सळो कीं पळो होऊन गेले. शेवटी तर मध्येच एका नटीने काम करावयास अजिबात नकारच दिला. तेव्हा एका नटासच लुगडे नेसवून त्याचे तोंड न दाखविता बोलपटाचा शेवट करावा लागला. इतके करूनही तो बोलपट चांगला गाजला असता तरी श्रमाचे सार्थक झाले असते. पण तो बोलपट टाकाऊ निघाला.

त्या बोलपटाचे नाव 'विजयाची लग्ने'. परळ येथील वाडिया मूव्हिटोन स्टुडिओत त्या बोलपटाचे शूटिंग झाले. कथालेखक भार्गवराम विठ्ठल वरेरकर. मराठी- हिंदी प्रती विकून बोलपटास आलेली सर्व खर्चवेच जाऊन थोडासा तरी फायदा होण्याचा संभव होता. परंतु भवितव्यतेने पेंढारकरांच्या भाली त्यांच्या अविश्रांत श्रमाच्या मोबदल्याप्रीत्यर्थ घोर निराशा आणि अपयशच काळ्याकुट्ट शाईने लिहून ठेवल्यामुळे त्यांची सर्व धडपड व्यर्थ गेली. बोलपटाचे शूटिंग तीन-चार महिन्यांत आटोपून घेण्याचे पेंढारकरांनी ठरविले होते आणि अवधी लागला तेरा महिन्यांचा. खर्च चौपटीने वाढला. आणि फायनान्सरने सर्वच प्रती, योग्य काळाची वाट पाहण्याच्या मिषाने दाबून ठेवल्या. इकडे पेंढारकरांचा काळ मात्र 'आ' वासून जवळजवळ येत होता.

फासे यांनीं पेंढारकरांना पुष्कळ साहाय्य केले होते. पेंढारकरांची पैशाची नड भागविण्यासाठी स्वतःचे घर गहाण टाकून त्यांनी पैसे उभे केले होते. त्यांची स्वतःची परिस्थितीही बिकट होत चालली होती, याची जाणीव पेंढारकरांना होतीच. पण चहूकडून संकटांनी घेरलेल्या परिस्थितीत ते पाचोळ्यासारखे सापडले होते.

पेंढारकरांचा मुलगा भालचंद्र आपल्या वडिलांनी अंथरूण धरलेले ऐकून ता. १६ नोव्हेंबर १९३६ रोजी ग्वाल्हेरला आला. त्यास त्याचे वडील गलितगात्र होऊन पडलेले आढळले. कंपनीतील माशेलकर वगैरे मंडळी निघून गेल्यामुळे नाटकांचे प्रयोग कसेतरी होत असलेले त्याने पाहिले. कंपनीतील नटांनी पैशासाठी धरणे धरून बसण्याची वेळ आणलेली. आणि त्यातच ता. २३ नोव्हेंबर रोजी

फासे यांचे अत्यंत उद्वेगजनक पत्र आले. त्या पत्राचा परिणाम पेंढारकरांवर अत्यंत अनिष्ट झाला. तोडाला येईल ते बडबडणे आणि हातात सापडेल ते फेकणे, असल्या उन्मादावस्थेने त्यांना पछाडले. तेव्हा कॅप्टन देवधर यांनीं त्यांना आपल्या बंगल्यावर नेऊन मॉर्फियाची इंजेक्शन्स सुरू केली. पण मॉर्फियाचा अंमल जरा कमी झाला की पेंढारकर पुन्हा भडकत. त्या स्थितीत मात्र ज्यांच्या नादी लागून त्यांची अशी दुर्दशा झाली होती, त्या सर्वांवर-एकेकाळच्या पूज्य दैवतांवर– ते सडकून तोडसुख घेत. पण त्याचा आता काय उपयोग होता?

या परिस्थितीस जबाबदार कोण? अर्थात याचे उत्तर त्यांची दैवगती होय! पुष्कळ लोक असे म्हणतात की, 'पाने सडली का? घोडा अडला का? आणि भाकरी करपली का?' या तिन्ही प्रश्नांचे उत्तर जसे एकच 'न परतल्याने' असे आहे, तसेच पेंढारकरांच्या या अत्यंत शोचनीय परिस्थितीबद्दल 'प्रश्न अनेक पण उत्तर एक' असेच देता येईल. मग ते उत्तर कोणते?

असे झाले असते तर तसे झाले नसते, या म्हणण्यात काही अर्थ नाही. संभाजीमहाराज कलुषा कबजीच्या नादी लागले नसते, तर त्यांचा तसा शोचनीय वध झाला नसता. ही गोष्ट जरी खरी असली तरी ज्या गोष्टीची नोद विधिलिखितात अगोदरच झालेली असते, ती नोद खोडता येणे कुणाला शक्य आहे? मानवी सामर्थ्याच्या कक्षेबाहेरील ती गोष्ट असते. म्हणून त्याबद्दलचे खापर एखाद्याच्या माथी मारणे न्यायाचे होणार नाही! रावणाने सीतेचे हरण केले नसते, तर रामायणही कुणी लिहिले नसते! तेव्हा राम-रावण, कृष्ण-कंस वगैरे जोड्या परस्परांच्या कर्तबगारीस पोषक अशा होत असतात. कुणाच्या आयुष्यात एक प्रतिस्पर्धी असतो, तर कुणाच्या नशिबात अनेक प्रतिस्पर्ध्यांशी झगडण्याचे प्रसंग येतात. पेंढारकरांच्या आयुष्यात अनेक व्यक्तींशी संबंध आला. आणि त्यांनी सर्वांशी आपल्या बुद्धिचातुर्याने सामना देऊन आपल्या कंपनीचा गाडा चालू ठेवला. पण दुर्दैवासारख्या बलवत्तर शत्रूवर त्यांना मात करता आली नाही, हीच गोष्ट त्यांच्या आयुष्याचा जो शीकपर्यवसायी आणि खेदजनक शेवट झाला त्यासंबंधी म्हणता येईल.

ग्वाल्हेरला 'शिक्का कट्यार' आणि 'सोन्याचा कळस' या नाटकांत त्यांनी कसेबसे काम केले. आणि जे अंथरुण धरले ते धरलेच! नाटकांना उत्पन्न नाही आणि कर्जदारांचे तगादे, यामुळे तर त्यांच्या मनावर आत्यंतिक दडपण पडले होते. पेंढारकरांच्या दिवसेंदिवस खालवत जाणाऱ्या प्रकृतीकडे पाहून फासे यांनींही हाय खाल्ली आणि वैतागून त्यांनी वर लिहिल्याप्रमाणे पत्र लिहिले. त्याचा परिणाम पेंढारकरांवर, 'पोटात कामाय मित्रं प्रियं भवति' या उपनिषदातील उक्तीप्रमाणे वागून स्वत:च्या स्वार्थासाठी ज्यांनीं त्यांना खड्ड्यात घातले, त्या त्या व्यक्तींचा मुक्त कंठाने ते उद्धार करू लागले.

एखाद्याच्या नादी लागून सर्वस्वी बुडालेल्या माणसाचे अत्यंत बोलके चित्र वरेरकरांनीं 'सत्तेचे गुलाम' नाटकात रंगविले आहे. नाटकाच्या शेवटी हेरंबराव आणि केरोपंत यांचा खाली दिलेला संवाद लक्षात घेतला म्हणजे पेंढारकरांसारख्या सरळ आणि सात्त्विक मनुष्याच्या डोक्याच्या चिंधड्या होऊन त्याची कशी परिस्थिती झाली असेल, याची पूर्ण कल्पना येते.

हेरंब : .... नलिनी, ही माझी अशी स्थिती कुणी केली?

केरो : तुमची तुम्हीच. सापाच्या घशात न उतरण्यासाठी पाय ताणून शेवटी त्याच्या भक्षस्थानी पडणाऱ्या बेडकासारखे तुम्ही मेलात, त्यात माझा काय अपराध?

हेरंब : विल खोटे ठरवतो– भाषा बेकायदेशीर आहे, असं पहिल्यानं तूंच ना मला सांगितलंस? अरे सर्पा, ही पहिली पकड तूच धरलीस ना?

केरो : तो माझा धंदाच आहे. मी वाटेल ते सांगितलं, पण तुम्हाला नव्हती का अक्कल?

हेरंब : मला अक्कल असती, तर तुझ्यामागं कशाला लागलो असतो? सत्तेचं घर तेवढंच घेऊन स्वस्थ राहिलो असतो तरी जन्माची ददात चुकली असती. नाही तुला, नाही मला आणि सारं घातलं या कुत्र्याला! केवळ ह्या वकिलाच्या सत्तेचा गुलाम होऊन बसलो. पाजी– हरामखोर...

करो : बस्स. तोड आटप, वाचाळा! आपल्याच बुद्धीनं आपण मरायचं आणि दुसऱ्याला दोष कां म्हणून? एक शब्द अधिक बोललास तर दर शब्दागणीक एक एक केस करून तुला 'तुरुंगाच्या दारांत' डांबून ठेवीन.

कंपनीचे खेळ नणंदीकर, दामले वगैरे मंडळी कसेबसे पार पाडीत होती. पण ही स्थिती किती दिवस टिकणार? सावकारांच्या देण्यापायी हळूहळू कंपनीच्या सामानावर जप्त्या येऊ लागल्या. पेंढारकरांच्या खासगी सामानाच्या पेट्या जप्त केल्या गेल्या. नंतर थिएटरवाल्याने कंपनीचे सामानही जप्त केले. प्राणाच्या मोलाने खरेदी करून जपून ठेविलेल्या वस्तूंची मातीमोलाने विल्हेवाट लागली. आज ज्या मखमलीच्या पडद्याला दोन-अडीच हजार रुपये लागले असते, तो पडदा अवघ्या तीनशे रुपयांकरिता जप्त व्हावा, हा कसला योगायोग!

घरचे आणि थिएटरचे सर्वच सामान जप्त झाल्यामुळे खेळ बंद पडले. ता. ३१ जानेवारी रोजी सर्व नटांनी पेंढारकरांच्या घरी धरणे धरले. त्यांची समजूत कुणी घालावयाची? घर फिरले की वासेही फिरतात. कुणाचा पायपोस कुणाच्या पायात नाही. सर्वत्र बेबंदशाही माजलेली. ता. १ फेब्रुवारी रोजी कंपनीतील काही मंडळींनी राजवाड्याकडे मोर्चा वळविला. सरदार आंग्रे वगैरे तेथील प्रमुखांची गाठ घेऊन त्यांना आपली परिस्थिती समजावून दिली. राजवाड्यातील अंमलदारांनी 'आम्ही फक्त पेंढारकरांना ओळखतो. आम्हाला तुमच्याविषयी काही करता यावयाचे नाही' असे निक्षून सांगितले.

अशा परिस्थितीत काही हितचिंतक पुढे आले. आणि त्यांनी खटपट करून सरकारी खेळाचे जे पंधराशे रुपये सरकारकडून कंपनीला यावयाचे होते, ते मिळवून दिले. आणि सर्व नटवर्ग आणि इतर नोकरवर्गास ज्याला ज्या ठिकाणी जावयाचे होते त्याला वाटखर्चापुरती आणि थोडी जास्तच रक्कम देऊन सर्वांना आपापल्या गावी पाहोचविण्याची व्यवस्था केली.

कंपनी बंद पडल्याचा धक्का पेंढारकरांना विशेष जाणवला. कुणी भेटावयास गेले की त्यांच्या डोळ्यांतून अश्रूंचा प्रवाह घळघळा सुरू होई. कंपनीच्या लोकांनी घरास वेढा घालून सत्याग्रह चालू केला तेव्हा रघुनाथ शितूत यास पेंढारकरांनी बोलावून घेतले. त्यांचा कंठ दाटून आला. डोळे अश्रूंनी डबडबले. शारीरिक दुबळेपणामुळे आपण अशा असहाय परिस्थितीत तात्पुरते सापडल्याची तळमळ त्यांनी व्यक्त केली. परंतु शेवटपर्यंत 'कंपनी बंद आहे' असे त्यांच्या तोंडून निघाले नाही. उलट मृत्यूपूर्वी दोन-तीन दिवस त्यांना थोडीशी हुशारी वाटू लागताच त्यांनी बाळकृष्णपंत जोशांना बोलावून त्यांच्याकडून, भार्गवराम, माशेलकर वगैरेंना, आपणास आता बरे वाटत असून लवकरच आपण पुन्हा खेळ चालू करणार आहोत, तरी ताबडतोब निघून यावे, अशा अर्थाची पत्रे लिहवून घेतली. पण ते त्यांचे बरे वाटणे तात्पुरते आणि अखेरचे होते. दिव्याची ज्योत विझण्यापूर्वी मोठी होऊन विझणार होती. दुर्दम्य आशावादी, ध्येयवादी आणि त्याबरोबरच दांडगा कर्मयोगी! पण या कर्मयोग्याचा कर्मयोग दांगडा, त्याहून त्याचा प्रतिकूल दैवयोग अधिक मोठा होता. धर्मगुरूंनी ध्यानदीक्षा दिली होती ती पेंढारकरांनी आमरण, यथाशक्ती, न विसरता पाळली. श्री रामकृष्ण परमहंस यांच्यावरील निष्ठाही त्यांनी शेवटपर्यंत ढळू दिली नाही. तेवढीच एक तसबीर मृत्युसमयी त्यांच्या बरोबर उरली होती आणि ता. १४ मार्च १९३७ रोजी उत्तररात्री म्हणजे दोन ते चारच्या दरम्यान ता. १५ मार्च रोजी पेंढारकरांनी आपली शेवटची समाधी लावली!

त्यांच्या आजारपणात त्यांच्या जवळ सतत कुणी ना कुणी जागत बसत. पण योगायोगाची गोष्ट अशी की त्या रात्री त्यांच्या प्रयाणसमयी सर्वांना झोपा लागल्या. पहाटे चार वाजता जाग येताच खडबडून काही मंडळी उठली आणि त्यांच्या खोलीत गेली. सर्व कारभार तेव्हा आटोपला होता.

एक दाढीवाला समोरच्या भितींवर त्या तसबिरीतून स्थितप्रज्ञपणे पाहत होता आणि समोर दुसरा दाढीवाला पलंगावर अचेतन, निष्प्राण पडला होता, एवढेच दृश्य त्या खोलीत दिसत होते.

■

'निरोप द्यावा आतां!'

पेंढारकर स्वर्गस्थ झाले– पेंढारकर चिरंजीव होवोत! किंबहुना 'ललितकलादर्श' बंद पडली– 'ललितकलादर्श' चिरायु होवो, असेच का म्हणू नये? ग्वाल्हेरच्या मुक्कामात वाय. सदाशिव यांच्यासारखे पेंढारकरांचे स्नेही नवीन भांडवल उभे करण्याच्या खटपटीत होते. त्यांनी पेंढारकरांना कंपनीचे नाव बदलण्याची आवश्यकता सुचविताच पेंढारकरांनी त्यांना स्वच्छ सांगितले होते, 'ही केशवराव भोसल्यांची कंपनी मी चालवावयास घेतली आहे. मी या व्यक्तीला काही मोल नाही. ज्या कंपनीच्या लौकिकामुळे मला महत्त्व प्राप्त झाले आहे, त्या कंपनीचे नाव बदलण्याचा हक्क मला नाही. मी मेलो तर कंपनी जगत नाही, आणि कंपनी बंद पडली तर मी जगत नाही.' अगदी अत्यवस्थ स्थितीतसुद्धा 'ललितकलादर्श'चा अभिमान टाकावयाची त्यांची तयारी नव्हती.

नाट्यकलेची जोपासना व वाढ करण्यात फार मोठा वाटा उचललेल्या 'ललितकलादर्श' मंडळीची हकिकत नाट्येतिहासात नमूद होणे आवश्यक वाटल्यावरून हे कार्य जेवढी साधने उपलब्ध होती; त्यांच्या आधाराने पार पाडले आहे. सुधारलेल्या, विकसित झालेल्या आणि उद्या फिरून एकवार निश्चित वैभवाप्रत जाणाऱ्या नव्या मराठी रंगभूमीला 'ललितकले'चे ऋण कृतज्ञतापूर्वक मान्य करावे लागेल.

■

प्रभावी संगीत नट - **कै. केशवराव भोसले**

प्रभावी प्रोज नट - **नानासाहेब फाटक**

अलीकडील इतिहास

'**ल**लितकलादर्श'चा १५ मार्च १९३७ पर्यंतचा इतिहास संपला. १५ मार्च १९३७ ला बापूराव गेले! यानंतर २८ नोव्हेंबर १९४२ पर्यंत 'ललितकलादर्श' हे नाव खरोखरच इतिहासजमा होते. 'गाव वाहून गेले आणि नाव राहून गेले,' असाच प्रकार होता. 'ललितकलादर्श' संपली असे मानण्यात येत होते आणि तसे ते मानण्यात यावे, यातही काही गैर नव्हते.

२८ नोव्हेंबर १९४२ ला दुपारी बापूराव पेढाकरांचे चिरंजीव भालचंद्र पेंढारकर यांनीं 'ललितकलादर्श' या नावाखाली 'सत्तेचे गुलाम' या नाटकाचा प्रयोग मुंबईत बालीवाला थिएटरात केला आणि तेव्हापासून आजतागायत या संस्थेचे कार्य ते शक्तीनुरूप पण सतत चालू ठेवण्याचा प्रयत्न करीत आले आहेत.

तत्पूर्वी १९४२ मध्येच 'राजहंस' नाट्यमंडळातर्फे बापूरावांच्या पुण्यतिथी निमित्ताने 'हाच मुलाचा बाप' (दामोदर हॉल, परळ) आणि 'स्वयंसेवक' (बॉम्बे थिएटर) या नाटकांचे प्रयोग झाले होते; त्यांत भालचंद्र पेंढारकरांनी 'वसंत' आणि 'जगू' या, वडिलांच्या दोन भूमिका केल्या.

अधिकृतरीत्या १५ मार्च १९४३ ला आचार्य प्र. के. अत्रे यांच्या अध्यक्षतेखाली बापूरावांची पुण्यतिथी भालचंद्राने आयोजित केली आणि त्या वेळेपासूनच ललितकलादर्श मंडळीचे खेळ ठिकठिकाण सुरू केले.

त्यापूर्वीचा थोडासा इतिहास देणे आवश्यक आहे. १५ मार्च १९३७ रोजी ग्वाल्हेर येथे बापूरावांचा अत्यंत शोचनीय स्थितीत अंत झाला. ही दुःखद बातमी त्यांच्या अनेक सहृदय हितचिंतकांना कळताच त्यांनी 'पेंढारकर साहाय्य निधी' बाबत एक समिती नेमली. त्यात उदारधी जे. बी. एच. वाडिया, ना. म. जोशी, पी. जी. नाईक, गौतम गोविंद फासे वगैरे मंडळी होती. दहा हजार रुपये समितीने जमा केले. आणि त्या निधीतून महिना शंभरप्रमाणे बापूराव पेंढारकरांच्या कुटुंबीयांना मदत चालू केली, त्या वेळी भालचंद्र पेंढारकर सतरा वर्षांचा होता.

गायनाचार्य रामकृष्णबुवा वझे यांनी भालचंद्रास हाताशी धरले आणि अत्यंत आस्थेने गायनकलेचे शिक्षण १९३८ ते १९४२ पर्यंत दिले. भालचंद्रास वडिलोपार्जित 'ललितकलादर्श' मंडळीच्या रंगभूमीवर आणून सोडण्याचे सर्व श्रेय बुवांना आहे,

हे मी नमूद करीत आहे. आज वझेबुवा भालचंद्राची 'ललितकला' पाहावयास हयात नाहीत ही दुर्दैवाची गोष्ट आहे. ५ मे १९४३ रोजी वझेबुवा दिवंगत झाले.

मुंबईस प्रथमत: गोविंददास शेठजींनी भालचंद्राला आश्रय देऊन ललितकलेवरची पूर्वापार चालत आलेली भक्ती व्यक्त केली. त्यानंतर बापूरावांचे स्नेही भास्कर वामन देसाई, मॅनेजर रिझर्व्ह बँक व त्यांचे बंधू यांनी त्याच्यावर बंधुवत् प्रेम करून आपल्याच घरी त्याला ठेवून घेतले. म्हणजेच डॉ. रा. वा. आजगांवकर यांची मुले, मुली, जावई या सर्वच मंडळीनी केशवरावांपासून ललितकेशी जडलेला ऋणानुबंध भालचंद्र पेंढारकरांपर्यंत आणून ललितकलेचा गाडा चालू करण्यास हात भार लावला यात शंका नाही.

कै. केशवराव आणि कै. बापूराव यांची पुण्याई, गायनाचार्य वझेबुवांचा आशीर्वाद, वाऱ्यावादळात सोबत देत राहिलेली बरोबरची नट मंडळी आणि वर उल्लेखिल्यासारख्या अनेक हिचिंतकांची सक्रिय सहानुभूती, एवढ्या बळावर, आपल्या अंगचे कलागुण राबवून भालचंद्राने 'ललितकले'चा झेंडा घेऊन आजपर्यंतची मजल गाठली आहे.

या काळात कै. बापूराव पेंढारकरांच्या पुण्यतिथीनिमित्ताने आणि एरवी घडलेल्या ललितकलेच्या अलीकडच्या इतिहासातल्या ठळक घटनांची नोद :

१९४३ ची पुण्यतिथी : 'हाच मुलाचा बाप' चा प्रयोग. अध्यक्ष : आचार्य अत्रे होते, परंतु उपस्थित राहू शकले नाहीत.

सांगलीच्या नाट्य-शताब्दी उत्सवात : 'सत्तेचे गुलाम'मधील प्रवेश. कान्होबाची भूमिका श्री. राजा परांजपे यांनी केली होती.

१९४४ची पुण्यतिथी : 'हाच मुलाचा बाप'चा प्रयोग बालीवाला थिएटर, अध्यक्ष : श्री. मोतीराम देसाई, टोपीवाले. या निमित्ताने श्री. भा. वि. वरेरकरांनी 'हाच मुलाचा बाप' आणि 'सत्तेचे गुलाम'च्या हक्क प्रकरणी कायदेशीर नोटीस पाठविली होती.

१९४५ ची पुण्यतिथी : 'सत्तेचे गुलाम'चा प्रयोग. बालीवाला थिएटर. अध्यक्ष : श्री. अनंत हरि गद्रे.

१९४६ ची पुण्यतिथी : 'सत्तेचे गुलाम' 'स्वयंसेवक'मधले प्रवेश, श्री. वसंत शांताराम देसाई यांनी बापूंच्या जीवनावर लिहिलेल्या 'सांगाती' नाटिकेचा प्रयोग. दामोदर हॉल, परळ. अध्यक्ष : श्री. बालगंधर्व.

१९४७ ची पुण्यतिथी : 'स्वयंसेवक'चा प्रयोग. परळ दामोदर हॉल. अध्यक्ष : श्री. केशवराव दाते.

१९४८ ची पुण्यतिथी : 'स्वयंसेवक' पुन्हा. परळ दामोदर हॉल. अध्यक्ष : श्री. चिंतामणराव कोल्हटकर.

१९४९ ची पुण्यतिथी : 'संन्याशाचा संसार'चा प्रयोग, अध्यक्ष : श्री. पु. रा. लेले.

१९४८ मध्येच श्री. भा. वि. वरेरकर यांच्याशी 'स्वयंसेवक' नाटकाच्या हक्काबाबतचा वाद निकराला आला आणि त्या नाटकाचे प्रयोग होणे बंद झाले. इतर 'सत्तेचे गुलाम', 'हाच मुलाचा बाप', 'संन्याशाचा संसार' या नाटकांचे हक्क भालचंद्राकडेच असल्याने त्यांचे प्रयोग सुरू राहिले.

१९५० ची पुण्यतिथी : 'सत्तेचे गुलाम'चा प्रयोग. परळ दामोदर हॉल, अध्यक्ष : श्री. मो. वि. दोंदे.

१९५१ ची पुण्यतिथी : 'सौभद्र'चा प्रयोग. परळ दामोदर हॉल. अध्यक्ष : श्री. जे. बी. एच. वाडिया.

१९५२ ची पुण्यतिथी : विविध कार्यक्रम. 'कृष्णार्जुन युद्ध'चा संकलित प्रयोग. परळ दामोदर हॉल. अध्यक्ष : श्री. व्ही. शांताराम.

१९५३ ची पुण्यतिथी : 'शारदा'चा प्रयोग. परळ दामोदर हॉल. अध्यक्ष : संगीत दिग्दर्शक श्री. वसंत देसाई.

याच साली दिल्लीच्या राष्ट्रीय नाट्योत्सवाच्या मुंबई चाचणीत– श्री. वरेरकर यांनी आणलेले सर्व अडथळे उल्लंघून 'सत्तेचे गुलाम'चा प्रयोग.

१९५४ ची पुण्यतिथी : 'संन्याशाचा संसार'चा प्रयोग. साहित्य संघ मंदिर, केळेवाडी. अध्यक्ष : आचार्य प्र. के. अत्रे. 'कलावंतांची प्रार्थना' या रंगभूमीविषयक सरकारी धोरणावर टीका करणाऱ्या भडक, परंतु सत्यदर्शी कार्यक्रमामुळे ही पुण्यतिथी गाजली.

१९५५ ची पुण्यतिथी : 'श्री'चा प्रयोग शिवाजी मंदिर, दादर, अध्यक्ष : श्री. केशवराव भोळे.

आणि आज, १९५६ च्या कै. बापूरावांच्या पुण्यतिथीच्या निमित्ताने श्री. पु. भा. भावे यांच्या 'स्वामिनी' या नवीन नाटकाचा पहिला प्रयोग : साहित्य संघ मंदिर, केळेवाडी, येथे, अध्यक्ष : हिराबाई बडोदेकर. भालचंद्र पेंढारकर याच्या कारकिर्दीत ललितकलेच्या रंगभूमीवर पूर्णतया नवीन नाटक येण्याचा हा पहिला योग; म्हणून याला आगळे महत्त्व.

याप्रमाणेच, 'ललितकलासंवर्धक' मंडळी 'ललितकलादर्श'नंतर काही काळ माशेलकरांच्या साहाय्याने चालवून श्री. भार्गवराम आचरेकरांनी आणि 'ललितकले'च्या पठडीतले गायन आजतागायत गात राहून श्री. अनंत दामले (नूतन पेंढारकर) यांनी ललितकलेची परंपरा चालती ठेवण्यास शक्यतानुरूप हातभार लाविला, हे इथे मुद्दाम नमूद केले पाहिजे.

■

परिशिष्ट

ललितकलादर्श मंडळी

केशवराव भोसले यांच्या वेळचा

नटवर्ग आणि इतर कलावंत

१. केशव विठ्ठल भोसले, २. दत्तात्रय विठ्ठल भोसले, ३. गणेश विनायक वीरकर, ४. मारुतीराव पवार, ५. कृष्णराव पवार, ६. केशव विष्णु बेडेकर, ७. गोपाळराव काशीकर, ८. केशव रामकृष्ण शितूत, ९. कृष्णराव पेटकर, १०. गंगाधर डबरी, व ११. त्यांचे बंधू, १२. कृष्णाजी बाबा आळतेकर, १३. मोघे कवी (ग्वाल्हेर), १४. आबा धारवाडकर, १५. वामनराव करमेळकर (महाड), १६. सोनबा वालावलकर (सावंतवाडी), १७. सदाशिवराव रानडे, १८. देवधर (नाशिक), १९. रामचंद्र कुशाबा गुळवणी, २०. श्रीपाद विष्णु जोशी, २१. पांडोबा खेर, २२. पांडुरंग आत्माराम सानेमामा, २३. रघुनाथ गोविंद शितूत, २४. रघुनाथ अण्णाजी इनामदार, २५. विश्वनाथ हरि पळणिटकर, २६. रामा हनगंडीकर, २७. महादेव बाळकृष्ण वालावरकर, २८. दामुअण्णा मालवणकर, २९. रामभाऊ डबरी, ३०. दत्तोपंत कुळकर्णी-टोपकर, ३१. रा. अभ्यंकर, ३२. नारायण गणेश विजापूरकर, ३३. व्यंकटेश बळवंत पेंढारकर, ३४. यशवंत विठ्ठल पिंगळे, ३५. आ. ना. झारापकर, ३६. श्रीधर महादेव देशमुख, ३७. विष्णु महादेव देशमुख, ३८. लीनुसाब कोष्टी, ३९. गोपाळ वासुदेव गुत्तीकर, ४०. नियोगी (शहापूर), ४१. बाळा सामंत (कुडाळ), ४२. नरहरी कानडे, ४३. शंकर नारायण जोशी, ४४. कृष्णा आगरवाले, ४५. शंकर नीळकंठ चाफेकर

व्यवस्थापक :

१. केशव रामकृष्ण शितूत (मुख्य व्यवस्थापक), २. बाबूराव तिरोडकर, ३. गोविंद नारायण सोळस्कर, ४. घोटकर.

हार्मोनिअम वादनकार :

१. मारुतीराव पवार, २. दत्तोबा तारदाळकर, ३. दत्तात्रय गोपाळ जोशी, ४. गणपत केशव काळसेकर.

तबला वादनकार :

१. भास्करराव चौगुले, २. बळवंतराव रुकडीकर, ३. शिंदे, ४. केळुस्कर, ५. दत्तोबा नांदोडकर, ६. मनोहरपंत आफळे (ग्वाल्हेर).

रंगमंच व्यवस्थापक :

१. बाळकृष्णपंत जोशी, २. दत्तात्रय गणेश सोहनी.

चित्रकार :

आनंदराव मेस्त्री, २. बाबूराव मेस्त्री, ३. फत्तेलाल, ४. दामले, ५. पांडुरंग हळदणकर, ६. पु. श्री. काळे.

पेंढारकर चापेकर यांच्या वेळचा नटवर्ग आणि इतर कलावंत

१. व्यंकटेश बळवंत पेंढारकर (मालक), २. शंकर नीळकंठ चापेकर (मालक), ३. गोपाळ गोविंद फाटक, ४. यशवंत विठ्ठल पिंगळे, ५. श्रीपाद विष्णु ऊर्फ बळवंतराव जोशी, ६. गोपाळ वासुदेव गुत्तीकर, ७. श्रीधर महादेव देशमुख, ८. खंडेराव शेट्ये, ९. पांडुरंग आत्माराम साने, १०. रघुनाथ गोविंद शितूत, ११. रघुनाथ अण्णाजी इनामदार, १२. नरहरी कानडे, १३. शंकर नारायण जोशी, १४. मास्टर शांताराम कामत, १५. दत्तोपंत टोपकर, १६. नारायण गणेश विजापुरकर (गुरुजी), १९. शंकर पाध्ये, २०. राम डवरी, २१. नारायण वाळवेकर, २२. आंबेगांवकर, २३. कृष्णा आगरवाले, २४. पाटील, २५. दिगंबर यमाजी कदम, २६. पांडुरंग नारायण गायकवाड, पाटील.

१९२४ नंतर :

२७. गोविंद बाबाजी माशेलकर, २८. विठ्ठल गुरव, २९. कागलकर, ३०. भार्गवराम आचरेकर, ३१. वामन कृष्ण सावंत (नणंदीकर), ३२. भागवत, ३३. डॉ. जोशी, ३४. कऱ्हाडकर, ३५. बापट, ३६. दामले, ३७. महादेव हरि जोगळेकर, ३८. अनंत राजाराम कुळकर्णी, ३९. अनंत शंकर दामले. ४०. गंगाधर मेघश्याम लोंढे, ४१. दिगंबर वायदेशी, ४२. वसंत आमोणकर, ४३ सद्‌गुरू कदम, ४४. भीमराव हरि काळे, ४५. चिटणीस, ४६. नारायण कृष्ण फाटक, ४७. बंडो दत्तात्रय चिटणीस, ४८ नेवगी, ४९ शिंदे.

व्यवस्थापक :

१. गोविंद नारायण सोळस्कर, २. रघुनाथ जयराम कदम, ३. वेलणकर, ४. लोणकर, ५. घैसास, ६. बोरकर, ७. काटदरे, ८. त्रिंबक गोकटे, ९. पंढरीनाथ धरत, १०. पुसाळकर.

हार्मोनिअम वादनकार :

१. दत्तोबा तारदाळकर, २. केशवराव कांबळे, ३. गणपतराव काळसेकर, पवार, ४. अनंत तुकाजी माशेलकर.

रंगमंच-व्यवस्थापक :

१. बाळकृष्ण मोरेश्वर जोशी ऊर्फ पंत, २. दत्तात्रय गणेश सोहनी, ३. चुनीलाल मेस्त्री, शंकर इंदापूरकर, बाळा लाड, विनायक बेहेरे.

चित्रकार :

पु. श्री. काळे.

ललितकलेचे १९४२ ते १९५६ पर्यंतचे सहकारी कलावंत नट :

नानासाहेब फाटक, मामा पेंडसे, नंदू खोटे, पिंगळे, दिगंबर वायदेशी, चित्तरंजन कोल्हटकर, सुकुमार नागोटकर, वामन पटवर्धन, वसंत पुसाळकर, दत्तात्रय केळुसकर, बर्वे, राम मराठे, सुरेश हळदणकर, नाना लिमये, नानू संझगिरी, रा. वि. राणे, पर्शराम सामंत, पाटील, शंकर घाणेकर, मा. दत्ताराम, सदानंद जोग, अनंत वर्तक, सानेमामा, वसंत शेणई, जयराम शिलेदार, वैशंपायन, श्री. जोगळेकर, मा. दामले, भार्गवराम आचरेकर, बापूराव माने, नरेश, दीनानाथ टाकळकर, रामचंद्र वर्दे, कुलकर्णी, विजय सेजित, श्याम किर्लोस्कर, बंडोपंत सोहनी, वालावलकर, श्रीधरपंत देशमुख, गोपाळ बकरे, काळे, हरिभाऊ जोशी, राजाध्यक्ष, मनोहर चव्हाण, गुरुजी विजापूरकर, सप्रे, चंद्रकांत गोखले, बर्वे, इत्यादी.

नटी :

रत्नावली कोरगांवकर, सरोजिनी रेगे, तारा राव, शालिनी भालेकर, मालती नाफडे (सौ. पेंढारकर), दुर्गा नागेशकर, कुसुम चव्हाण, सुमन मराठे, किशोरी धैर्यवान, लीला कुलकर्णी, विमल फडके, माणिक माटे, दुर्गा रेगे, शैलजा गोडबोले, रजनी कुलकर्णी, सुरंग बाला, कमल आरोदेकर, पुष्पावती कोरगांवकर, बेबी आरोदेकर, नभा नाफडे, सुशीलाबाई, मंगला पितळे, विमल घैसास, विजया देसाई, सुहासिनी कोल्हापुरे, ललिता जोगळेकर, विमल कर्नाटकी, लीला मेहता, नलिनी बोरकर, इत्यादी.

लेखक :

गो. ब. देवल, मामा वरेरकर, अण्णासाहेब किर्लोस्कर, पु. भा. भावे, रा. ग. गडकरी, तात्यासाहेब कोल्हटकर, न. ग. कमतनूरकर प्र. के. अत्रे, न. चिं. केळकर, वसंतराव देसाई, विजय तेंडुलकर.

दिग्दर्शन :

केशवराव दाते, चिंतामणराव कोल्हटकर, गणपतराव बोडस, मामा पेंडसे, नंदू खोटे.

संगीत कलाकार :

शंकर पेडणेकर, दत्तोपंत तारदाळकर, रघुनाथ पेंढारकर, प्रभाकर भालेकर, करंबेळकर, गोविंद पटवर्धन, चेड्या मंगेशकर, दामू पार्सेकर, वसंत आचरेकर, मामा म्हापसेकर, बाबूराव कुमठेकर, बाबूराव नेजकर.

आर्टिस्ट्स :

पु. श्री. काळे, राजाध्यक्ष.

रंगभूमी व्यवस्था :

विनायक बेहेरे, शंकरराव बुधे, गद्रे, नार्वेकर.

रंगपट व कपडेपट :

शंकरराव वाखरकर, साखरे, जोगळेकर (मेकअप् सर्व्हिस), बाबा वर्दम, शांताराम विचारे, काळुराम.

व्यवस्थापक :

ओळकर, भार्गवराव पागे, व्ही. आर. सावंत.

काही कलावंत :

बालगंधर्व, सौ. हिराबाई बडोदेकर, छोटा गंधर्व, चंद्रकांत हडकर.

साहाय्यकारी संस्था :

मुंबई मराठी साहित्य संघ, आर्स्टिस्ट्स कंबाइन्ड (ग्वाल्हेर), कलाकेंद्र, सहकारी मनोरंजन मंडळ, श्री शिवाजी मंदिर (दादर), सोशल सर्व्हिस लीग (दामोदर हॉल), नाट्यकलोपासक मंडळ (दादर), कलानिनाद.

■

ललितकलादर्श मंडळींच्या रंगभूमीवर बापूराव पेंढारकरांनीं आणलेली नाटके

	नाटक	नाटककार	पहिल्या प्रयोगाची तारीख	थिएटर	यशापयश
१	सत्तेचे गुलाम	भा. वि. बोरकर	१५ जून १९२२	बॉम्बे थिएटर	अत्यंत यशस्वी
२	तुरुंगाच्या दारांत	,,	१ फेब्रुवारी १९२३	नॉव्हेल्टी थिएटर	अयशस्वी
३	कुंजबिहारी	,,	१४ एप्रिल १९२३	,,	,,
४	कृष्णार्जुन युद्ध	न. चिं. केळकर	१५ ऑक्टोबर १९२५	बॉम्बे थिएटर	यशस्वी
५	पुण्यभाव	राम गणेश गडकरी	२३ जानेवारी १९२६	,,	अत्यंत यशस्वी
६	श्री	न. ग. कमतनूरकर	३ डिसेंबर १९२६	,,	यशस्वी
७	करग्रहण	भा. वि. वरेरकर	५ मार्च १९२७	,,	अयशस्वी
८	शिक्का-कट्यार	य. ना. टिपणीस	४ जून १९२७	,,	यशस्वी
९	वधुपरीक्षा	श्री. कृ. कोल्इटकर	११ ऑक्टोबर १९२८	,,	यशस्वी
१०	सज्जन	न. ग. कमतनूरकर	२ एप्रिल १९३१	रिशन थिएटर	साधारण यशस्वी
११	नेकजात मराठा	य. ना. टिपणीस	६ ऑगस्ट १९३१	,,	,, ,,
१२	सोन्याचा कळस	भा. वि. वरेरकर	२४ जानेवारी १९३२	एल्फिस्टन थिएटर	साधारण यशस्वी
१३	स्वयंसेवक	,,	५ ऑगस्ट १९३४	ऑपेरा हाउस	,, ,,
१४	प्रेमशोधन	श्री. कृ. कोल्हटकर	३० डिसेंबर १९३४	,,	,, ,,

'अरुण' मासिकाच्या ऑगस्ट १९२९ च्या अंकात 'पुढील जन्मी मला कोण व्हावेसे वाटते?' याविषयी कै. व्यं. ब. पेंढारकर यांनीं प्रकट केलेले विचार :

'चालू आयुष्यात नाट्य आणि गायन या दोन कलांची सेवा करण्याचे भाग्य मला लाभले आहे. नाट्यकलेत, निरनिराळ्या मनोविकारांच्या भूमिकेत प्रवेश करण्यास मिळत असल्यामुळे, मनुष्यप्राण्याच्या विकार आणि विचारांचा सहज अभ्यास होतो; त्याचप्रमाणे, परमेश्वराशी एकरूप होण्याच्या समाधिस्थीतीच्या आनंदाचा अंशत: अनुभव, गायनाच्या एका सुराशी एकरूप होण्यात मिळतो. जीवनकलहातील सुख-दु:खे विसरावयास लावणाऱ्या या दोन्ही कलांच्या प्रसादामुळे मिळणारा सात्त्विक आनंद याच काय, परंतु कोणत्याही जन्मी सोडावा, असे मला कधीही वाटणार नाही.

मात्र, खरोखरीच पुनर्जन्म येणार असेल, तर आपले ध्येय पूर्णपणे गाठण्याला, चालू आयुष्यात ज्या अडचणी, जी संकटे येतात ती दूर होऊन, ज्या परिस्थितीत ते सहजसाध्य होईल, अशा सुपरिस्थितीत जन्म यावा, असे वाटणे साहजिक आहे.

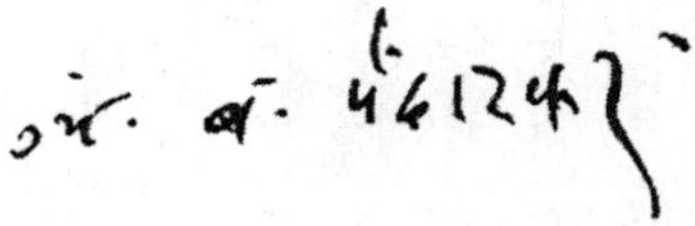

कै. **केशवराव भोसले** यांची कुंडली

ता. ९ ऑगस्ट १८९०, श्रावण कृष्ण ९, सकाळी १० वाजता, शके १८३२

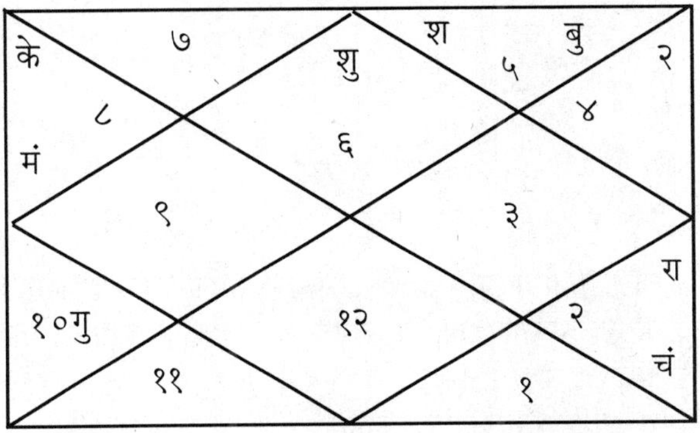

कै. **व्यंकटेश ब. पेंढारकर** यांची कुंडली

ता. १०-१२-१८९२, शके १८१४ मार्गशीर्ष कृष्ण ७

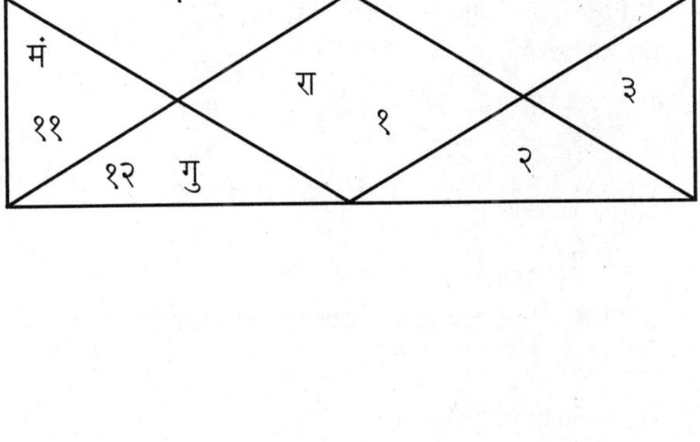

पाणपोई

वपु काळे

'पाणपोई'तील काही काही हकिकती अगोदरच तुम्हाला माहीत असतील ही शक्यता डोळ्यांसमोर आहेच. त्याबरोबरच वैयक्तिक पातळीवरचे अनुभव तुम्हाला माहीत नसणं स्वाभाविक आहे. सगळेच वैयक्तिक अनुभव शब्दबद्ध करता येणार नाहीत.

पण ज्या वैयक्तिक अनुभवांना सामाजिक आशयाचं कोंदण लाभू शकतं असे अनुभव तुमच्यापर्यंत पोचवायलाच पाहिजेत.

किंबहुना हे एक प्रकारचं सामाजिक कार्यच आहे. जाणिवेने जगणाऱ्या प्रत्येक माणसाजवळ असे सांगण्यासारखे किस्से भरपूर असतील.

'मी लेखक असतो तर हे सगळं लिहून काढलं असतं' अशी विधानं करणारी अनेक माणसं वेगवेगळ्या लेखकांना भेटली असतील.

अनुभवच जर विलक्षण असेल, सामाजिक पातळीला स्पर्श करायची ताकद त्यात असेल, तर ते अनुभव व्यक्त करण्याकरता लेखक व्हावंच लागतं असं नाही. तो अनुभवच लेखणीच्या टोकाशी उपस्थित असतो. म्हणून अनेकांना सांगावंसं वाटतं की, आनंद वाटायचा एवढाच संकल्प सोडा,

शब्द आपोआप मागोमाग येतील.

- वपु